ராமாயணம்

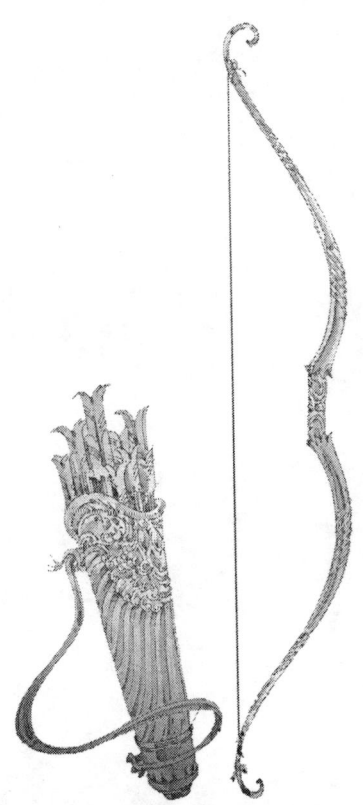

ராமாயணம்

உமா சம்பத்

கிழக்கு

ராமாயணம்
Ramayanam
Uma Sampath ©

First Edition: November 2007
288 Pages
Printed in India.

ISBN: 978-81-8368-441-5
Title No. Kizhakku 419

Kizhakku Pathippagam
177/103, First Floor,
Ambal's Building, Lloyds Road,
Royapettah, Chennai 600 014.
Ph: +91-44-4200-9601
Email : support@nhm.in
Website : www.nhm.in

Author's Email: umasampath60@gmail.com

Illustrations : Shyam

Kizhakku Pathippagam is an imprint of New Horizon Media Private Limited

This book is sold subject to the condition that it shall not, by way of trade or otherwise, be lent, resold, hired out, or otherwise circulated without the publisher's prior written consent in any form of binding or cover other than that in which it is published and without a similar condition including this the rights under copyright reserved above, no part of this publication may be reproduced, stored in or introduced into a retrieval system, or transmitted in any form or by any means (electronic, mechanical, photocopying, recording or otherwise), without the prior written permission of both the copyright owner and the above-mentioned publisher of this book.

சமர்ப்பணம்
என் தாயார் துளசிக்கு

உள்ளே...

1.	வரங்கள் இரண்டு; சாபம் ஒன்று!	... 9
2.	வேள்வியில் வெளிப்பட்ட கந்தர்வன்	... 12
3.	பாலகனைக் கேட்ட பிரம்மரிஷி	... 15
4.	விருந்தில் விளைந்த விபரீதம்!	... 19
5.	பசுவுக்காக ஒரு போர்	... 22
6.	ஆகாயத்தில் ஓர் அற்புத சிருஷ்டி!	... 25
7.	ரம்பையைச் சபித்தார்; மேனகையிடம் மயங்கினார்!	... 29
8.	தாடகையைத் துளைத்த ராமபாணம்	... 33
9.	வந்தார்கள்; கொன்றார்கள்; வேள்வியைக் காத்தார்கள்!	... 37
10.	தழுவினான் இந்திரன்; தவறினாள் அகலிகை!	... 40
11.	அண்ணலும் நோக்கினான்; அவளும் நோக்கினாள்!	... 44
12.	வில்லை முறித்தான்; சீதையை வளைத்தான்!	... 50
13.	தசரதனின் திடீர் முடிவு!	... 56
14.	கூனியின் கோணல் சதி	... 60
15.	கைகேயி போட்ட கட்டளை!	... 67
16.	அயோத்தியிலிருந்து காட்டுக்கு...	... 74
17.	துயரத்தில் துடித்த தசரதன்	... 82

18.	சீதை ரசித்த சித்திரக்கூடம்	87
19.	தசரதனை பலி வாங்கிய சாபம்!	95
20.	பரிதவித்தான் பரதன்	101
21.	பாதுகைக்குப் பட்டாபிஷேகம்	108
22.	விராதனுக்கு விமோசனம்	119
23.	ஜடாயு சந்திப்பு	125
24.	மோகம் கொண்டாள், மூக்கு அறுபட்டாள்!	131
25.	சூர்ப்பனகையின் சூழ்ச்சி	140
26.	பொய்க் குரல் பொன்மான்	148
27.	கோடு தாண்டினாள் சீதை; கொண்டு போனான் ராவணன்!	154
28.	தவித்தான்; அழுதான்; தேடினான்!	160
29.	மடிந்தான் ஜடாயு	165
30.	சுக்ரீவனை விரட்டிய வாலி!	171
31.	ராம-சுக்ரீவ நட்பு	175
32.	மறைவிலிருந்து ஒரு அம்பு	184
33.	சுகத்தில் மூழ்கிய சுக்ரீவன்!	192
34.	சீதையைத் தேடும் வானரப்படை	196
35.	சேதி சொன்ன சம்பாதி கழுகு	201

36.	கடல் தாண்டினான் அனுமான்!	... 206
37.	வீடு வீடாக ஒரு தேடல்	... 211
38.	சீதையைக் கண்டான்; துன்பம் கொண்டான்!	... 214
39.	சீதையைச் சந்தித்த ராம தூதன்	... 220
40.	அசோகவனத்தை அழித்த அனுமான்!	... 227
41.	அனுமான் வைத்த நெருப்பு	... 233
42.	கண்டேன் சீதையை!	... 241
43.	வெளியேறினான் விபீஷணன்!	... 246
44.	வருணன் வகுத்த திட்டம்!	... 251
45.	சீதைக்காக ஒரு சேதுப்பாலம்!	... 256
46.	நாகாஸ்திரத்தை நீக்கிய கருடன்	... 263
47.	இன்று போய் நாளை வா!	... 266
48.	அனுமான் கொண்டுவந்த சஞ்சீவி மலை!	... 270
49.	ராமன் வென்றான்! ராவணனைக் கொன்றான்!	... 274
50.	ராம பட்டாபிஷேகம்!	... 279

வரங்கள் இரண்டு;
சாபம் ஒன்று!

1

என்றைக்கோ கொடுக்கப்பட்ட ஒரு சாபமும், எப்போதோ வழங்கப்பட்ட இரண்டு வரங்களும் கை கோத்துக்கொண்டு அயோத்திக்குப் புறப்பட்டன!

விதி, வாசல் கதவு திறந்து அவற்றை வழி யனுப்பி வைத்தது!

விடிந்தால் ராமனுக்கு யுவராஜ்ஜிய பட்டாபி ஷேகம்.

‘இரவு ஏன் இப்படி நீண்டுகொண்டே போகி றது?’ என சலித்துக்கொண்டான் மன்னன் தசரதன்.

பிரிய ராமனுக்குப் பட்டாபிஷேகம் செய்ய வேண்டும் என்பது தசரதனின் வாழ்நாள் கனவு. அது, நாளை நனவாகப் போகிற சந்தோஷத்தில் உறக்கம் கொள்ளவில்லை அவனுக்கு.

அரண்மனை உப்பரிகைக்கு வந்து நின்று பார்த்தான்.

அயோத்தி நகரமும் அவனைப்போலவே உறங்காமல் விழித்திருந்தது.

தெருக்களெல்லாம் திருவிழாக்கோலம் கொண் டிருந்தன. அயோத்தி மக்கள் அனைவருமே ராம பட்டாபிஷேகத்தைத் தங்களது வீட்டு மங்கல நிகழ்ச்சியாகவே எண்ணி, வீடுகளை அலங் கரித்துக் கொண்டிருந்தனர்.

'அவர்களுக்குத்தான் எனது ராமன்மீது எத்தனை அன்பு!' - உள்ளம் பூரித்தான் தசரதன்.

'இதிலென்ன ஆச்சரியம்! ராமன்மீது அன்பு கொள்ளாதவர்கள் இந்த உலகத்தில் யார்தான் இருக்கிறார்கள்?' என்று பெருமிதமும் கொண்டான்.

அவனுக்குத் தெரியாது. ராமன்மீது அன்பு பாராட்டாத ஜீவனும் அயோத்தியில் இருக்கத்தான் செய்தது!

அன்பு பாராட்டவில்லை என்பது மட்டுமல்ல; ராமன்மீது மிகுந்த பகையுணர்ச்சியும் கொண்டிருந்தது அந்த முதிய உருவம்!

அந்த முதியவள் மந்தரை! உள்ளத்தைப்போலவே குறுகிப் போன கூன் முதுகு கொண்டவள். அதனாலேயே கூனி என்றழைக்கப்படுபவள்.

கூனி வீதியில் நடந்து வந்துகொண்டிருந்தாள். அங்கங்கே மக்களின் மகிழ்ச்சிக் கூக்குரல்களும், கொண்டாட்ட ஏற்பாடுகளும் அவள் இதயத்தில் எரிச்சல் மூட்டின.

'ராமனுக்கு யுவராஜ்ஜிய பட்டாபிஷேகம்' என்கிற சேதி, காய்ச்சப் பட்ட எண்ணெய் காதில் ஊற்றப்பட்டதுபோல் அவளது காதைத் தகிக்கவைத்தது!

'ராமா! சிறுவயதில் களிமண் உருண்டையால் என் கூன் முதுகில் அடித்து விளையாடினாய் அல்லவா? இதோ அதற்குப் பழி வாங்கும் தருணம் வந்துவிட்டது! அயோத்தியின் ஒரு பிடி மண்ணும் உனக்குக் கிடைக்காமல் அடிக்கிறேன் பார்!'- மனத்தில் வஞ்சக உணர்வுடன் சொல்லிக்கொண்டாள்.

அரண்மனையில் கைகேயியின் அந்தப்புரத்துக்குள் நுழைந்தாள்.

விதி அனுப்பியிருந்த சாபமும் வரங்களும் அவளைப் பின் தொடர்ந்து போயின.

தசரதன் இன்னமும் உப்பரிகையில்தான் நின்றிருந்தான். சிலுசிலு வெனச் சித்திரைக் காற்று அவனது கேசத்தைக் கலைத்தது.

தூரத்தில் நகரின் மத்தியில் தெருப்பாடகன் ஒருவன் தசரத மகாராஜா வின் பெருமைமிகு வாழ்க்கைச் சரிதத்தைப் பாடலாகப் புனைந்து பாடிக்கொண்டிருந்தான். காற்றில் மிதந்து வந்த தனது கதையை தசரதன் கேட்டுக்கொண்டிருந்தான்.

'சரயு நதி பாயும் செழுமையான நாடான கோசல ராஜ்ஜியம், சூரிய குலத்தவர்கள் ஆண்ட நாடு. மனு சக்ரவர்த்தி, இக்ஷ்வாகு, ரகு போன்ற மாமன்னர்களால் மகோன்னதமாக ஆளப்பட்டது இந்த ராஜ்ஜியம்.

அவர்களது வழித்தோன்றலாக அவதரித்தார் நமது தசரத மகா சக்ர வர்த்தி. அயோத்தியைத் தலைநகராகக் கொண்டு, தனது முன்னோர் களின் பெருமை குன்றாமல் மக்கள்மீது அன்பு வைத்து நல்லாட்சி நடத்தி வந்தார். 'அயோத்தி' என்றால் யுத்தத்தில் அசைக்கமுடியாதது என்று பொருள். அதுபோலவே வலிமையில் இந்திராதி தேவர் களுக்கே உதவக்கூடிய பராக்கிரமம் கொண்டவர் நமது தசரத மகா சக்ரவர்த்தி. செல்வத்தில் குபேரனுக்கே நிகரானவர்.

இத்தனை செல்வபோகங்களும், சிறப்பும், கீர்த்தியும் இருந்தாலும், சக்ரவர்த்தியின் உள்ளத்திலும் கவலையொன்று கடலலைபோல் ஓயாமல் அடித்துக்கொண்டிருந்தது. அது புத்திரபாக்கியம் இல்லாத குறை.'

பாடகன் மேலும் தொடர்ந்து சொல்லிக்கொண்டிருக்க, தசரதன் மெல்லப் புன்னகைத்தபடியே நகர்ந்து பஞ்சணைக்கு வந்து அமர்ந்தான்.

அவனது மனம் பழைய நினைவுகளை நோக்கிச் சென்றது.

'அப்பப்பா! எத்தனை கொடிய மனவேதனை அது! புத்திர பாக்கியம் இல்லையே என்கிற வருத்தம் எனது எத்தனை இரவுகளைத் தூங்காமல் அடித்திருக்கிறது? வம்சமே என்னுடன் முடிந்துவிடுமோ என்கிற அச்சத்தால் தனிமையில் எத்தனை நாள்கள் அழுதிருப்பேன்? நல்லவேளை! வசிஷ்ட மகரிஷி மிகச் சரியான நேரத்தில் சரியான தொரு யோசனை சொல்லிக் காப்பாற்றினார்.'

இப்போது நினைக்கும்போதும் ஒரு நீண்ட பெருமூச்சு எழுந்தது தசரதனுக்கு.

2

வேள்வியில் வெளிப்பட்ட கந்தர்வன்

அன்று ஒரு சுபதினம் என்றுதான் தோன்றியது தசரதனுக்கு!

'மன்னா வாழி! மங்களமே ஆகுக!' என்றபடி நுழைந்த குலகுரு வசிஷ்டர், 'உனக்கு ஓர் நல்ல சேதியோடு வந்திருக்கிறேன்' என்றார்.

'அப்படியே ஆகட்டும் குருதேவா! முதலில் அமருங்கள்!' - பணிவுடன் வரவேற்றான் தசரதன்.

ஆசனத்தில் அமர்ந்த வசிஷ்டர், 'மன்னா! காலங் காலமாக நீ கொண்டிருந்த கவலை தொலையும் நாள் வந்துவிட்டது. புத்திரபாக்கியம் இல்லையென இனி நீ வருந்த வேண்டாம். அதற்கான காலம் நெருங்கிவிட்டது. உடனே நீ அசுவமேத யாகமும், கூடவே புத்திர காமேஷ்டியும் செய். அதன் பலனை விரைவிலேயே அடைவாய்!' என்றார்.

சந்தோஷம் கொண்டவனானான் தசரதன்.

'குருவே! இதனால் எனக்குக் குழந்தை பாக்கியம் உண்டாகுமா? எனக்குப் பின்னும் எனது வம்சம் தொடருமா?இது நிஜமா?' என்று ஆவலுடன் கேட்டான்.

'ஆம்! யாகத்தை முன்னின்று நடத்தப்போகிறவர் ருஷ்யசிருங்கர். மகா தபஸ்வியான இவரால்

உனது ஆசை ஈடேறுவது நிச்சயம்!' - உறுதிபடச் சொன்னார் வசிஷ்டர்.

மகா முனிவர்களது வாக்கு பொய்க்காது என்பார்கள். அது போலவே எல்லாமும் சிறப்பாகவே நடந்தன.

ருஷ்யசிருங்கர் தலைமையில் நியமம் தவறாமல் நடந்த வேள்வியின் முடிவில், சூரியப் பிரகாசத்துடன் கந்தர்வன் ஒருவன் வேள்வித் தீயிலிருந்து வெளிப்பட்டான். அவன் கைகளில் ஓர் தங்கப் பாத்திரம் மின்னியது.

புன்னகையுடன் மென்மையான குரலில் பேசினான் கந்தர்வன். 'தசரத மகாராஜனே, மங்கலம் ஆகுக! உன்னுடைய வேள்விக்கு மகிழ்ந்து, உனது பிரார்த்தனையை ஏற்று தேவர்கள் இந்தப் பொற்கிண்ணத்தில் பாயசத்தை அனுப்பி வைத்திருக்கிறார்கள். இதை உனது மூன்று மனைவிகளுக்கும் பகிர்ந்து கொடு. புத்திரபாக்கியம் பெறுவாய்!' என்று ஆசீர்வதித்தான்.

தோன்றியதுபோலவே, வேள்வித் தீக்குள் மறைந்து போனான்.

மன்னனும், மக்களும், மற்றுமுள்ள பெரியோர்கள் அனைவரும் மகிழ்ந்துபோனார்கள்.

தசரதன் கடவுளுக்கு நன்றி சொல்லி, பாயசம் நிரம்பிய தங்கப்பாத்திரத் துடன் அரண்மனைக்கு விரைந்தான்.

தன்னுடைய மூன்று மனைவிகளான கௌசல்யா தேவி, சுமித்திரா தேவி, கைகேயி மூவருக்கும் பாயசத்தைப் பகிர்ந்து அளித்தான்.

தெய்வீகப் பாயசம் பலனைத் தந்தது. அரசியர் மூவரும் விரைவிலேயே கர்ப்பம் தரித்தனர்.

உரிய காலம் வந்ததும், கௌசல்யா தேவி ராமனைப் பெற்றாள். கைகேயி, பரதனுக்குத் தாயானாள். சுமித்திரா தேவிக்குப் பிறந்த இரு குழந்தைகளுக்கும் லட்சுமணன், சத்ருக்கனன் எனப் பெயர் சூட்டப் பட்டது.

தசரதன் அடைந்த மகிழ்ச்சிக்கு அளவேயில்லை. ஒரு மகன்கூட இல்லையென ஏங்கியவனுக்கு இப்போது நான்கு குழந்தைகள். உற்சாகத்துக்குக் கேட்கவேண்டுமா என்ன!

ராஜ்ஜியப் பரிபாலனம் போக, மூன்று தேவியரின் அந்தப்புரத்துக்கும் மாறி மாறிச் சென்று, தன் குழந்தைகளைக் கொஞ்சி மகிழவே தசரத னுக்கு நேரம் சரியாக இருந்தது.

காலமானது, மகா விஷ்ணுவுடைய சுதர்சன சக்கரம் போல விரைவாகச் சென்றது.

குழந்தைகள் பாலகர்களாக வளர்ந்தார்கள். அரசகுமாரர்களுக்கே உரிய அனைத்துக் கல்விகளும், வாட் சண்டை, அஸ்திரப் பயிற்சி, குதிரை யேற்றம், யானையேற்றம் போன்ற சகல வீரக்கலைகளும் கற்றுத் தேர்ந்தார்கள்.

ஒருவர்மேல் ஒருவர் அன்பும் பாசமுமாக பிரியத்துடன் காணப் பட்டார்கள். ராமனது நிழல்போல் லட்சுமணன் எப்போதும் அவனுட னேயே இருந்தான். அதுபோலவே பரதனும் சத்ருக்கனனும் எப் போதும் இணைபிரியாமல் சுற்றி வந்தார்கள்.

தெய்வாம்சம் பொருந்தியவர்கள்போல் தேஜஸுடன் காணப்பட்ட தனது பிள்ளைகளைப் பார்த்துப் பார்த்து மகிழ்ந்தான் தசரதன். கூடவே கொள்ளை அழகும், பெருமைக்குரிய நற்குணங்களும் கொண்ட ராஜகுமாரர்கள் மீது யார் கண்ணாவது பட்டுவிடுமோ என்று கவலைப் பட்டான். எந்தத் தீங்கும் நேர்ந்துவிடக் கூடாதே என்று அஞ்சினான்.

அவன் பயந்தது போலவே ஆனது!

பாலகனைக் கேட்ட பிரம்மரிஷி

3

ஒருநாள், தசரதன் அரசவையில் இருந்தபோது காவலர்கள் பரபரப்புடன் வந்தனர்.

'அரசே, தங்களைக் காண விசுவாமித்திர முனிவர் வந்திருக்கிறார்!' என்று அறிவித்தனர்.

மகா தபசியான விசுவாமித்திரர் தனது அவைக்கு வருவதைக் கண்டு மகிழ்ந்துபோனான் தசரதன். விசுவாமித்திரர் மகா சக்தி பெற்றவர். இருப்பி னும் கொஞ்சம் கவலைப்பட்டான். அவருடைய முன்கோபத்துக்காக அச்சமும் அடைந்தான்.

அவரது தவ வலிமை அளவிடமுடியாதது. வெல்லமுடியாத வீரரும்கூட!

என்னது வீரரா! சத்திரியர்கள்தானே வீரர்களாக இருக்க முடியும்? அது என்னவென்றால்...

இருங்கள்! விசுவாமித்திரரைப் பற்றிப் பேச இது சரியான தருணமல்ல! அவரை இன்னொரு சந்தர்ப்பத்தில் விரிவாகத் தெரிந்துகொள்வோம். இப்போது அவர் தசரதன் இடத்துக்கு எதற்காக வந்திருக்கிறார் என்று பார்ப்போம்!

விசுவாமித்திரரை வரவேற்க தசரதன் தானே அரியணையிலிருந்து எழுந்து சென்றான்.

அவரை அழைத்துவந்து ஆசனத்தில் அமரவைத் தான். பாதம் பணிந்தான். வணங்கித் தொழு தான்.

‘பிரம்ம ரிஷியே! தங்களது வருகையால் அயோத்தியே புனிதமானது. என்னுடைய பிறவிப்பயனாகவே இதைக் கருதுகிறேன். சொல்லுங்கள் பிரம்மரிஷி! தாங்கள் என்னைத் தேடி வந்துள்ளீர்கள். தங்களுக்காக நான் என்ன செய்யவேண்டும்? நீங்கள் எதை விரும்புகிறீர்களோ, என்ன கேட்கிறீர்களோ அதைச் செய்துமுடிக்கக் காத்திருக்கிறேன்!’ என்றான் அவசரமாக.

விசுவாமித்திரருடைய மனம் கோணாமல் அவரைத் திருப்திபடுத்த வேண்டும் என்பதுதான் தசரதனின் நோக்கம். அந்த நேரத்தில் விசுவாமித்திரர் தனது ராஜ்ஜியத்தையே கேட்டாலும் கொடுக்கத் தயாராக இருந்தான்.

ஆனால், விசுவாமித்திரர் கேட்டது தசரதனின் உயிருக்கும் மேலான ஒன்றை!

தசரதனின் வாக்குறுதியைக் கேட்டதும் அர்த்தத்துடன் புன்னகைத்துக் கொண்டார் விசுவாமித்திரர்.

‘மன்னா! உன்னுடைய சொற்கள் என் மனத்தை நிறைவடையச் செய்துவிட்டன. உனது இக்ஷ்வாகு குலப் பெருமையின்படி வாக்குறுதி தந்தாய். மிக்க மகிழ்ச்சி. இதே உள்ளத் தூய்மையோடு கொடுத்த வாக்குறுதியை நிறைவேற்றித் தருவாய் என்பதில் எனக்கு எந்தச் சந்தேகமுமில்லை’ என்று ஆரம்பித்தார்.

‘சொல்லுங்கள் மகரிஷி, செய்யக் காத்திருக்கிறேன்!’ - பணிவுடன் கூறினான் தசரதன்.

‘நான் சிறப்பான யாகம் ஒன்றை நடத்த முனைந்திருக்கிறேன். இதற்கு இடையூறாக மாரீசன், சுபாஹு என்கிற இரு அரக்கர்கள் தீராத அட்டூழியம் செய்துவருகிறார்கள். வேள்வி குண்டத்தில் மாமிசத்தையும் ரத்தத்தையும் எறிந்து, வேள்வியின் புனிதத்தைக் கெடுத்துவருகிறார்கள். ராட்சஸ பலமும் மாயா மந்திர சக்திகளும் பெற்றவர்கள் அவர்கள். அவர்களை அழிக்க என்னுடைய சாபமே போதும்! ஆனால் இதனால் நான் செய்துவந்த கடுந்தவத்தின் வலிமை வீணாகும். விரதம் கெட்டுப்போகும். இதனால் நானும் மற்ற ரிஷிகளும் துன்பப்படுகிறோம்.

இதற்காகத்தான் உன்னிடம் ஓர் உதவி கேட்டு வந்திருக்கிறேன். இந்த ராட்சதர்களை அழித்து யாகத்தைப் பூர்த்தி செய்வதற்கு, வல்லமை பெற்ற வீரன் ஒருவன் எனக்குத் துணையாக வேண்டும். எனவே, உன்னுடைய வீரப் புதல்வனான ராமனை என்னுடன் அனுப்பி வை.

அவனே அந்த அரக்கர்களை அழித்து எங்களைக் காப்பாற்ற வல்ல வன். பயப்படாதே! உனது புத்திரனைப் பத்திரமாகப் பாதுகாத்து, திரும்ப உன்னிடம் ஒப்படைப்பேன். போ! ராமனை அழைத்து வா. நான் இப்போதே அவனை அழைத்துப் போக வேண்டும்.'

விசுவாமித்திரரின் வார்த்தைகள் ஒவ்வொன்றும் தசரதனைத் துடிதுடிக்க வைத்தன.

வெகு சத்தியமாக இப்படியொரு கோரிக்கையை அவன் எதிர்பார்க்க வில்லை!

இதைக் கேட்ட கணமே அவன் கண்களிலிருந்து கரகரவென்று கண்ணீர் பெருகி வழிந்தது. தடாலென்று விசுவாமித்திரர் முன் மண்டியிட்டான். தழுதழுத்த குரலில் பேசினான்.

'சுவாமி! ராமனுக்கு இன்னும் பதினாறு வயதுகூடப் பூர்த்தியாக வில்லை. அரக்கர்களுடன் போர் புரிவதற்கான தகுதியையும் அவன் இன்னும் பெறவில்லை. அவனைத் தங்களுடன் அழைத்துச் செல்வ தால் என்ன பயன்? அரக்கர்களைப் பற்றியோ அவர்களுடைய சூழ்ச்சி கள் மிக்க மாயதந்திரங்களைப் பற்றியோ அவனுக்கு எதுவும் தெரி யாது. அந்தச் சிறு பாலகனை விட்டுவிடுங்கள். இதோ, தங்களுடன் நானே வருகிறேன். எனது நால்வகைச் சேனைகளோடு வந்து, அந்த அரக்கர்களை ஒழித்துவிடுகிறேன். அனுமதி கொடுங்கள்!' என்று வேண்டினான்.

விசுவாமித்திரருடைய முகம் கோபத்தால் சிவந்து போனது.

'மன்னா! நீ வரத் தேவையில்லை. நான் கேட்டபடி ராமனை அனுப்பி வைத்தால் போதும். முடியுமா, முடியாதா?' வாக்களித்த பிறகு மோசம் செய்யப் பார்க்கிறாயே! இதுவா உனது குலத்தின் பெருமை? சரி! சத்தியம் தவறிப் பேசும் உன்னிடம் இதற்குமேல் வற்புறுத்த நான் விரும்பவில்லை. புறப்படுகிறேன். நீ உனது சொந்த பந்தத்தோடு சுகமாக இரு!' என்று ஆவேசத்துடன் எழுந்தார்.

வசிஷ்டர், சூழ்நிலை புரிந்து விசுவாமித்திரரைத் தடுத்தார்.

'கோபப்படாதீர்கள். பாவம், அரசன்! புத்திரபாசத்தால் புரியாமல் பேசுகிறான். நான் அவனுக்கு எடுத்துச் சொல்கிறேன். பொறுமை காத்தருளுங்கள் விசுவாமித்திரரே!' என்றார்.

தசரதனிடம் திரும்பிப் பேசினார்.

'மன்னா! இக்ஷ்வாகு குலத்தில் உதித்தவன் வாக்குத் தவறுவது தர்மம் அல்ல. விசுவாமித்திர மகரிஷியின் மகத்துவத்தை அறியாதவனா நீ? தனது காரியத்தை தானே நிறைவேற்றிக் கொள்ளும் வல்லமையும் சக்தியும் அவருக்கு இல்லையென்றா நினைக்கிறாய்? ஆனாலும் அவர் நமது ராமச்சந்திரனைக் கேட்கிறார் என்றால் அதற்கு நிச்சயம் காரணம் இருக்கும். ராமனுக்கு நலம் விளைவிப்பதாகவே அது அமையும். ராமன் பெறக்கூடிய புகழையும் கீர்த்தியையும் தடுக்காதே! தைரியமாக ராமனை அழைத்து வா! முனிவருடன் அனுப்பிவை. நன்மையே விளையும்!'

வசிஷ்டருடைய வார்த்தைகளால் தசரதன் மனம் தெளிந்தான். தைரியம் பெற்றான். ராமனையும், அவனுக்குத் துணையாக லட்சு மணனையும் அனுப்புவதென்று தீர்மானித்தான்.

மகன்கள் இருவரையும் வரவழைத்து விசுவாமித்திரரிடம் ஒப்படைத் தான்.

ராமனும் லட்சுமணனும், அனைவரிடமும் ஆசி பெற்றுக்கொண்டு உற்சாகமாக விசுவாமித்திரருடன் புறப்பட்டார்கள்.

சரி! ராம லட்சுமணர்கள் விசுவாமித்திரருடன் வெகுதூரம் செல்ல வேண்டும். அவர்கள் கானகத்தைச் சென்றடையும் வரை விசுவா மித்திரருடைய கதையைப் பார்ப்போம்.

விசுவாமித்திரருடையது வியப்பான வாழ்க்கை!

விருந்தில் விளைந்த விபரீதம்!

4

விசுவாமித்திரர், முனிவராவதற்கு முன்பு கௌசிக ராஜனாக குசிக நாட்டை ஆண்டவர்.

ஒருமுறை கௌசிகராஜனாக அவர் தனது படைவீரர்களுடன் சுற்றுப்பயணத்தில் இருந்த போது வசிஷ்டரின் ஆசிரமம் வழியாகச் செல்ல நேர்ந்தது.

பெரியவர்கள் தென்படும்போது அவர்களைத் தரிசித்துவிட்டுச் செல்வதே சம்பிரதாயம்.

படைகளுடன் வந்திருப்பதால் ஆசிரமத்துக்குள் நுழையலாமா, அல்லது மற்றொரு சமயம் வரலாமா என்று யோசித்தார் விசுவாமித்திரர்.

அவரது வாழ்க்கையையே மாற்றி அமைக் கப்போகிற நிகழ்ச்சியொன்று அந்த ஆசிர மத்தில்தான் தொடங்கப்பட வேண்டுமென விதி நிச்சயித்திருக்கிறபோது தாண்டிச் சென்று விட முடியுமா என்ன?

வசிஷ்டரை தரிசித்து ஆசி பெற்றுக்கொண்டு உடனே புறப்பட்டுவிடலாம் என்று எண்ணி, படைகளை வெளியே நிறுத்தி வைத்துவிட்டு ஆசிரமத்துக்குள் சென்றார் விசுவாமித்திரர்.

வசிஷ்டரைச் சந்தித்தார். வணங்கினார். ஆசி பெற்றார். பேசிக் கொண்டிருந்துவிட்டு புறப்பட எழுந்தபோது, வசிஷ்டர் விடைதர மறுத்தார்.

'இல்லையில்லை, கௌசிகராஜனே! இருந்து உணவுண்டான பின்பே புறப்பட வேண்டும்' என்று வலியுறுத்தினார்.

'பரவாயில்லை சுவாமி. படைவீரர்கள் வெளியில் காத்திருக்கிறார்கள். அவர்களை விட்டு நான் மட்டும் சாப்பிடுவது சரியாயிருக்காது. தாங்கள் தண்ணீர் தந்து உபசரித்ததையே விருந்தாக பாவித்துக்கொள் கிறேன். விடை கொடுங்கள்!' என்றார்.

'நான் தங்களது படைக்கும் சேர்த்துத்தான் விருந்து அளிக்கப்போவ தாகச் சொன்னேன் கௌசிகராஜனே!'

வசிஷ்டரது வார்த்தைகள் விசுவாமித்திரரை ஆச்சரியத்தில் ஆழ்த்தின. 'சாதாரண முனிவரது ஆசிரமத்தில் இத்தனை பேருக்கான விருந்து எங்கிருந்து கிடைக்கும்?'

விசுவாமித்திரரின் வியப்பை அறிந்ததுபோல வசிஷ்டர் புன்னகை பூத்தார்.

தோட்டத்தில் இருந்த அவரது பசுவான சபலையை அழைத்தார்.

தேவலோகத்துப் பசுவான காமதேனுவின் கன்று இந்தச் சபலை! எதைக் கேட்டாலும் கொடுக்கும் சக்தி இந்தப் பசுவுக்கு இருந்தது.

'சபலையே! கௌசிக மன்னனுக்கும் அவனது படைகளுக்கும் வயிராற விருந்தளித்து உபசரிப்பாய்!' என்றார்.

அடுத்து அங்கு நிகழ்ந்தது ஓர் அதிசயம்!

அரசனுக்கும் அவனது படைவீரர்களுக்கும், விதவிதமான சுவையான இனிப்புகளும் காரவகைகளும், மலைபோல் குவிந்த சூடான அன்னமும், இன்னபிற பதார்த்த வகைகளும், நெய், தயிர், பால் என ஒன்றுவிடாமல் அங்கு குவிந்தன.

அனைவரும் வெகு திருப்தியாக சாப்பிட்டு முடித்தனர்.

சபலையின் சக்தி கண்ட பிரமிப்பிலிருந்து விசுவாமித்திரர் இன்னும் மீளவில்லை. அவருடைய கண்களில் ஆசையின் ஜ்வாலை தெரிந்தது.

அனைவரும் விடைபெற்றுக் கிளம்பும் தருணத்தில் விசுவாமித்திரர் வசிஷ்டருக்கு நன்றி தெரிவித்துவிட்டு, 'சுவாமி நான் தங்களிடமிருந்து ஒன்றை கேட்டுப்பெறலாம் என்று நினைக்கிறேன்' என்றார்.

'மன்னனுக்கு இந்த எளிய முனிவனிடத்தில் என்ன தேவை இருக்கப் போகிறது? புரியவில்லையே!' - ஆச்சரியத்துடன் கேட்டார் வசிஷ்டர்.

'தங்களது பசுவான சபலையை எனக்குத் தரவேண்டும். சபலையின் சக்தி என்னைப் பிரமிக்க வைத்துவிட்டது. அது போன்றவை ராஜ தர்மத்தின்படி அரசனுக்கே உரியது!'

விசுவாமித்திரர் இப்படிக் கேட்டது வசிஷ்டரை வருத்தப்பட வைத்தது.

'மன்னா! மிக இக்கட்டான நிலையை எனக்கு ஏற்படுத்தி விட்டீர்கள். மன்னித்துக்கொள்ளுங்கள். சபலையை என்னால் தர இயலாது. அதற்கு நிறைய காரணங்கள் இருக்கின்றன. புரிந்துகொள்ளுங்கள்!' என்றார்.

எது ஒன்று கிடைக்காதோ அதன்மீது அளவுக்கதிகமாக மோகம் கொள்வதுதானே மனித குணம்!

வசிஷ்டர் மறுக்கவும், விசுவாமித்திரருக்கு ஆசை மேலும் அதிக மானது.

பசுவுக்காக ஒரு போர்

5

சபலையை அடைந்தே தீரவேண்டும் என்று தீர்மானித்துக்கொண்டார் விசுவாமித்திரர்.

பசுவுக்குப் பதிலாகப் பொன்னும் பொருளும் இன்னும் என்ன கேட்டாலும் தருவதாகக் கூறி, வசிஷ்டரின் மனத்தை மாற்ற முயன்றார். என்ன சொல்லியும் வசிஷ்டர், மனம் மாறுவதாக இல்லை. சபலையைக் கொடுக்க முடியாது என்பதில் உறுதியாக இருந்தார்.

விசுவாமித்திரரின் கோபம் விசுவரூபம் எடுத்தது. மனத்தில் எழுந்த ஆசை வெறியானது அப கரிக்கவும் துணிந்தது. தனது படைவீரர்களை அழைத்து, சபலையை இழுத்து வரும்படி ஆணையிட்டார்.

அதுபோலவே வீரர்கள் பசுவை இழுத்துச்செல்ல முயற்சித்தனர்.

சபலை வசிஷ்டரைப் பார்த்துக் கதறியது.

'முனிவரே! இவர்கள் என்னை இம்சிக்கிறார் களே, நான் என்ன செய்வேன்? எப்படிக் காப்பாற்றிக்கொள்வேன்?'

வசிஷ்டருக்கும் பொறுமை போய்விட்டது.

'சபலையே! எந்தத் தவறும் செய்யாத ஒருவர் துன்பப்படத் தேவையேயில்லை. இந்தப்

படைகளைத் தாக்கும் சேனையை நீ உருவாக்கிக் கொள். உன்னைக் காத்துக்கொள்!' - கோபத்துடன் கூறினார்.

சபலை அப்படியே செய்தது!

அதன் மூச்சுக்காற்றிலிருந்து ஆயிரமாயிரம் வீரர்கள் தோன்றினார்கள். விசுவாமித்திரரது படையை நிர்மூலப்படுத்தினார்கள்.

விசுவாமித்திரர் மேலும் கோபமானார். தானே ரதம் ஏறி, பாணங்கள் தொடுத்து போர்புரியத் தொடங்கினார். சபலை நிறுத்தி நிதானமாக மூச்சு வாங்கியது. மூச்சுக்காற்றெல்லாம் படைவீரர்களைத் தந்தது. படைவீரர்கள் விசுவாமித்திரரை எதிர்த்தனர். விசுவாமித்திரருடைய படை முழுவதையும் சபலை அழித்து ஒழித்தது.

இதைப் பார்த்த விசுவாமித்திரருடைய மகன்களில் சிலர் ஆத்திரத்தால் அறிவிழந்தனர். வசிஷ்டரைக் கொல்ல முயன்றனர். வசிஷ்டர் தனது பார்வையாலேயே அவர்களை அழித்துச் சாம்பலாக்கினார்.

மகன்கள் மாண்டுபோனதில் தாளமுடியாத துயரமடைந்தார் விசுவாமித்திரர். அவர் இதுவரையில் இப்படியொரு தோல்வியைச் சந்தித்ததில்லை. எனவே, அவமானமடைந்தவராக மனம் நொந்து போனார். அந்த நொடியே தனது மகன்களில் ஒருவனிடம் ராஜ்ஜியத்தை ஒப்படைத்துவிட்டு, வசிஷ்டரை அழிப்பதையே லட்சியமாகக் கொண்டார். காட்டுக்குள் தவம் செய்யப் புறப்பட்டார்.

விடாப்பிடியான முயற்சிக்கு விசுவாமித்திரரைத்தான் உதாரணம் சொல்லவேண்டும்.

தவம் என்றால் அப்படியொரு தவம்! மலைச்சாரலின் அடிவாரத்தில் அவர் செய்த உக்கிர தவம் கண்டு மகிழ்ந்து போன சிவபெருமான், விசுவாமித்திரருக்கு நேரில் தோன்றிக் காட்சி தந்தார்.

'கௌசிகா! உனது மனம் ஒன்றிய தவம் என்னை மகிழவைத்தது. விரும்புவதைக் கேள்!' என்றார்.

'உமாபதியே! மகாதேவா! தங்களது தரிசனத்துக்கு என் நன்றி. வில்வித்தையின் வேதமான தனுர் வேதத்தை எனக்குப் பூரணமாக அருளவேண்டும். அத்துடன் சகல அஸ்திரங்களையும் எனக்கு வசமாகும்படிச் செய்யவேண்டும்!'

'அப்படியே ஆகட்டும்!' - வரமளித்து மறைந்தான் மகாதேவன்.

வரம்பெற்ற கையோடு வசிஷ்டரின் ஆசிரமத்துக்குச் சென்றார் விசுவாமித்திரர். அக்னி அஸ்திரத்தைத் தொடுத்து ஆசிரமத்தின்மீது செலுத்தினார். ஆசிரமம் எரிந்து சாம்பலானது.

'ஏய் வசிஷ்டனே, வா! வந்து எனது அஸ்திரங்களுக்குப் பதிலைச் சொல்!' என்று ஆத்திரத்துடன் அழைத்தார்.

'நான் எங்கும் ஓடவில்லை கௌசிகனே! இதோ இருக்கிறேன். தொடுத்துப்பார் உனது அஸ்திரங்களை!' என்றபடி, விசுவாமித்திரர் முன் நின்றார் வசிஷ்டர்.

அவருடைய பிரம்ம தண்டத்தைத் தனக்கு முன்னே நிறுத்திக் கொண்டார். விசுவாமித்திரர் கோபத்துடன் எய்த அஸ்திரங்கள் அனைத்தும் அந்தப் பிரம்மதண்டத்தின்முன் செயலற்றுப்போயின.

கொந்தளித்த கோபத்துடன் கடைசியாக பிரம்மாஸ்திரத்தைப் பிரயோகித்தார் விசுவாமித்திரர். பிரம்மதண்டம், பிரம்மாஸ்திரத்தையும் தனக்குள் விழுங்கிக் கொண்டது!

வசிஷ்டர் ஆர்ப்பாட்டமில்லாத புன்சிரிப்புடன் நிற்க, விசுவாமித்திரர் பிரமித்துப்போனார். ஏமாற்றமும் விரக்தியும் அடைந்து புலம்பினார்.

'மீண்டும் எனது சத்திரிய பலம் தோற்றுப்போனது. ஈசன் என்னை ஏமாற்றிவிட்டான். அவன் அளித்த அத்தனை அஸ்திரங்களையும், இந்த ரிஷி ஒரு சாதாரண குச்சியை வைத்துக்கொண்டு விழுங்கித் தீர்த்தார். எல்லாவற்றுக்கும் அவரது தவ வலிமையே காரணம். இனி நானும் இவரைப்போல் பிரம்மரிஷியாக வேண்டும். அப்போதுதான் இவரை எதிர்க்க முடியும்.'

உறுதியான முடிவுடன் புறப்பட்ட விசுவாமித்திரர், இம்முறை தென் திசைக்குச் சென்று பிரம்மாவை நோக்கிப் பல ஆண்டுகள் தவமிருந்தார். கடைசியாகக் காட்சி தந்த பிரம்மா, 'கௌசிகனே! உயர்ந்த தவத்தால், நீ ராஜரிஷி பதவியை அடைந்தாய்!' என ஆசீர்வதித்துச் சென்றார்.

'இத்தனை கடுமையாக தவம் செய்தும் ராஜரிஷி பதவியைத்தானே அடைய முடிந்தது?' - சலிப்படைந்த விசுவாமித்திரர், வசிஷ்டர் மீதுள்ள கோபம் குறையாமல் மேலும் கோரமான தவம் செய்யத் தீர்மானித்தார்.

6

ஆகாயத்தில் ஓர் அற்புத சிருஷ்டி!

விசுவாமித்திரரிடம் கோபம் மட்டுமல்ல; பிற உயிர்களின் மீதான அன்பு, கருணை, இரக்கம் போன்ற உணர்வுகளும்கூடச் சற்று அதீதம்தான்!

இந்த அன்பும் கருணையும்தான் விசுவாமித்திரரை தொழுநோய் கொண்ட ஒருவனுக்காக புதிய சுவர்க்கத்தையே உருவாக்க வைத்தது!

அண்டசராசரங்களுமே விசுவாமித்திரரை வியந்துபார்க்க வைத்தது! தேவர்களை அஞ்சி நடுங்கச் செய்தது!

அப்படித் தொழுநோயுடன் விசுவாமித்திரரிடம் வந்து அடைக்கலமானவன் திரிசங்கு.

சூரியகுலத்து அரசனான திரிசங்கு அநேக வருஷங்கள் புகழுடன் தனது ராஜ்ஜியத்தை ஆட்சி புரிந்து வந்தான். திடீரென்று அவனுக்கு ஒரு விபரீத எண்ணம் எழுந்தது. தனது உடலுடனே சுவர்க்கம் செல்லவேண்டும் என்கிற ஆசை கொண்டான் திரிசங்கு!

அவனது குலகுருவான வசிஷ்டரிடம் சென்று தனது விருப்பத்தைத் தெரிவித்தான்.

'மன்னா! வேண்டாம் இந்த விபரீத ஆசை. இது ஆகாத காரியம். போய்விடு!' - சுருக்கமாகச் சொல்லி விரட்டிவிட்டார் வசிஷ்டர்.

திரிசங்கு, தனது ஆசையை விட்டுவிடத் தயாராக இல்லை.

அடுத்ததாக வசிஷ்டரின் மகன்களிடம் சென்றான். தான் உடலுடன் சுவர்க்கத்துக்குச் செல்ல யாகம் நடத்தித் தருமாறு கேட்டான். தந்தை மறுத்துவிட்ட சேதி அவர்களுக்குத் தெரியுமாதலால் அவர்களும் திரி சங்குவைத் திட்டி, அவனது ஆசையை மறந்துவிடச் சொன்னார்கள்.

திரிசங்கு அவர்களை மீண்டும் மீண்டும் கேட்டுத் தொந்தரவு செய்தான்.

வசிஷ்ட புத்திரர்கள் சினத்தின் உச்சத்துக்கே சென்றார்கள்.

'குருவையே அவமதித்துப் பேசும் துரோகியே! இப்போது முதல் தொழுநோய் பிடித்து அழுகித் திரிவாய்!' என்று சாபமிட்டனர்.

இந்த நிலையில்தான் விசுவாமித்திரர் திரிசங்குவைக் கண்டார். எல்லாவற்றையும் கேட்டறிந்தார். அவன்மீது பரிதாபம் கொண்டார். வசிஷ்டர் மறுத்ததை, தான் நிகழ்த்திக்காட்டத் தீர்மானித்தார்.

'இக்ஷ்வாகு வம்ச அரசனே! உனது நல்ல குணங்களையும், தருமமிகு நல்லாட்சியையும் நான் அறிவேன். வருந்தாதே! என்னைச் சரணடைந்துவிட்டாய் அல்லவா? இனி உனது விருப்பத்தை நான் பூர்த்தி செய்கிறேன். இந்தத் தொழுநோய் கண்ட உடலுடனேயே உன்னை சுவர்க்கத்துக்கு அனுப்புகிறேன். அதற்கான வேள்வியை இப்போதே தொடங்குகிறேன்!' - அபயம் அளித்தார் விசுவாமித்திரர்.

வேள்விக்கான முயற்சிகளில் இறங்கினார். வேள்வியில் கலந்து கொள்ள மற்ற ரிஷிகளுக்குச் சேதி அனுப்பினார்.

திரிசங்குவுக்காக நடத்தப்படும் இந்த வேள்வியில் மற்ற ரிஷிகளுக்கு உடன்பாடில்லை. விசுவாமித்திரருடைய கோபத்துக்கும் சாபத்துக்கும் பயந்து வேறுவழியில்லாமல் வந்து வேள்வியில் கலந்து கொண்டார்கள்.

விசுவாமித்திரருடைய தலைமையில், வேள்வி மிகச்சிறப்பாக நடைபெற்றது.

வேள்வியின் இறுதியில் அவிர்பாகம் பெற்றுக்கொள்ள தேவர்களை அழைத்தார் விசுவாமித்திரர்.

குருசாபம் பெற்ற ஒரு தொழுநோயாளியை, தேகத்துடன் சுவர்க்கத் துக்கு அழைத்துக்கொள்வதில் தேவர்கள் யாருக்கும் விருப்பமில்லை. எனவே, அவர்கள் யாரும் அவிர்பாகம் பெற்றுக்கொள்ள முன்வர வில்லை.

வெகுண்டார் விசுவாமித்திரர். கண்களில் கோபக்கனல் வீசியது.

'திரிசங்குவே! தேவர்கள் அவிர்பாகம் பெற்றுக்கொள்ள வராதது பற்றி எனக்கு எந்தக் கவலையுமில்லை. இதோ, எனது தவசக்தியின் வலிமையைப் பார்! தேவர்களும் இதை உணரட்டும். எனது தவமும் நான் பெற்ற சக்தியும் உண்மையானால், நீ இப்போதே சுவர்க்கம் ஏறுவாய்! போ, திரிசங்கு! மேலே எழு! சுவர்க்கம் செல்!' - ஆணையிட்டார் விசுவாமித்திரர்.

அங்கிருந்த அத்தனை ரிஷிகளும் பார்த்திருக்க, உடனே நடந்தது அந்த அற்புதம்!

திரிசங்கு அப்படியே ஆகாயத்துக்குக் கிளம்பினான். உயரே சென்று மறைந்தான்.

விசுவாமித்திரருடைய தவசக்தி கண்டு, சுற்றியிருந்த ரிஷிகள் மெச்சினார்கள், பாராட்டினார்கள். ஆனால், தேவர்கள் அதனை அங்கீகரிக்க மறுத்துப் பொறாமை கொண்டார்கள்.

சுவர்க்கத்தை அடைந்த திரிசங்குவைச் சுற்றிநின்று கேலி செய்தார்கள்.

'இதோ வருகிறான் பார், குருவிடம் சாபம் பெற்ற மூடன்! இந்தத் தொழுநோய்க்காரனுக்கு சுவர்க்கமும் அதன் சுகபோகமும் கேட்கிறதோ? உனக்கேனடா இந்த ஆசை?' என்று இகழ்ந்தார்கள்.

'அடேய் பாவியே! நீ பூலோகத்துக்கே திரும்பிச் செல்!' என்று இந்திரன், திரிசங்குவை காலால் எட்டி உதைத்து கீழே தள்ளி விட்டான்.

விண்ணிலிருந்து தலைகீழாக விழத் தொடங்கினான் திரிசங்கு.

'ஐயோ! குரு விசுவாமித்திரரே! என்னைக் காப்பாற்றுங்கள், என்னைக் காப்பாற்றுங்கள்!' என்று அலறினான்.

தேவர்களின் இந்த துஷ்டச்செயலால் மனம் கொந்தளித்துப் போனார் விசுவாமித்திரர்.

'ஆணவம் கொண்ட இந்திரனுக்கும், சக தேவர்களுக்கும் இப்போதே பாடம் கற்றுத் தருகிறேன். அவர்களது கர்வத்தை அழிக்கிறேன். நில் திரிசங்குவே! அப்படியே நில்!'

- கர்ஜித்தார் விசுவாமித்திரர்.

ரிஷிகளின் மத்தியில் இன்னொரு பிரம்மனைப்போல் எழுச்சி கொண்டார்.

விசுவாமித்திரர் 'நில்!' என்று சொன்ன உடனேயே திரிசங்கு, நடு ஆகாயத்தில் ஜொலிக்கும் நட்சத்திரமாக மாறிப் போனான்! சுடர் விட்டுப் பிரகாசித்தான்!

அவன் நின்ற தென்திசையில் கூடவே புதிய துருவம், புதிய சப்த ரிஷிகள், ஏராளமான நட்சத்திரங்கள் என்று உருவாக்கி ஆகாயத்தை நிறைத்தார் விசுவாமித்திரர்.

பிரம்ம சிருஷ்டியைப்போல் விசுவாமித்திர சிருஷ்டி!

'இதுமட்டும் அல்ல! இதோ, புதிய இந்திரனையும் புதிய தேவர்களையும் புதிய தேவலோகத்தையும்கூட சிருஷ்டி செய்வேன்!' என்றபடிச் செயலில் இறங்கினார்.

அவ்வளவுதான்! கதிகலங்கிப் போனார்கள் தேவர்கள். அலறியடித்துக் கொண்டு விசுவாமித்திரரின் பாதங்களில் வந்து பணிந்தார்கள்.

'ரிஷியே! தயவுசெய்து மன்னித்துவிடுங்கள். நீங்கள் இதுவரையிலும் சிருஷ்டித்த திரிசங்கு முதலான நட்சத்திரங்கள், உங்களது புகழுக்குக் குறைவு இல்லாமல் அப்படியே நிரந்தரமாக இருக்கட்டும். இதற்கும் மேலான தங்களது புதிய நிர்மாணிப்பைக் கைவிடுங்கள். கோபம் தணிந்து எங்களைக் காப்பாற்றுங்கள்!' -கெஞ்சிக் கூத்தாடினார்கள்!

சரணடைந்தவர்களை ஏற்றுக் காப்பதுதான் ரிஷிகளது சுபாவம் என்பதால், விசுவாமித்திரர் அவர்களை மன்னித்து அனுப்பினார்.

ஆனால் என்ன? திரிசங்குவுக்காக எடுத்த முயற்சிகளினால் விசுவாமித்திரர் அதுவரை செய்திருந்த தவத்தின் சக்தியெல்லாம் முழுவதுமாகக் கரைந்துவிட்டது.

மீண்டும் தவம் செய்யப் போனார் விசுவாமித்திரர்.

ரம்பையைச் சபித்தார்;
மேனகையிடம் மயங்கினார்!

7

சிறிதும் மனம் தளராதவர் விசுவாமித்திரர்! ஆனால் என்ன புண்ணியம்! பிரம்ம ரிஷி பதவியை அடைய விசுவாமித்திரர் அடுத்தடுத்துச் செய்த தவமெல்லாம், வழுக்குமரம் ஏறுபவன் கதைபோல்தான் ஆனது.

ஒருமுறை, கோபத்தால் நிலைமறந்து தமது புத்திரர்களையே சபித்துவிட்டு சமநிலை இழந்து விட்டார் விசுவாமித்திரர்.

தொடர்ந்தும் இதுபோலவே, தவத்தால் உச்சிக்குச் சென்று தவவலிமை பெறுவதும், கோபத் தடுமாற்றத்தால் தவசக்தி முழுமையும் இழந்து சறுக்கி விழுவதுமாகவே காலம் போனது.

ஒன்றா, இரண்டா - எத்தனைமுறை!

இடையில் படாதபாடுபட்டுத் தவமிருந்ததில், ஒருமுறை பிரம்ம தரிசனம் கிடைத்தது.

'கௌசிகரே! இனி நீர், அரசரோசத்திரியரோ அல்ல; பூரண ரிஷியாகிவிட்டீர்!' என்று சொல்லி கௌரவித்தார் பிரம்மா.

ஆனால், விசுவாமித்திரர் எதிர்பார்த்தது அது இல்லையே! வசிஷ்டருக்கு நிகரான சக்தி பெறு வதல்லவா அவரது நோக்கம்! மறுபடியும் கானகம்! மீண்டும் பல்லாண்டு காலம் கடுந் தவம்!

உமாசம்பத் 29

தேவர்களுக்குத்தான் பொறுக்கவில்லை. விசுவாமித்திரருடைய தவத்தைக் கலைத்தே தீருவதென்று தேவலோகத்துப் பேரழகியான மேனகையைத் தேர்ந்தெடுத்து அவரிடம் அனுப்பிவைத்தார்கள்.

வலையில் வீழ்ந்தார் விசுவாமித்திரர். மேனகையிடம் மயங்கிப் போனார். வஞ்சனை என்பது புரியாமல், பத்தாண்டு காலம் மேனகை யோடு கொஞ்சிக்குலவி காலம் கழித்தார். புத்தி நிதானத்துக்கு வந்த பின் வருந்தினார்.

பிரயோசனம் என்ன?

மேனகைதான் பயந்து நடுநடுங்கி நின்றாள். 'கோபத்தால் முனிவர் என்ன சாபம் இடப்போகிறாரோ தெரியவில்லையே!' - தண்டனைக் காகக் காத்திருந்தாள்.

விசுவாமித்திரர் தன்னைத்தான் நொந்துகொண்டார்.

'பயப்படாதே பெண்ணே! தேவர்களின் சூழ்ச்சியைப் புரிந்து கொள்ளா மல் போனது என் மடத்தனம்! நீ என்ன செய்வாய் பாவம்? இது உனது குற்றமல்ல! போய்ச் சேர்!' என்று மன்னித்து அனுப்பி வைத்தார்.

அடுத்ததாக இமாலயம்! எல்லாப் புலன்களையும் அடக்கி ஆயிரம் வருடங்கள் உக்கிர தவம்!

மறுபடியும் காட்சி தந்தார் பிரம்மா.

'விசுவாமித்திரரே! மேனகையைச் சபிக்காமல் மன்னித்தீர்! மறுபடியும் கடுந்தவம் செய்து முடித்தீர்! இம்முறை நீர் மகரிஷி பதவியை அடைந்துவிட்டீர்!' என்று வாழ்த்தினார். அடுத்த நிலைக்கு அழைத்துச் சென்றார்.

விசுவாமித்திரருக்கு மகிழ்ச்சிதான்! ஆனால், நோக்கம் முழுமை யடையவில்லையே!

இதுவரை யாரும் செய்யாத ஓர் அற்புதமான கடுந்தவத்தை மேற் கொண்டார்.

பார்த்துக்கொண்டு சும்மாயிருப்பானா இந்திரன்! தவத்தைக் கலைக்கத் தான் அட்டகாசமான உத்தி இருக்கிறதே! முன்பு மேனகை, இந்த முறை ரம்பை.

ஏமாறுபவர் எப்போதும் ஏமாந்துகொண்டேயிருப்பார் என்று எதிர் பார்த்தால் எப்படி?

ரம்பையை 'கல்லாகப் போ' என்று சபித்துவிட்டார் விசுவாமித்திரர். சாபம் கொடுத்ததால் அவர் அதுவரை செய்த தவத்தின் வலிமை போய்விட்டது.

என்ன இந்த வேதனை? மயங்கினாலும் தவம் வீணாகி விடுகிறது. மயக்க வந்தவளைச் சபித்தாலும் தவம் பாழாகி விடுகிறது!

என்னதான் செய்வது?

சரி! வாய் திறந்து பேசினால்தானே வம்பு!

மூச்சு பேச்சு எல்லாம் அடங்கி, மகா தபஸை ஆரம்பித்தார் விசுவாமித்திரர்.

இதுவும் ஓராயிரம் வருடங்கள்! இம்முறை இந்திராதி தேவர்கள் செய்த எந்த இடையூறும் பலிக்கவில்லை. விசுவாமித்திரர் மரம் போலானார், இறுகிப்போனார்.

அவரது தவத்தின் உக்கிரம் தேவலோகத்தைத் தகித்தது. தவத்தால் எழுந்த அக்னியின் ஜ்வாலை தாங்காமல் தவித்தார்கள் தேவர்கள்.

வேதனை தாளாமல் பிரம்மனிடம் சென்று, 'இறைவா! கௌசிக மகரிஷியின் தவ உக்கிரத்தை எங்களால் தாங்க முடியவில்லை. தயவு செய்து அவர் கேட்கும் வரத்தை அளித்து எங்களைக் காப்பாற்றுங்கள்!' என்று கேட்டுக்கொண்டார்கள்.

அதன்படியே, விசுவாமித்திரர் முன் தேவர்கள் புடைசூழ வந்து தரிசனம் தந்தார் பிரம்மா.

'கௌசிகரே! நீர் பிரம்மரிஷி ஆகிவிட்டீர். மங்களம் ஆகுக!' என்று ஆசீர்வதித்தார்.

தேவர்கள், பூக்கள் தூவி வாழ்த்தினார்கள்.

'பிரம்ம தேவா! இதனால் எனக்கு மகிழ்ச்சிதான். ஆனால், இந்தப் பதவியை வசிஷ்டர் வாயால் கூறினால் அல்லவா நான் திருப்தி பெறமுடியும்?' என்றார் விசுவாமித்திரர்.

வசிஷ்டர் புன்னகைத்தார்.

'விசுவாமித்திரரே! பழைய சண்டை சச்சரவுகளை மனத்தில் வைத்து இப்படிச் சொல்கிறீர்கள் என்று கருதுகிறேன். அவை எதையும் நான் மனத்தில் வைத்துக்கொள்ளவில்லை. காலக்கிரமத்தில் என்னென்ன நடக்கவேண்டுமோ அவை அப்படியே நடைபெற்றன. எல்லா

வற்றுக்குமே காரணகாரியங்கள் இருக்கின்றன. நாமெல்லாம் வெறும் கருவிகள் என்பது நீங்கள் அறியாததா என்ன! நீங்கள் செய்த கடுமை யான தவத்தின் காரணமாக இந்தப் பதவியை அடைந்திருக்கிறீர்கள். நிச்சயம், நீர் பிரம்மரிஷிதான்! அதில் எந்தச் சந்தேகமுமில்லை!' - மனம் திறந்து பாராட்டினார் வசிஷ்டர்.

இதுதான்! இவ்வளவேதான்! வசிஷ்டர் வாயால் பிரம்மரிஷி! போதும். விசுவாமித்திரரின் லட்சியம் நிறைவேறியது.

இப்படிப்பட்ட விடாக்கண்ட கொடாக்கண்ட மகரிஷி, அரக்கர்களை அழிக்க இரண்டு பாலகர்களை அழைத்துப் போகிறாரென்றால் காரணம் இல்லாமலா இருக்கும்!

அதோ! மூவரும் வந்து சேர்ந்துவிட்டார்கள்.

தாடகையைத் துளைத்த ராமபாணம்

8

காடு அவர்களை வசீகரமாக வரவேற்றது!

பூப்பூத்த செடி கொடிகள், பழம் தரும் உயர்ந்த மரங்கள், ஓயாமல் இசை பாடிச் சிறகடிக்கும் பறவைகள், ஒன்றையொன்று துரத்தி விளையாடும் மான்கள் மற்றும் யானைகள், புலிகள், சிறுத்தைகள் என விதவிதமான மிருகங்கள், எங்கு பார்த்தாலும் துள்ளியோடும் ஓடைகள், சலசலத்துச் செல்லும் ஆறுகள், கொட்டும் அருவிகள்...

நடக்கும் களைப்பே தெரியாமல் ரம்மியமான வனப் பிரதேசம்.

விசுவாமித்திரர் வனப்பகுதியை அடைந்ததுமே, முதல்காரியமாக ராம லட்சுமணர்களுக்கு 'பலம்', 'அதிபலம்' என்ற இரண்டு ரகசிய மந்திரங்களை உபதேசித்தார்.

'அரசகுமாரர்களே! இந்த மந்திரங்களை ஜெபித்தால் பசி, தாகம், தூக்கம் உங்களை வாட்டாது. தவிர எந்தத் துஷ்ட சக்திகளும், தீய வினைகளும் உங்களிடம் நெருங்காது! உங்களுக்கு மங்கலம் உண்டாகட்டும்!' என்று ஆசீர்வதித்தார்.

அவர்கள் பயணம் தொடர்ந்தது.

கங்கைக்கரையைத் தாண்டியதுமே வனப்பகுதியில் அதுவரை நிலவிய இனிமையான சூழல்

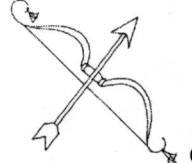

மாறிப்போனது. பாதையானது அடர்ந்த, இருண்ட காட்டுக்குள் சென்றது. நடந்து செல்வதே சிரமமாக இருந்தது.

அந்தப் பகுதியில் நுழைந்ததுமே விரும்பத்தகாத துர்நாற்றம் மூக்கைத் துளைத்தது. பாதையெங்கும், எலும்புத்துண்டுகளும் மாமிசச் சிதறல்களும் தென்பட்டன!

'சுவாமி, என்ன இது! இங்கு மட்டும் ஏன் இப்படி இருக்கிறது?' - வியப்புடன் கேட்டான் ராமன்.

'ராஜகுமாரர்களே! இதுதான் தாடகா வனம். ஒரு காலத்தில் மிகவும் செழுமையான பிரதேசமாகத்தான் இருந்தது. ரிஷிகளும் ரிஷிபத்தினிகளும் முனிவர்களும் இங்குதான் ஆசிரமம் அமைத்துத் தங்கியிருந்தனர். யாகங்கள் செய்து நியமங்கள் காத்துவந்தனர்.

எப்போதும் வேதகோஷங்கள் முழங்கி மங்களகரமாகத் திகழ்ந்த இந்தப் புனிதபூமி, இரண்டு அரக்கர்களால் இப்படி அலங்கோலமாகி விட்டது. சுந்தன் என்கிற யட்சனுடைய மனைவி தாடகையும், அவள் மகன் மாரீசனுமாக இந்தப் பிரதேசத்தைக் கொலைவனமாக மாற்றி விட்டார்கள்!' - கோபமும் வருத்தமுமாகக் கூறினார் விசுவாமித்திரர்.

'சுவாமி! தாடகை யட்சகன்னிகை என்கிறீர்கள்! யட்சர்களுக்கு இப்படியொரு தேகபலமோ, அசுர குணமோ கிடையாதே! அதுவும் பெண்ணான தாடகைக்கு எப்படி ராட்சஸ பலம் அமைந்தது?'

'மிகச் சரியாகக் கேட்டாய் ராமா! இது பிரம்மாவால் நேர்ந்தது. சுகேது என்கிற யட்சன் பிள்ளைவரம் வேண்டி தவமிருந்தான். அவனது தவத்தினால் மகிழ்ந்து காட்சி தந்தார் பிரம்மா. சுகேதுவுக்கு ஆண் குழந்தை பிறக்காது என்றும், ஆனால் அவனுக்குப் பிறக்கும் மகள் ஆயிரம் யானை பலமுடையவளாக இருப்பாள் என்றும் வரமளித்தார்.

அதுபோலவே சுகேதனுக்குத் தாடகை பிறந்தாள். அவளுக்கும் சுந்தன் என்கிற யட்சனுக்கும் திருமணமானது. இவர்களுக்கு மகனாக மாரீசன் பிறந்தான். ஒருமுறை, அகத்திய முனிவரின் கோபத்தினால் சாபம் பெற்று சுந்தன் இறந்துபோனான். இதனால் ஆத்திரமடைந்த தாடகையும் மாரீசனும் அகத்தியரை எதிர்த்தார்கள். அவர்களும் சாபம் பெற்றார்கள். அதன் பலனாக இருவரும் நரமாமிசம் தின்னும் ராட்சஸர்களாக மாறிப்போனார்கள். சௌந்தர்யமான அழகு கொண்ட தாடகை கோரமான ராட்சஸியாக உருவம் பெற்று விட்டாள்.

இதனாலேயே மேலும் அகத்தியரின்மீது கோபமாகி, அவரது பிரதேசத்திலுள்ள முனிவர்கள், ரிஷிகளையெல்லாம் பிடித்து, கொன்றுதின்று இம்சித்து வருகிறார்கள்.

நீ முதலில் வதம் செய்யவேண்டியது இவளைத்தான்!' - சொல்லி முடித்தார் விசுவாமித்திரர்.

'சுவாமி! ஒரு பெண்ணைக் கொல்வது சத்திரிய தர்மத்துக்கு விரோதம் அல்லவா?' - தயங்கினான் லட்சுமணன்.

'இல்லை, லட்சுமணா! தாடகை ஒரு கொடிய அரக்கி. ஆணோ, பெண்ணோ கொடியவர்களைக் கொன்று நல்லவர்களைக் காப்பதே ஓர் அரசனின் கடமை. ஆகவே...'

விசுவாமித்திரர் மேலும் விளக்கம் சொல்ல முற்பட, வணங்கிக் குறுக்கிட்டான் ராமன்.

'குருவே! எதுவானாலும் தங்களது உத்தரவுப்படி நடந்துகொள்ள வேண்டுமென்று தந்தை எங்களுக்கு ஆணையிட்டுள்ளார். எனவே, தங்கள் சொற்படி உலக மக்களின் நன்மைக்காக நான் இந்தத் தாடகையை நிச்சயம் கொல்வேன்!' என்றான்.

ராமன் தனது கோதண்டத்தை எடுத்தான். வளைத்தான். நாண் ஏற்றி இழுத்து ஒலி ஏற்படுத்தினான். அந்த ஒலியானது கானகத்தின் மூலை முடுக்கெல்லாம் சென்று எதிரொலித்தது. பறவைகள், மிருகங்கள் எல்லாம் பயந்து நடுங்கின.

குகையொன்றினுள் படுத்திருந்த தாடகையின் காதுகளிலும் இந்தச் சத்தம் கேட்டது.

'யாரடா அவன்! இத்தனை தைரியத்தோடு எனது பிரதேசத்துக்கு வந்து ஒலி கொடுப்பவன்?' - ஆச்சரியத்துடன் துள்ளிக்குதித்து ஓடிவந்தாள்.

ஆகாயத்தில் மேல் எழும்பி நின்று பார்த்தாள்.

மானிடர் மூவரைக் கண்டதும் நாக்கில் எச்சிலூறியது!

'அடடா! இவர்கள் என் கடைவாய்க்குக்கூடக் காணமாட்டார்களே!' என்று சிறு வருத்தமும் கொண்டாள்.

'அடேய் மானிடர்களே, எத்தனை தைரியம் உங்களுக்கு? இதோ உங்களை நொடியில் கொன்று தின்றுவிடுகிறேன்!' என்றபடி அவர்கள் மீது பாய்ந்தாள்.

'ராமா! பெண்ணெனத் தயங்காதே, பாணத்தைச் செலுத்து!' என்றார் விசுவாமித்திரர்.

அவருடைய சொல்லும், ராமபாணமும் ஒரே நேரத்தில் சீறின.

தாடகையின் மார்பைத் துளைத்த அம்பு, இதயத்தைக் கிழித்துப் போட்டது. அவளது மலை போன்ற தேகம் தடாலென்று தரையில் விழுந்தது. அவள் உயிர் எமனுலகு சென்று சேர்ந்தது.

'ஆஹா! அற்புதம் ராமா! வெகு அற்புதம்!' - பரவசத்தால் ராமனை மார்புறத் தழுவிக்கொண்டார் விசுவாமித்திரர்.

அரக்கி தாடகை அழிந்ததுமே அந்த வனம் புதுமலர்ச்சி பெற்றது.

அன்றைய இரவை மூவரும் அங்கேயே கழித்தனர்.

அடுத்தநாள் அதிகாலை எழுந்து அனுஷ்டானங்களை முடித்துக் கிளம்பும் முன்பாக விசுவாமித்திரர் ராமனை அழைத்தார்.

'ராமா! தாடகை வதம் நிகழ்த்தி முனிவர்களைக் காத்தாய். எனது உள்ளம் இப்போது மகிழ்ச்சியால் நிரம்பியுள்ளது. இப்போது நான் உனக்கு அஸ்திர உபதேசம் செய்யப்போகிறேன், பெற்றுக்கொள்!' என்றார்.

தவத்தால் தாம் பெற்ற அனைத்து திவ்யாஸ்திரங்களையும் முறைப்படி ராமனுக்கு உபதேசித்தார். அந்தந்த அஸ்திரங்களைப் பிரயோகிக்க வும், அவற்றை அடக்கித் திரும்பப் பெற்றுக்கொள்ளவும் மந்திரப் பிரயோகங்களை உபதேசித்து முடித்தார்.

ராமன், தான் பெற்ற உபதேசத்தை தம்பி லட்சுமணனுக்கு உபதேசித் தான்.

அனைத்தும் நல்லவிதமாக முடிந்தபின், மூவரும் விசுவாமித்திரர் ஆசிரமம் அமைந்திருக்கும் சித்தாசிரமம் நோக்கி நடக்கத் தொடங்கினர்.

வந்தார்கள்; கொன்றார்கள்; வேள்வியைக் காத்தார்கள்!

9

ரா**ம லட்சுமணர்கள் விசுவாமித்திரருடன் வருகை தந்ததைக் கண்டு சித்தாசிரமத்தில் இருந்த ரிஷி களெல்லாம் பெரும் மகிழ்ச்சியடைந்தார்கள்.**

விசுவாமித்திரரை வணங்கி, ராம லட்சுமணர் களை வரவேற்று அன்புடன் அழைத்துச்சென்று உபசரித்தார்கள்.

'சுவாமி! இதுவரை தடைப்பட்டது போதும். இனியும் தங்களது வேள்வியைத் தள்ளிப் போடவேண்டாம். இன்றே தாங்கள் யாகதீட்சை எடுத்துக்கொள்ளுங்கள். தங்கள் வேள்விக்கு எந்தப் பங்கமும் வராமல் நாங்கள் காவல் நிற் கிறோம். இடையூறு செய்ய முற்படும் அரக்கர் களை அஸ்திரங்களால் கவனித்துக்கொள்கி றோம்!' - கடமையில் கண்ணாகப் பேசினான் ராமன்.

'அப்படியே ஆகட்டும் ராமா! நீயிருக்க எனக்குக் கவலை எதற்கு!'

விசுவாமித்திரர் அன்றிரவே வேள்வியைத் தொடங்குவதற்கான விரதத்தை மேற்கொண் டார்.

தோளில் வில்லும், முதுகில் அம்பறாத்தூணியு மாக ராம லட்சுமணர்கள் வேள்விக் குண் டத்தைச் சுற்றிவந்து காவல் காத்தார்கள்.

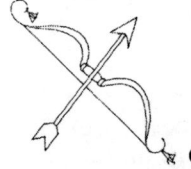

வேள்விக்கான ஆறுநாள்களில் ஐந்து நாள்கள் ஓடிவிட்டன. வேத கோஷங்கள் முழங்க, வேள்வி இறுதிக்கட்டத்தை நெருங்கிக்கொண்டு இருந்தது.

ஆறாம்நாள் விடிந்தபோதே ராமன் லட்சுமணனை எச்சரித்தான்.

'லட்சுமணா! இன்றுதான் நாம் வெகு ஜாக்கிரதையாக இருக்க வேண்டும். நிச்சயம் அரக்கர்கள் வருவார்கள். விழிப்பாக இரு!'

ராமன் சொன்னது நிஜமே! வானத்தில் பெரும் கர்ஜனை கேட்டது.

ராம லட்சுமணர்கள் மேலே பார்த்தனர். அரக்கர்கள் மாரீசனும் சுபாஹுவும் மற்றும் அவர்களுடைய அரக்க கோஷ்டியினரும் கறுத்த மேகம்போல ஆகாயத்தை மூடி நின்றனர்.

ஆரவாரமாகக் கூச்சலிட்டு பயமுறுத்தினர். கொழுந்து விட்டு எரியும் வேள்வித்தீயில் மாமிசத்தையும் ரத்தத்தையும் போட்டு யாகத்தின் புனிதத்தைக் கெடுக்க முயன்றனர்.

ராமன் முதற்காரியமாக மாமிசமும் ரத்தமும் சிந்தாமல் வேள்விக் குண்டத்தின் மேலாக அம்புகளால் பந்தலிட்டான்.

அடுத்த குறியாக மானச அஸ்திரத்தை மாரீசன்மீது செலுத்தினான்.

அது மாரீசனைக் கொல்லாமல், அவனது மனத்தைக் குழப்பத்தில் ஆழ்த்தி அப்படியே தூக்கிக்கொண்டுபோய் கடலில் தள்ளியது.

சுபாஹு இதைப் பார்த்து மிகுந்த ஆத்திரமடைந்தான். 'கைகளா லேயே உன்னைப் பிசைந்து மாமிசப்பிண்டமாக அடித்துவிடுகிறேன் பார்!' என்றபடி ராமன்மேல் பாய வந்தான்.

பாவம்! ராமன் செலுத்திய ஆக்னேயாஸ்திரத்திடம் உயிரைப் பறி கொடுத்து மண்ணில் வீழ்ந்தான்.

ராமலட்சுமணர்கள், அடுத்த சில நாழிகைகளில் மீதமிருந்த அரக்கர் கூட்டத்தைச் சுலபமாக அழித்து ஒழித்தனர்.

வேள்வி காப்பாற்றப்பட்டு பூரணத்துவம் பெற்றது. ரிஷிகள் அனைவரும் சந்தோஷமடைந்தனர்.

'ராமா! லட்சுமணா! உங்களையன்றி வேறு யாராலும் இதைச் சாதித் திருக்க முடியாது. தந்தையின் ஆணைப்படி வேள்வியைச் சிறப்பாக நடத்த உதவினீர்கள். சக்ரவர்த்தி தசரதனுக்கு எனது நன்றி.'

ராம லட்சுமணர்களைப் பாராட்டித் தீர்த்தார் விசுவாமித்திரர்.

மறுநாள், விசுவாமித்திரரிடம் விடைபெற வேண்டி நின்றார்கள் தசரதபுத்திரர்கள்.

'சுவாமி! எங்களுக்கு வேறு என்ன உத்தரவு?' - வணக்கத்துடன் கேட்டார்கள்.

'ராமா! அடுத்து நாங்கள் அனைவரும் மிதிலைக்குச் செல்வதாக இருக்கிறோம். அங்கு ஜனக மகாராஜா ஒரு யாகம் செய்யப்போகிறார். அதில் கலந்துகொள்ளப் போகிறோம். நீங்களும் எங்களுடன் வாருங்கள்!' என்றார்.

முன்னே விசுவாமித்திரர்; பின்னே லட்சுமணன். ராமனின் அழகிய பாதங்கள் மிதிலையை நோக்கித் தனது முதல் அடியை எடுத்து வைத்தது.

அந்த ராம பாதங்களின் வருகைக்காகவே கௌதம மகரிஷியின் ஆசிரமத்தில் காத்திருந்தது ஒரு சாபக் கல்!

அது அகலிகைக் கல்!

தழுவினான் இந்திரன்; தவறினாள் அகலிகை!

10

ஆளரவமே இல்லாமல் வெறிச்சோடிக் கிடந்தது அந்த ஆசிரமம்!

வாடிப்போன செடிகொடிகள், மலர்ச்சியில்லாத மலர்கள், சோர்ந்துகிடக்கும் மான்கள், சுற்றித் திரியாத புறாக்கள் என, திரும்பிய பக்கமெல் லாம் இனம்புரியாத சோகம் கவிந்திருந்தது!

சுற்றிவந்த காற்றில் ஒரு பரிதாபத்துக்குரிய பெண்ணின் விசும்பல் கலந்திருந்தது!

ஒரு காலத்தில் கௌதம மகரிஷியும், அவரது மனைவி அகலிகையும் அமைதியான முறையில் தவம் செய்து இனிமையாக இல்லறம் நடத்திய இடம் அது!

இடையூறாக வந்துசேர்ந்தான் இந்திரன்!

அவனுக்கு தேவலோகத்தில் இருப்புக் கொள்ள வில்லை. சதா சர்வகாலமும் அகலிகையின் நினைப்புதான்.

தேவகன்னிகைகளான ரம்பா, ஊர்வசி, மேனகா போன்றவர்களையெல்லாம் தோற்கடிக்கும் அழகு, அகலிகையின் பேரழகு!

தேவேந்திரனோ அழகின் ரசிகன்! கேட்க வேண்டுமா என்ன! அகலிகையைப் பார்த்த நாள் முதலே தூக்கம் இல்லாமல் போனான்.

ஏற்கெனவே இமை மூடாத விழிகள் தேவர்களுடையது. இந்திரனோ அகலிகைமேல் விழுந்த பார்வையையும் அகற்ற முடியாமல் தவித்தான்.

ஒருமுறையாவது அகலிகையை அடைந்துவிட வேண்டுமென ஆவல் கொண்டான்.

பார்த்துப் பார்த்துப் பெருமூச்சு விட்டுக்கொண்டிருந்தால் பைத்தியம் தான் பிடிக்குமென்று, சமயம் பார்த்துச் செயலில் இறங்கினான்.

ஒருநாள்... கௌதம முனிவர் இல்லாத வேளையில் அவர்போலவே உருவம் மாறினான். ஆசிரமத்துக்குள் புகுந்தான். அகலிகையைக் கட்டியணைத்தான்! காதல் மொழி பேசிக் கொஞ்சினான், கெஞ்சினான்.

'அழகியே! இன்று ஏனோ உன்னைப் பார்க்கப் பார்க்க ஆசை எல்லை மீறுகிறது தேவி! ஏமாற்றாதே! காலநேரம் பார்க்க இது சமயமில்லை! இணைவோம் வா! விடியும்வரை விலகாமல் என் ஆசையைப் பூர்த்தி செய் கண்ணே!' என்று பிதற்றினான். அவளை அவசரப்படுத்தினான்.

ரிஷி பத்தினியான அகலிகைக்கு, இது தன் கணவரல்ல என்பது புரிந்துவிட்டது. இந்திரன் என்பதும் தெரிந்துவிட்டது.

'இந்திரனோ தேவலோகத்தின் அதிபதி. அங்கு அவன் காணாத அழகுப் பெண்களா! இவனே எனது அழகின் மீது காதல் கொண்டு என்னை நாடி வானுலகத்திலிருந்து வந்துவிட்டானே!' என்கிற கர்வம், அந்த நொடியில் அவள் மனத்தை இளக வைத்துவிட்டது.

தேவேந்திரன் விருப்பத்துக்குப் பணிந்துவிட்டாள் அவள்.

மயக்கம் தீர்ந்து சுயநிலைக்கு வந்ததும் உள்ளம் பதறியது.

'ஐயோ! என்ன காரியம் செய்து விட்டோம்!'

தேவேந்திரனை விரட்டினாள். 'தேவராஜனே! உடனே இங்கிருந்து சென்றுவிடு! எனது கணவர் கண்ணில்பட்டால் நீ தொலைந்தாய்!'

'ஆஹா! அகலிகை என்னை அடையாளம் கண்டு கொண்டாளே!'

வெட்கத்துடன் தேவேந்திரன் சுயவடிவம் கொண்டு நிற்கவும், கௌதம மகரிஷி உள்ளே வரவும் சரியாக இருந்தது.

தலைகுனிந்து நிற்கும் இருவரையும் பார்த்தார்.

முக்காலமும் அறிந்த முனிவருக்கு அங்கு நடந்த மோகநாடகம் மட்டும் தெரியாமலா போகும்!

'அற்பப்பதரே இந்திரா! அடுத்தவர் மனைவியைக் கள்ளத்தனமாக அடைந்த துஷ்டனே! உனது பண்பு கெட்ட நடத்தைக்குத் தண்டனை யாக ஆண்மையிழந்து அலைவாய்! உன்னால் வஞ்சிக்கப்பட்டு, கணவருக்குத் துரோகம் இழைத்த அகலிகை கல்லாக மாறுவாள்!' - சினந்து சாபமிட்டார் கௌதம மகரிஷி.

முனிவர் சொன்னதுமே இந்திரன் தனது ஆண்மைக்குரிய அங்கத்தை இழந்து அலியாக மாறிப்போனான்.

அகலிகை கணவரின்முன் நிற்கவே அருகதையில்லாதவளாகக் கூசிப்போனாள்.

தவறுக்கு வருந்தி கணவரின் பாதங்களைக் கண்ணீரால் கழுவினாள்.

மனித உணர்வுகளின் ஊசலாட்டத்தை உணர்ந்தவரான கௌதமர் மனம் இரங்கி சாந்தமடைந்தார்.

அகலிகையிடம் சொன்னார்: 'அகலிகை! எனது நாவிலிருந்து வெளிப் பட்ட சாபமும் உனக்கு நல்லதே ஆகும்! தவறிழைத்த காரணத்துக் காகத் திரும்பத் திரும்ப வருத்தப்படுவதாலோ, குற்ற உணர்ச்சியால் சிறுகச் சிறுக வதைபடுவதாலோ நிகழ்ந்தவை எப்போதும் மாறிவிடுவதில்லை. சிலகாலம் உணர்ச்சியற்றுக் கிட! உரிய நேரம் வரும்போது தசரதன் மகன் இங்கு வருவான். அவன் காலடி பட்டதுமே உன்னைப் பிடித்த சாபம் நீங்கும். அப்போது நானும் வருவேன். உன்னை ஏற்றுக் கொள்வேன்!'

அகலிகைக்கு ஆறுதல் அளித்தவர், இமயமலைக்குத் தவம் செய்யப் புறப்பட்டுப் போனார்.

மண்டியிட்ட நிலையிலேயே மண்தரையில் கல்லாகிப் போனாள் அகலிகை.

இதோ, மிதிலைக்குச் செல்லும் முனிவர் கூட்டம் அந்த ஆசிரமம் வழியாகத்தான் வந்துகொண்டிருக்கிறது. அழகுத் திருமகன்களாக வந்துகொண்டிருக்கிறார்கள் ராம லட்சுமணர்கள்.

சிலந்தி வலைகள் படிந்து, தூசு மண்டிய அந்த ஆசிரமத்தின் மேல் தற்செயலாக விழுகிறது விசுவாமித்திரரின் பார்வை.

அவரிடமிருந்து நீண்ட பெருமூச்சு எழுகிறது. கௌதமர் விடுத்த சாபத்தை நினைத்தா, அல்லது அகலிகைக்கு விமோசனம் நெருங்கி விட்டதற்கான நிம்மதிப் பெருமூச்சா? தெரியவில்லை!

ராமனைத் தடுத்து நிறுத்தினார் விசுவாமித்திரர்.

'ராமா! உன்னால் ஒரு புனித காரியம் பூர்த்தியாக வேண்டியுள்ளது. நீ மட்டும் முதலில் இந்த ஆசிரமத்துள் செல்!' என்றார்.

ஏன், எதற்கு என்று எதுவும் கேட்காமல் குருவின் உத்தரவுப்படி ஆசிரமத்துக்குள் வலது பாதம் வைத்துப் பிரவேசித்தான் ராமன்.

ராமனின் திருவடி அகலிகைக் கல்லைத் தீண்டியதும், மூடிய சாம்பலிலிருந்து வெளிப்படும் அக்னியாக சாபவிமோசனம் பெற்றுப் புதுப்பொலிவுடன் புண்ணியவதியாக எழுந்து நின்றாள் அகலிகை.

ராமன் பதறி விலகி, புரியாமல் நின்றான்!

விசுவாமித்திரர் அகலிகையின் கதையை விளக்கினார்.

மனம் நெகிழ்ந்து உருகிப்போன ராமனும் லட்சுமணனும், ரிஷி பத்தினியின் பாதங்களைத் தொட்டு வணங்கினார்கள்.

அகலிகைக்கு வாக்களித்துச் சென்றது போலவே கௌதம மகரிஷி அங்கே வந்துசேர்ந்தார். அகலிகையை ஏற்றுக் கொண்டார்.

ராம லட்சுமணர்களை ஆசீர்வதித்த கௌதமர், பின் விசுவாமித்திரரிடம் சொன்னார்.

'அகலிகை சாப விமோசனத்துக்கு வழிவகை செய்தீர்கள். மிக்க நன்றி விசுவாமித்திரரே! சரி, ராம லட்சுமணர்களுடன் இப்போது எங்கே சென்றுகொண்டிருக்கிறீர்கள்?'

'அவதார நாடகத்தில் அடுத்தகட்டக் காரியத்தை நோக்கி ஒரு கருவியாக நான் செலுத்தப்பட்டிருக்கிறேன் என்பது தாங்கள் அறியாததா மகரிஷி! ஜனகரின் யாகத்தில் கலந்துகொள்ள ராம லட்சுமணனை அழைத்துக் கொண்டு மிதிலைக்குச் செல்கிறோம். அங்கே இருக்கும் ஓர் அற்புத வில்லை ராமன் காணவேண்டியிருக்கிறதே, அதற்காகத்தான்!' - குறும்புப் புன்னகையுடன் கூறினார் விசுவாமித்திரர்.

ஒன்றல்ல... மிதிலையில் ராமன், மூன்று வில்களைப் பார்க்க நேர்ந்தது.

ஒன்று ஜனகனிடம் இருந்த ருத்ர வில்! மற்றவை, மிதிலை அரசிளங்குமரி சீதையின் திருமுகத்தில் பளிச்சிட்டன அழகிய புருவங்களாக!

ஒன்றை ராமன் வளைத்தான். மற்ற இரண்டும் ராமனை வளைத்தன!

அண்ணலும் நோக்கினான்; அவளும் நோக்கினாள்!

11

ஜனக மகாராஜருக்குச் சந்தேகமேயில்லை!

பூமாதேவியே தனது மகள் சீதையாக வந்திருக்கிறாள் என்பதில் மிகவும் ஆழ்ந்த நம்பிக்கை கொண்டிருந்தார் அவர்!

விதேஹ மன்னரான ஜனகரை, ராஜரிஷி என்றுதான் சொல்லவேண்டும். நாட்டை ஆளும் மன்னராக இருந்தபோதும் ஆடம்பரத்திலோ படாடோபத்திலோ நாட்டம் கொள்ளாமல் பிரம்ம ஞானியாக, பழுத்த ஆன்மிகவாதியாகத் திகழ்ந்தார்.

லௌகிக வாழ்க்கையில் அதிக நாட்டமில்லாதவர் அவர். குழந்தையில்லை என்கிற குறையொன்றுதான் இதயத்தின் ஓர் மூலையில் ஏக்கத்தைத் தேக்கியிருந்தது.

ஒருமுறை யாகம் செய்வதற்காகத் தனது ராஜ்ஜியத்தில் ஓர் இடத்தைத் தேர்ந்தெடுத்து, கலப்பை கொண்டுதானே உழத்தொடங்கினார் ஜனகர்.

புதரும் செடிகொடிகளுமாகக் கிடந்த பூமியைத் திருத்தி சுத்தம் செய்துகொண்டிருந்தபோதுதான், அந்தக் குழந்தை ஜனகருக்குக் கிடைத்தது.

அழகான பெண் குழந்தை!

தெய்வீகக்களை சொட்டிய முகத்துடன் தரையில் உருண்டு புரண்டு மண்பூசிக் கிடந்தாள் அந்தப் பூமி மகள்!

44 ராமாயணம்

அது வனாந்திரப் பிரதேசம்! குழந்தையின் பெற்றோர் என அங்கே யாரும் இல்லை! குழந்தையே இல்லாத ஜனகர், இதயத்தில் பொங்கிய மகிழ்ச்சியுடன் அந்த அழகுமலரை அள்ளித் தூக்கிக் கொண்டார். அப்போதே அரண்மனைக்கு விரைந்தார். தனது மனைவியிடம் குழந்தையைக் கொடுத்தார்.

'மகாராணி! நமக்குப் பிள்ளையில்லாத குறையைத் தீர்க்கவந்த பொக்கிஷம் இவள். யாகபூமியில் கிடைத்த குழந்தை. அவள் முகத்தில் தெரியும் தெய்வீக லட்சணத்தைப் பார். நிச்சயம் சொல்கிறேன்! இவள் பூமாதேவியேதான். யாகநிலத்தில் நமக்கெனவே உதித்திருக்கிறாள்!' என்று பரவசமாகக் கூறினார்.

குழந்தையைக் குறையின்றி வளர்த்தார்கள் ஜனக தம்பதியினர். 'சீதை' என்று கொஞ்சி மகிழ்ந்தார்கள்.

விரைவிலேயே பருவப்பெண்ணானாள் சீதை.

'திருமணத்துக்கு உரிய காலம் வந்துவிட்டது. உயிருக்குயிரான செல்ல மகளைப் பிரியவேண்டுமே!' என்கிற கவலை வந்தது மகாராணிக்கு!

'தெய்வீகப் பெண்ணாகிய தனது மகளுக்குத் தகுந்த துணையாகத் தேடிப்பிடிக்க வேண்டுமே!' என்கிற கவலை ஜனகருக்கு!

அக்கம்பக்கத்து ராஜ்ஜியங்களிலிருந்து ஏராளமான அரசர்கள் சீதையை மணமுடிக்க பெண் கேட்டார்கள். ஆனால் தனது மகளை மணப்பதற்கான தகுதி, அவர்களில் யாருக்கும் இல்லை என்று கருதினார் ஜனக மகாராஜா!

அரசர்களின் தொந்தரவுகளிலிருந்து தப்பிக்கவும், மிகச் சரியான வரனைத் தேர்ந்தெடுக்கவும் ஜனகர் ஓர் ஏற்பாடு செய்தார்.

முன்பொரு சமயம் ஜனகர் மகாயாகம் செய்த காலத்தில், வருண பகவான் ஜனகரின் யாகத்தைப் பாராட்டி அவருக்கு ஒரு ருத்ர வில்லையும் இரண்டு அம்பராத் தூணிகளையும் வழங்கியிருந்தான். அந்தத் தெய்வீக வில் மிகவும் புராதனமானது. திரிபுரம் எரிக்க சிவபெருமான் உபயோகித்த வில்! சாதாரண மனிதர்களால் தொட்டுத் தூக்கக்கூட முடியாதது.

ஜனக மகாராஜா அந்தப் புனித வில்லையே தனது மகளுடைய திருமணத்துக்கு, சுயம்வரப் போட்டிக்காகப் பயன்படுத்திக் கொள்ள முடிவெடுத்தார். அப்படி அவர் முடிவெடுக்க ஒரு முக்கியக் காரணம் இருந்தது!

சிறு வயதில் சீதை விளையாடிக்கொண்டிருந்தபோது, அவளது பொம்மையொன்று ருத்ர வில் வைக்கப்பட்டிருந்த பெரிய பெட்டியின் கீழ் உருண்டு சென்றுவிட்டது. அதை எடுக்க வந்த சீதை, மிகச் சுலபமாக ஒற்றைக் கையால் அந்த வில் இருந்த பெட்டியை நகர்த்தி விட்டுப் பொம்மையை எடுத்துக்கொண்டு போய்விட்டாள்.

அதைப் பார்த்துக்கொண்டிருந்த ஜனகர் மலைத்துப் போய்விட்டார். மிகுந்த பலசாலிகளால்கூட அசைக்கமுடியாத வில்லை, குழந்தை சீதை நகர்த்திவிட்டாள் என்றால், இந்த வில் ஏதோ ஒருவிதத்தில் அவளோடு சம்பந்தப்படப் போகிறது என்று அன்றே தீர்மானித்துக்கொண்டார்.

எனவேதான், சீதையினுடைய வாழ்வை நிர்ணயிப்பதில் அந்த வில்லுக்கே முக்கியத்துவம் தந்தார்.

'என்னிடமிருக்கும் வருணதேவன் பரிசான இந்த ருத்ரவில்லை, எந்த ராஜகுமாரன் வளைத்து நாண் ஏற்றுகிறானோ அவனுக்கே எனது மகளைத் திருமணம் செய்து தருவேன்!' என்று சுயம்வர நிபந்தனை விதித்தார்.

போட்டியில் பங்கேற்க நிறைய அரசகுமாரர்கள் வந்தனர். யாராலும் அந்த வில்லைத் தொட்டுத் தூக்கமுடியவில்லை. அசைக்கவே முடியவில்லை என்னும்போது, எங்கிருந்து அதை வளைப்பது, நாண் ஏற்றுவது? சீதையின் அழகைக் கேள்விப்பட்டு ஆசையுடன் வந்த அத்தனைபேரும் வில்லை வளைக்கமுடியாமல் தோற்றுப் போய் திரும்பினார்கள்.

'காலம் விரைந்துகொண்டே போகிறது. இந்த வில்லை வளைத்து நாணேற்றி, எனது கண்மணி சீதையை மணந்து கொள்ளப் போகிறவன் எப்போது வரப்போகிறானோ தெரியவில்லையே!' - ஜனகருக்குக் கவலை எழுந்தது.

ஜனகருடைய கவலையைப் போக்கப்போகிற சீதாநாயகன் அப்போது மிதிலாபுரியில் பிரவேசித்துக்கொண்டிருந்தான்.

ஜனகர் தனது தினசரி வழக்கப்படி, சிவதனுசுவாகிய ருத்ரவில்லுக்கு தூபதீபங்கள் காட்டி, மலர்கள் தூவி அர்ச்சனை செய்து வணங்கினார். தினமும் பார்க்கும் சிவதனுசு இன்று கூடுதலாக ஒளிர்வதுபோல் தென்பட்டது!

'மன்னா! விசுவாமித்திர மகரிஷி தமது ரிஷிகள் பரிவாரத்துடன் தங்கள் யாகத்தில் பங்கேற்க வந்துகொண்டிருக்கிறார்!'- சொல்லியபடியே பரபரப்பாக உள்ளே நுழைந்தார் ஜனகரின் குலகுருவான சதானந்தர்.

அண்ணலும் அவளும் நோக்கும் அற்புதக் கணம்!

மனம் மகிழ்ந்துபோனார் ஜனகர். அவரையும் பதற்றம் தொற்றிக் கொண்டது. 'சரி! வாருங்கள் நாமும் புறப்படுவோம்!'

மிதிலை ராஜவீதிக்குள், ரிஷி பரிவாரங்களுடனும் ராமலட்சுமணனுடனும் நுழைந்துகொண்டிருந்தார் விசுவாமித்திரர்.

பூரண கும்ப மரியாதையுடன், மிதிலாபுரியின் அமைச்சர்களும், மற்ற முக்கியஸ்தர்களும் விசுவாமித்திரரை வரவேற்றனர்.

தபோபலம் மிக்க அந்தப் புண்ணியர்களைக் கண்டு தரிசிக்க மாளிகையின் மேல்தளங்களில் மங்கையர் கூடி மகிழ்ந்து நின்றனர். மலர்கள் தூவி வரவேற்றனர்.

பெண்களுக்கே உரிய ஆர்வத்துடன் சீதையும் ஓடிவந்தாள். கன்னி மாடத்திலிருந்து எட்டிப்பார்த்தாள்.

அப்போது அவளது கையிலிருந்த பூப்பந்து நழுவி, கீழே விழுந்தது.

விசுவாமித்திரரைப் பின்தொடர்ந்து வந்த ராமனின் காலடியில் சென்று சேர்ந்தது.

ராமன், பூப்பந்து வந்த திசையை அண்ணாந்து பார்த்தான்.

பந்து நழுவிப்போன இடம் நோக்கிக் குனிந்து தேடினாள் சீதை.

ராமனின் கண்கள் சீதையைக் கண்டன!

சீதையின் விழிகள் ராமனைத் தரிசித்தன!

அண்ணலும் நோக்கினான்! அவளும் நோக்கினாள்!

அந்த நொடிநாழிகை பார்வைப் பரிமாற்றத்தில் கோடானுகோடி வருடப் பிரியமும் பாசமும் சங்கமித்தன.

அப்போது குரு சதானந்தருடன் விசுவாமித்திர குழுவினரை வரவேற்க, ஜனகரே அங்கு வந்துசேர்ந்தார்.

அனைவரையும் அழைத்துக்கொண்டு விருந்தினர்களுக்காக நிர்மாணிக்கப்பட்டிருந்த விடுதியில் அவர்களைத் தங்கவைத்தார்.

பொதுவான உலக விஷயங்களைப் பற்றிப் பேசிக்கொண்டிருந்த போது, ஜனகரின் பார்வை விசுவாமித்திர முனிவருக்குப் பின்னால் இரட்டைச் சூரியர்களாகப் பொலிவுடன் காணப்பட்ட ராமலட்சுமணர்களின்மேல் பதிந்தது.

'யார் இந்த அழகான இளைஞர்கள்? தேவலோகத்து கந்தர்வர்கள் போலத் தோன்றுகிறார்களே! முனிவரான விசுவாமித்திரருடன் இவர்களுக்கு என்ன வேலை?' என்றெல்லாம் எண்ணிக்கொண்டார்.

விசுவாமித்திரரிடம் கேட்கவும் செய்தார்.

'சுவாமி! இந்த வாலிபர்கள் யார்? பார்த்தால் முனி குமாரர்கள் போல வும் தெரியவில்லை! ஆயுதங்கள் தரித்து வீரர்களாகக் காணப்படு கிறார்கள்! ரிஷியான தங்களுடன் இவர்கள் எதற்கு வந்திருக் கிறார்கள்?'

விசுவாமித்திரரும் இதைத்தானே எதிர்பார்த்துக் கொண்டிருந்தார்.

'அயோத்தி மன்னர் தசரதனுடைய மகன்கள்!' என்று ராம லட்சுமணர் களை அறிமுகம் செய்துவைத்தார். தசரதனிடமிருந்து அவர்களை வேண்டிப்பெற்று காட்டுக்கு அழைத்துச் சென்றதையும், அங்கு முனிவர்களின் யாகத்துக்கு இடையூறாக அட்டூழியங்கள் செய்துவந்த அரக்கர்களை இரு வீர ராஜகுமாரர்களும் அழித்து ஒழித்த சாகசங் களையும் விளக்கிக் கூறினார்.

அத்துடன், ராமனால் ரிஷிபத்தினி அகலிகை சாபவிமோசனம் அடைந்ததையும் மனம் நெகிழ விவரித்தார். பின் ஜனகரிடம் கூறினார்.

'மன்னரே! தசரத புத்திரர்கள் தங்களிடம் இருக்கும் ருத்ர வில்லைப் பற்றிக் கேள்விப்பட்டு ஆவலுடன் அதைக் காண வந்திருக்கிறார்கள். தாங்கள் அனுமதிக்கவேண்டும்!' என்று கேட்டார்.

ஜனகருக்கு எல்லையில்லாத மகிழ்ச்சி!

'சுவாமி! சிவதனுசுவைக் காணவந்திருக்கிற அரசகுமாரர்கள் நிச்சயம் அதைக் காணலாம். வில்லை வளைத்து நாணேற்றினால், எனது மகள் சீதையையும் அடையலாம். இதுவரை வந்த எத்தனையோ ராஜ குமாரர்கள் வில்லை அசைக்கவும் முடியாமல் திரும்பிச்சென்றிருக்கி றார்கள். தசரதகுமாரன் எனது மகள் சீதையை அடைந்தால் மிகவும் மகிழ்ச்சி கொள்வேன்!' என்றார்.

வில்லை முறித்தான்; சீதையை வளைத்தான்!

12

மறுநாள்...

அரண்மனை ராஜசபையில் மந்திரி பிரதானிகள், மக்கள் அனைவரின் முன்னிலையில் ருத்ர வில் கொண்டுவரப்பட்டது.

சபையோர்களே! இது நானும் எனது முன்னோர் களும் பூஜித்த சிவபெருமானின் ருத்ர வில்! ராஜகுமாரி சீதையை அடைய முயற்சித்த பல அரசர்கள், வில்லை எடுக்கக்கூட முடியாமல் திரும்பச் சென்றுவிட்டனர். இந்தப் புனித வில்லை அயோத்தி மன்னரின் புதல்வர் காண விரும்பியதால் இங்கு கொண்டுவரப்பட்டது. தசரத மன்னருடைய மகன் தாராளமாக வந்து இதைப் பார்க்கலாம்!' என்றார் ஜனகர்.

விசுவாமித்திரர் தனது பக்கத்தில் அமர்ந்திருந்த ராமனிடம் சொன்னார்.

'போ ராமா! போய், பெட்டியைத் திறந்து வில்லைப் பார்!'

'ஆகட்டும் சுவாமி!'

ராமன் வந்தான். பெட்டியைத் திறந்தான். வில்லைப் பார்வையிட்டான்.

'புண்ணிய வில்லான இந்தச் சிவதனுசை நான் எடுக்கலாமா? வளைத்து நாண் ஏற்ற அனுமதி உண்டா?'

சபையோரிடம் திரும்பி பணிவாகக் கேட்டான்.

'வெற்றி உண்டாகட்டும்!' என்றார்கள் ஜனகரும் விசுவாமித்திரரும்.

சபையிலிருந்தவர்கள் அனைவரும் இமை மூடவும் மறந்து பார்த்துக்கொண்டிருந்தார்கள்.

தொடுத்த பூமாலையை லாகவமாகத் தொட்டுத் தூக்குவது போல, வெகு சுலபமாக விளையாட்டாக ருத்ர வில்லை எடுத்தான் ராமன்.

அதைப் பார்த்துக்கொண்டிருந்த மக்கள், அரசர்கள், அரச குமாரர்கள், முனிவர்கள், பெரியோர்கள் அனைவரும் மகிழ்ச்சியில் ஆரவாரம் செய்தார்கள்.

எடுத்த வில்லைத் தரையில் நிறுத்தி, அதை வளைத்து நாண் ஏற்றிய ராமன், கழுத்துவரை இழுத்தான்.

இழுத்த வேகத்தில் வில் வளைந்து 'படீர்' என்ற சத்தத்துடன் முறிந்தது.

அமைதியாக இருந்த சபை ஆரவாரம் செய்தது. கரகோஷம் மிதிலையெங்கும் மிதந்தது. விசுவாமித்திரரும் ஜனகரும் அகமகிழ்ந்து போனார்கள்.

தம்பி லட்சுமணன் கண்களில் ஆனந்தக் கண்ணீர்!

'என் உயிருக்குயிரான சீதையை உனக்கே தந்தேன்! உனக்கே தந்தேன்!' உணர்ச்சி மிகுதியால் ஓங்கிச் சொன்னார் ஜனகர்.

அயோத்தியில் தசரதனுக்கு எல்லையில்லா சந்தோஷம்!

எதிர்பாராமல் நடக்கும் விஷயங்கள்தான் வாழ்க்கையின் சுவாரசியம். அதுவும் இதம் தரும் இனிய நிகழ்ச்சி எதிர்பாராமல் நடந்துவிட்டால், அதுதான்எவ்வளவு இனிமை!

முனிவருடன் தனது மகன்களை அனுப்பிவிட்டு, பயத்துடன் காலம் கழித்துக்கொண்டிருந்த தசரதனுக்கு மிதிலை ராஜ்ஜியத்திலிருந்து ஜனக மகாராஜா அனுப்பிய திருமணச் செய்தி அமுதமாக இனித்தது!

'எனது பிரிய ராமனுக்கு சீதையுடன் திருமணம்! அவன் இனி சீதா ராமன்! ஆஹா! ஆஹா! எத்தனை நிறைவான நிகழ்வு!

செய்தியைக் கொண்டுவந்த தூதர்களுக்கு, பொன்னும் பொருளும் பரிசளித்து அனுப்பிவைத்தான் தசரதன்.

அயோத்தியில் அதற்குமேல் இருப்பு கொள்ளவில்லை தசரதனுக்கு! உடனே ராமனைக் காண நெஞ்சு துடித்தது.

தனது மனைவிகள், அமைச்சர்கள், மற்ற முக்கியஸ்தர்கள் பரிவாரங் களுடன், சகலவிதமான செல்வங்களுடனும் சந்தோஷக் கொண்டாட் டத்தோடும் மிதிலாபுரிக்குப் பயணமானான்.

பிரும்மாண்டமான வரவேற்பு ஏற்பாடுகளுடன் மிதிலையின் எல்லை யிலேயே தசரதனை அன்போடு எதிர்கொண்டு வரவேற்றார் ஜனகர்.

தசரதன் வருமுன்பாகவே, ஜனகர் செய்த யாகம் சிறப்பாக நடந்து முடிந்துவிட்டது. அடுத்தபடியாக, திருமணத்துக்கு நாள் குறிக்கப் பட்டது.

ராமன் திருமணத்தின்போதே லட்சுமணன், பரதன், சத்ருக்கனன் மூவருக்கும்கூட கல்யாணம் செய்துவிட பெரியோர்கள் உத்தேசித் தனர். அவர்களுக்கும் ஜனகருடைய ராஜ குடும்பங்களிலிருந்தே மூன்று அரசகுமாரிகள் நிச்சயிக்கப்பட்டார்கள்.

தேவலோகத்து தெய்வீகத் திருமணம்போல சகோதரர்கள் நால்வ ருடைய திருமணமும் மிகுந்த கோலாகலமாக சீரும் சிறப்புமாக நடந்து முடிந்தது.

விசுவாமித்திரர் தசரதனிடம் வந்தார்.

‘அயோத்தி மன்னரே! இரு புதல்வர்களையும் பத்திரமாகத் தங்களிடம் திரும்பக் கொண்டுவந்து ஒப்படைப்பதாக வாக்களித்திருந்தேன். அதன்படியே செய்துவிட்டேன். மிக்க நன்றி. நீவிர் அனைவரும் வாழ்க! நான் புறப்படுகிறேன்!’

மணமக்கள் அனைவரையும் ஆசீர்வதித்தார். ஜனகரிடமும் விடை பெற்றுக்கொண்டு இமயமலை நோக்கிப் பயணமானார்.

தசரதனும் ஜனகரிடம் விடைபெற்றுக்கொண்டு, தனது மகன்கள், மருமகள்கள், மனைவிகள் சகிதம் மற்ற பரிவாரங்கள் தொடர அயோத் திக்குப் புறப்பட்டான்.

கலகலப்பாக நடந்த பயணத்தின் வழியில், அங்கங்கே சில கெட்ட சகுனங்கள் தென்பட்டன!

தசரதன் பயந்தான். ‘என்ன விபரீதத்துக்காக இந்தத் துர்ச்சகுனங்களோ தெரியவில்லையே!’ என்று குழம்பினான்.

சீதையை மணப்பதற்காக ருத்ர வில்லை முறிக்கும் கம்பீரத் தருணம்.

அவன் இப்படி நினைத்தபோதே, அந்த இடத்தில் பயங்கரமாகப் புயல்காற்று வீசியது. மரங்கள் முறிந்து வீழ்ந்தன. நிலம் அதிர்ந்தது. புழுதி கிளம்பியது!

எல்லோரும் திகிலடைந்து நின்றபோது, அதற்குக் காரணமானவர் அயோத்தி அரசபரிவாரத்தின் முன் வந்து நின்றார்!

அவர்... அரசகுலத்தவர்களுக்கே எமனாகத் தோன்றிய பரசுராமர்!

ரிஷிகளுக்கே உரிய காவியுடையும், தலையில் கொண்டையாகச் சடைமுடியும், தோளில் வில்லும் கையில் கோடரியும் ஏந்தியவராகத் தோற்றமளித்தார் பரசுராமர்.

பரசுராமருடைய தந்தை ஜமதக்னி முனிவரை, கார்த்தவீர்யார்ச்சுனன் என்கிற மன்னன் கொன்றுவிட்டான்.

அதனால் கோபம் கொண்ட பரசுராமர், சத்திரிய குலத்தையே இருபத்தொரு தலைமுறை வரையிலும் அழிப்பேன் என்று சபதமிட்டார்! அதன்படியே செய்துமுடித்தார்.

'பரசுராமர் எங்கே சென்றாலும் புயற்காற்றும் பூகம்பமும் அவருக்கு முன் செல்லும் என்பார்கள். அது உண்மைதான்! ஆனால், இவர் கோபம் தணிந்துவிட்டதாகத்தானே சொன்னார்கள்! பிறகு எதற்கு இங்கு வந்திருக்கிறார்? மறுபடியும் தனது கோரச்செயலைத் தொடங்கி விட்டாரா?'

தசரதனும், அவன் பரிவாரங்களும் கலக்கத்துடன் தங்களுக்குள் பேசிக்கொண்டார்கள்.

பரசுராமர், ராமனிடம் வந்து நின்றார்.

'தசரதன் மைந்தனே! மிதிலையில் நீ நடத்திய வீரச்செயலைப் பற்றிக் கேள்விப்பட்டேன். சிவபெருமானது வில்லை நீ வளைத்து ஒடித்தது கேட்டு ஆச்சரியப்பட்டேன்! இது எப்படி நடந்தது என்பதைக் காணத் தான் உன்முன் வந்திருக்கிறேன். இதோ என்னிடமிருக்கும் இந்த வில், நீ முறித்த ருத்ர வில்லுக்குச் சமமானது. எனது தந்தை ஜமதக்னி வைத் திருந்த விஷ்ணு தனுசு இது! இதை நாணேற்றி உனது வலிமையை நிரூபித்துக் காட்டு. என்னோடு போர் செய்! இல்லாவிட்டால் உங்கள் அத்தனை பேரையும் ஒழித்துவிடுவேன்!' என்று கர்ஜித்தார்.

இதைக் கேட்டு திகிலடைந்து போனான் தசரதன்.

மிதிலாபுரி மருமகன் புன்னகை புரிந்தான்.

'பரசுராமரே! தந்தை கொல்லப்பட்ட கோபத்தால் சத்திரியர்களைப் பழி தீர்த்தீர்கள். அதை நான் குறை கூறவில்லை. ஆனால், மற்றவர்களைப் போல என்னை நீங்கள் அடக்க முடியாது. இளைஞர்களாகிய நாங்கள் உங்களைப் போன்ற பெரியவர்களிடத்தில்தான் பொறுமை, சாந்தம் போன்ற நற்குணங்களைக் கற்றுக்கொள்ள வேண்டும். ஆனால், தாங்களே பொறுமையிழந்து கோபம் கொண்டவராகக் காணப்படுகிறீர்கள்! இப்படியானால், வாலிபர்கள் நல்லொழுக்கத்தை யாரிடம் நாடுவது?

சத்திரிய குலத்தவன் என்பதாலேயே, நான் சிவ தனுசை முறித்ததற்குக் கோபம் கொள்கிறீர்கள். குலம் என்பதை யாரும் அவராக வேண்டிப் பெற்றுப் பிறப்பதில்லை. அது கடவுளின் செயல். பெரியோர்கள், குலத்தால் யாரையும் மதிப்பிடமாட்டார்கள். குணத்தாலேயே மதிப்பார்கள் என்பதை நீங்கள் மறந்துவிட்டீர்கள். சரி, கொடுங்கள் அந்த வில்லை!' என்று பரசுராமரிடமிருந்து விஷ்ணு தனுசைப் பெற்றுக் கொண்டான் ராமன்.

ராமன் கூறிய கருத்துகளால் பரசுராமர் தனது தவறை உணர்ந்தவர் போல அமைதி காத்தார்.

ராமன், விஷ்ணு தனுசை வளைத்து நாணேற்றி அம்பு தொடுத்தான். பரசுராமரிடம் திரும்பினான்.

'பரசுராமரே! இதோ நீங்கள் கொடுத்த வில்லில் அம்பைப் பூட்டி விட்டேன்! தொடுத்த அம்பு வீணாகாதே! இதற்கு இலக்கு என்ன, சொல்லுங்கள்!' என்று கேட்டான்.

ராமன் விஷ்ணு தனுசில் அம்பைப் பூட்டியதுமே, பரசுராமரின் அவதார சக்தி காணாமல் போனது!

'ராமா! உன் மகிமையைக் கண்ணெதிரில் அறிந்து கொண்டேன். அவதார புருஷன் நீ! எனது அகங்காரத்துக்குச் சரியான முறையில் புத்தி புகட்டினாய்! அம்புக்கு இலக்கு கேட்ட புருஷோத்தமனே! இதோ என்னுடைய தவத்தின் பலன் முழுவதுமே அதற்கு இரையாகட்டும்!'

பரசுராமர் அதுநாள்வரை பெற்ற தவத்தின் பயன் முழுவதையும் தந்துவிட்டு, ராமனை வணங்கி விடைபெற்றுக் கொண்டார்.

மலையாகக் குறுக்கிட்ட துன்பம் பனியாக விலகியதில், தசரதன் நிம்மதி யடைந்தான். மணமக்களை அழைத்துக் கொண்டு பயணத்தைத் தொடர்ந்தான்.

தசரதனின் திடீர் முடிவு!

13

தசரதனுக்கு ஆச்சரியமாயிருந்தது!

இப்போதுதான் மிதிலையில் திருமணம் முடிந்து மகன்களை அழைத்து வந்ததுபோல் இருந்தது. அதற்குள் பன்னிரண்டு ஆண்டுகள் ஓடிப் போயிருந்தன.

ஒருநாள், தசரதன் கண்ணாடியில் தன்னைப் பார்த்துக் கொண்டபோது தலைமுடியில் நரை முடியைக் கண்டான். அவனது உதடுகளில் மெல்லிய புன்முறுவல் தோன்றியது. 'தசரத னுக்கு வயதாகிவிட்டது!' என்று நினைத்துக் கொண்டான்.

இம்மாதிரியான நினைப்பு தோன்றியதுமே, 'அடுத்து, ராமனுக்கு முடிசூட்டிவிட வேண் டியதுதான்!' என்கிற எண்ணம் தானாகவே அவன் மனத்தில் உதயமானது.

இந்த முடிவை அறிவித்தால், அயோத்தி மக்கள் சந்தோஷத்தில் துள்ளிக்குதிப்பார்கள் என்றும் நினைத்துக்கொண்டான்.

மக்களது விருப்பத்தை விரைவிலேயே பூர்த்தி செய்ய வேண்டியது தன்னுடைய கடமை என்று எண்ணிக்கொண்டான் தசரதன்.

தீர்மானத்தைத் தள்ளிப்போடாமல், மறுநாளே அரசவையில் அதை அறிவிக்கவும் செய்தான்.

'எனது முன்னோர்களைப் போலவே, நானும் நாட்டு மக்களை எனது குழந்தைகளாக பாவித்தே ஆட்சி செய்துவருகிறேன். இப்போது எனக்கு வயதாகிவிட்டதால், உடல் தளர்ந்து விட்டது. எனவே, எனது மூத்த மகன் ராமனை யுவராஜாவாக அமரவைத்துவிட்டு ஓய்வுபெற விரும்புகிறேன். சபையில் உள்ள சிற்றரசர்களும் மக்களும் மற்றப் பெரியோர்களும் இதை அனுமதிப்பார்கள் என்று நம்புகிறேன்!'

தசரதன் சொல்லிமுடித்ததுமே சபையில் மகிழ்ச்சி ஆரவாரம் எழுந்தது!

'ஆமாம். அப்படியே செய்யுங்கள்!'

'நாங்கள் உங்கள் முடிவை வரவேற்கிறோம்!'

'தாமதம் வேண்டாம்! உடனே, ராமனுக்குப் பட்டாபிஷேகம் நடக்கட்டும்!'

இப்படியாக ஆளுக்கு ஆள் உற்சாகமாக ஆமோதிக்க, தசரதன் மிகுந்த திருப்தியடைந்தான்.

வசிஷ்டர் முதலான பெரியவர்களிடம், 'இந்த வசந்த காலத்திலேயே ராமனுக்குப் பட்டாபிஷேகம் நடத்திவிடலாம் என்று கருதுகிறேன். நாள் பார்த்து, முகூர்த்தம் பார்த்துத் தெரிவியுங்கள். மங்கல நிகழ்ச்சியைத் தள்ளிப்போடாமல் சீக்கிரமே நிறைவேற்றிவிடலாம்!' என்றான்.

அரச சபையிலிருந்து அரண்மனைக்குத் திரும்பிய தசரதன், மந்திரி சுமந்திரனை அனுப்பி, ராமச்சந்திரனை அழைத்துவரச் சொன்னான்.

ராமன் எந்த விஷயமும் தெரியாதவனாக தந்தையின்முன் வந்து நின்றான்.

தசரதன் எழுந்துசென்று மகனைக் கட்டியணைத்து, பக்கத்தில் அமர வைத்துக்கொண்டான்.

'ராமா! எனக்கு வயதாகிவிட்டது. ஓய்வெடுக்க முடிவு செய்து விட்டேன். நாளையே உனக்கு யுவராஜ்ஜிய பட்டாபிஷேகம்! இதைச் சொல்வதற்குத்தான் கூப்பிட்டு அனுப்பினேன்!' என்றான்.

ராமன், தந்தையின் பேச்சைக் கேட்டு ஆச்சரியமடைந்தான்.

'தந்தையே! தங்கள் விருப்பத்தைப் பூர்த்திசெய்ய நான் கடமைப் பட்டுள்ளேன். இதில் சிறிதும் மாற்றமில்லை. ஆனால், அதற்கு இப்போதென்ன அவசரம்? தம்பி பரதனும் சத்ருக்கனனும் வேறு ஊரிலில்லையே! கேகய நாட்டில் அவர்கள் மாமன் வீட்டில் அல்லவா இருக்கிறார்கள்?' என்று கேட்டான்.

‘ராமா! எனக்கு வேறு வழியில்லை! நேற்றிரவு கெட்ட சொப்பனங்கள் கண்டேன். ஜாதகத்தின்படி இப்போது எனக்கு மரண கண்டம் இருப்ப தாகவும், ஏதாவது பெரிய சோகத்தை நான் அனுபவிக்க வேண்டி யிருக்கும் என்றும், வருங்காலம் அறிந்தவர்கள் சொல்கிறார்கள். எனவே, எனது விருப்பத்தைத் தள்ளிப்போட விரும்பவில்லை. கேகய தேசம் வெகு தூரத்திலுள்ளது. ஆளனுப்பி பரதனையும், சத்ருக்கனனை யும் வரவழைக்க அவகாசமில்லை. நாளைய தினம் புஷ்ய நட்சத்திரம் உதயமாகும் நல்ல நாள் என, வசிஷ்டர் முதலான ரிஷிகள் முகூர்த்தம் குறித்துத் தந்திருக்கிறார்கள். எனவே, நீயும் சீதையும் பட்டாபிஷேகத் துக்காக விரதமிருங்கள். உபவாசமிருந்து, தரையில் படுத்துத் தூங்கி நியமப்படி நடந்து கொள்ளுங்கள்!’ என்று அவசரம் காட்டினான்.

தந்தையின் எந்தச் சொல்லுக்கும் மறுப்புச் சொல்லி அறியாத ராமன், அதற்குமேல் ஏதும் பேச முயலவில்லை.

‘ஆகட்டும் தந்தையே! தங்கள் ஆணைப்படியே நடந்து கொள்கிறேன்!’ எனச் சொல்லி விடைபெற்றான். இந்தச் செய்தியை தனது தாய் கௌசல்யையிடம் தெரிவிக்க அந்தப்புரம் விரைந்தான்.

கௌசல்யாவுக்கு அதற்குள்ளாகவே பட்டாபிஷேகச் செய்தி சென்று சேர்ந்திருந்தது. அவளுடன் சீதையும் சுமத்திராவும் லட்சுமணனும் உடனிருந்தனர்.

கௌசல்யா ஆனந்தக்கண்ணீருடன் ராமனை ஆசீர்வதித்து வாழ்த்தி னாள். அடுத்து சுமத்திரையின் பாதங்களில் பணிந்து ஆசிபெற்றான் ராமன்.

லட்சுமணன் முகத்தில் சந்தோஷம் ததும்பிநிற்க, ராமன் அவனைப் பாசத்துடன் கட்டியணைத்துக்கொண்டான்.

‘லட்சுமணா! எனது உயிராக வெளியில் நடமாடுபவன் நீ! எனக்கு அளிக்கப்படும் இந்த ராஜ்ஜியம் உனக்கும் ஆனதுதான்!’ என்றான்.

‘அண்ணா! உங்களுடைய பணியாளனாக எப்போதும் உடனிருக்க அனுமதித்தால் அதுவே போதும்! அதை எனது பாக்கியமாகக் கருது வேன். அதைவிட எனக்கு மகிழ்ச்சி தரக்கூடியது உலகில் வேறு எதுவு மில்லை!’ என்று தழுதழுத்தான்.

ராம லட்சுமணர்களின் அன்பைக் கண்டு கண்ணீர் கசிந்தாள் சுமித்திரா.

‘ராமா! நீயும் லட்சுமணனும் இன்றுபோலவே என்றும் பிரியமுடன் இணைபிரியாமல் இருங்கள்!’ என்று வாழ்த்தினாள்.

அரண்மனையிலும் அந்தப்புரத்திலும் வெளியே நகரத்திலும் எல்லா இடங்களிலும் மகிழ்ச்சி நிரம்பித் ததும்பியது. அங்கங்கே ஆட்டம் பாட்டம் கொண்டாட்டமாக மக்கள் ஆரவாரித்துக்கொண்டிருந்தனர்.

இந்தச் சந்தோஷமான சூழல் விரைவிலேயே சிதைந்து சின்னா பின்னமாகப் போகிறது என்பதை யாரும் அறியவில்லை; எதிர் பார்க்கவும் இல்லை!

கைகேயியின் அந்தப்புரத்தில் பட்டாபிஷேக நிகழ்ச்சியைச் சீர் குலைக்க, விதியின் ஆயுதமாகச் செயல்படத் தொடங்கியிருந்தாள் கூனிக் கிழவி மந்திரை!

கூனியின் கோணல் சதி

14

கைகேயியின் தோழியும் அந்தரங்க வேலைக் காரியுமான மந்திரை, கைகேயியின் அறைக்குள் ஆவேசத்துடன் நுழைந்தாள்.

'மோசம் போய்விட்டாய் கைகேயி! மோசம் போய்விட்டாய்! மிகுந்த நாசம் வந்துவிட்டது. அவ்வளவுதான்! இனி உன்னுடைய வாழ்க்கையில் இன்பம் என்பதே இல்லாமல் போகப் போகிறது!' என்று கதறி ஒப்பாரிவைக்கத் தொடங்கினாள்.

கைகேயிக்கு ஒன்றும் புரியவில்லை!

அவளைச் சிறுவயதிலிருந்தே தூக்கி வளர்த்தவள் என்பதால், மந்திரையின்மீது கைகேயிக்கு மிகுந்த அன்பிருந்தது.

'என்ன மந்திரை? என்னாயிற்று இப்போது! ஏனிந்தப் புலம்பல்? எதனால் இந்தத் துக்கம்?' என்றாள்.

'மிகப்பெரிய துக்கம் வந்துவிட்டது கைகேயி! உனது சக்களத்தி கௌசல்யாவின் மகன் ராமன், யுவராஜனாகப் போகிறானாம்! உனது கணவர், பட்டாபிஷேகத்துக்கு நாள்கூட குறித்து விட்டார். உனக்குத் தெரியாமலேயே அரண்மனையில் இப்படியொரு சதி நடந்திருக்கிறது! அதுவும் நாளையே பட்டாபிஷேகம்! இதற்காகத் தான் உனது மகன் பரதனை, கேகய நாட்டுக்குத்

60 ராமாயணம்

திட்டமிட்டு அனுப்பி விட்டிருக்கிறார்கள் சதிகாரர்கள்!' பற்களை நறநறத்தபடி சொன்னாள் மந்திரை.

கைகேயினுடைய காதில் 'ராமன் யுவராஜனாகப் போகிறான்!' என்பது மட்டுமே விழுந்து, அவள் உள்ளத்தில் புகுந்து மகிழ்ச்சியை உண்டாக்கியது.

'ஆஹா, மந்திரா! என் மகன் ராமனுக்குப் பட்டாபிஷேகமா? நல்ல செய்தி சொன்னாய்! இதயத்தில் அமுதத்தையே ஊற்றினாய்! எனக்கு இதைவிட வேறென்ன சந்தோஷம் இருக்கிறது? இந்தா இதைப் பரிசாகப் பெற்றுக்கொள். இது தவிர இன்னும் என்ன வேண்டுமோ கேள், தருகிறேன்!' என்றபடி தனது கழுத்துமாலையைக் கழற்றிக்கொடுத்தாள்.

கைகேயி மிகவும் நல்லவள். வெள்ளை உள்ளம் கொண்டவள். மகா வெகுளி! பெற்ற தாய் போலவே தன்னிடமும் மிகுந்த பாசம் கொண்டிருக்கும் ராமன்மேல் அவளுக்கும் மிகுந்த பிரியம் உண்டு. எப்போதுமே ராமன் வேறு, பரதன் வேறு என்று அவள் பிரித்துப் பார்த்ததில்லை.

ஆகவே, தாய்மையின் அன்போடு ராமனின் பட்டாபிஷேகச் செய்தி கேட்டு மகிழ்ந்துபோனாள்.

மந்திரை, ஏதோ வீண் பயத்தால் பேசுகிறாளென்று அவளைச் சந்தோஷப்படுத்தவே தனது மாலையைக் கழற்றித் தந்தாள்.

மந்திரை ஆத்திரமடைந்தாள். கைகேயி தந்த மாலையை வாங்கித் தூக்கியெறிந்தாள்.கைகேயி எத்தனைதான் நல்லவள் என்றபோதும், அவள் வெகுளி என்கிற குணத்தினாலேயே அவளை வீழ்த்திவிடலாம் என்று கணக்குப் போட்டாள்!

அதன்படியே லாகவமான வார்த்தைகளைத் தேர்ந்தெடுத்து நிதானமாகக் கூர்தீட்டி வீசினாள்.

'இத்தனை அப்பாவியாக இருக்கிறாயே கைகேயி! சக்களத்தி மகன் நாடாளப்போவதில் உனக்கென்ன அத்தனை சந்தோஷம்? ராமன் முடிசூட்டிக்கொண்டால், உனது மகன் பரதனுக்குத்தான் ஆபத்து என்பதை ஏன் புரிந்துகொள்ளாமல் இருக்கிறாய்? அதுவும் தவிர, அயோத்தி அரசருக்கு நீதான் பிரியமானவள் என்பதால் எப்போதுமே கௌசல்யாவுக்கு உன்மீது கோபம் உண்டு. அவளது மகன் அரசனாகி அதிகாரத்துக்கு வந்துவிட்டால் முதலில் உன்னைப் பழிவாங்கத்தான்

நினைப்பாள். பிறகு நீ அவளுக்கு வேலைக்காரியாகத்தான் அரண்மனையில் வாழவேண்டியிருக்கும். இம்மாதிரி ஒரு நிலை உனக்கு ஏற்பட்டால் என்னால் அதைச் சகித்துக்கொள்ள முடியாது. உயிரையே விட்டுவிடுவேன்!'

துக்கத்தினால் விசும்புவதுபோல நடித்தாள் மந்திரை.

கைகேயிக்கு மந்திரையின் துக்கம் வேடிக்கையாகத்தான் இருந்தது. சாந்த மூர்த்தியும் தர்மவானுமாகிய ராமனைப் பற்றி அறியாமல் பேசுகிறாளே என்று மந்திரையின்மேல் பரிதாபம்தான் உண்டாகியது!

'அப்பாவியாகப் பேசுகிறாய் மந்திரா! சத்தியமும் நேர்மையும் ஒழுக்கமும் வடிவாகக் கொண்டவன் ராமன். அவனது தாய்க்கும் மேலாக என்னை நேசிப்பவன். தம்பிகள் ஒவ்வொருவரையுமே தனது உயிராகக் கருதுபவன். அத்துடன் எல்லோருக்கும் மூத்தவன். அவன் அரியணையில் அமருவது நியாயம்தானே! இதில் மகிழ்ச்சியடைவதைத் தவிர பயப்படுவதற்கு என்ன இருக்கிறது? இதனால் பரதனுக்கு ஆபத்து என்ன?'

'அடடா! எத்தனை சொன்னாலும் உனக்குப் புரியவில்லையே! உண்மையில் நீதான் அப்பாவி. தெளிவாகச் சொல்கிறேன், காது கொடுத்துக் கேள்! பரதனுக்கு ஆபத்து என்று நான் சொல்வதற்குக் காரணம் இருக்கிறது. ஞாபகப்படுத்திப் பார்! அயோத்தி அரசர் புத்திரபாக்கியம் அடையாத காலத்தில், மூன்றாவதாக உன்னை மணந்துகொள்ள வந்தபோது உனது தந்தை கேகய அரசர் என்ன வாக்குறுதி கேட்டார், நினைவிருக்கிறதா? உனக்குப் பிறக்கும் மகனே அயோத்தியை ஆளவேண்டும் என்று கேட்டார். அப்போது தசரத சக்ரவர்த்தியும் அதற்கு ஒப்புக்கொண்டுதானே உன்னை மணந்து கொண்டார்?'

'ஆமாம்! அப்போது இருந்த நிலை வேறு. அந்தச் சமயத்தில் கௌசல்யாவுக்கும் சுமித்திராவுக்கும்கூட குழந்தைகள் இல்லை. சக்ரவர்த்தி எனக்குப் பிறகும் வேறு யாரையாவது மணந்து கொண்டு அந்தப் பெண்ணின் பிள்ளைக்கு அரசுரிமை சென்றுவிட்டால் என்னாவது என்றுதான் தந்தை அப்படியொரு நிபந்தனை விதித்தார். ஆனால், இப்போது அப்படியில்லையே! நியாயப்படி மூத்தவனான ராமன்தானே அரசைப் பெறுகிறான். மக்களிடமும், மந்திரிகளிடமும், மற்ற சிற்றரசர்களிடமும் தனது நற்குணங்களால் அன்பைச் சம்பாதித்து வைத்திருப்பவன் அவன். யுவராஜனாகும் சகல தகுதிகளும் ராமனுக்குத்தான் இருக்கிறது. அத்துடன் பரதனுக்கும் ராஜ்ஜியம்

ஆளும் ஆசை இருப்பதாக நான் எண்ணவில்லை. எனக்கும் அப்படி ஓர் எண்ணமும் இல்லை!'

'ஆமாம்! கள்ளம் கபடமில்லாதவள் நீ! ஒப்புக்கொள்கிறேன். உனது எண்ணம் எனக்குத் தெரியும்! ஆனால், ராமன் என்ன நினைப்பான்? என்றைக்கு இருந்தாலும் உனது தந்தை, கேகய அரசனின் துணை கொண்டு, பரதன் ஆட்சிக்கு வந்து விடுவான் என்றுதானே பயப்படுவான்? பயத்தினால்தானே அரசர்கள் விரோதிகளைக் கொல்கிறார்கள்? அதுபோலவே ராமன் அரசன் ஆனால், நிச்சயம் பரதனை விட்டு வைக்கமாட்டான். அவனது உயிருக்கு ஆபத்து உண்டாகியே தீரும்! உனது வயிற்றில் பிறந்த பாவத்தினால் சுகப் படாத ஜென்மம் ஆகிவிட்டான் பரதன், பாவம்!' - பெருமூச்சு விட்டாள் மந்திரை.

ஓரக்கண்ணால் கைகேயியைப் பார்த்தாள். கைகேயியின் முகத்தில் திகில் படர்ந்திருந்தது. கண்கள் கலங்கத் தொடங்கின.

மந்திரைக்குத் திருப்தியும் சந்தோஷமும் நிலவியது. மேலும் தூபம் போடத் தொடங்கினாள்.

'அரண்மனையில் உனக்குத் தெரியாமல் எல்லோரும் ஒன்று சேர்ந்து பெரிய சதித்திட்டமே போட்டிருக்கிறார்கள் கைகேயி! நீயே நிதான மாக யோசித்துப் பார்! உனது கணவனுக்கு எந்தக் கல்மிஷமும் இல்லை என்றால், பட்டாபிஷேக விஷயத்தை ஏன் இன்னும் உன் னிடம் வந்து தெரிவிக்கவில்லை? அது மட்டுமா! எதற்காகத் திடீ ரென்று இந்த அவசர ஏற்பாடு? உனது மகன் பரதன் ஊரிலில்லாத போது, திட்டமிட்டே யாருக்கும் அழைப்பில்லாமல் எந்தச் சிற்றரசர் களுக்கும் தெரிவிக்காமல் இதை நடத்துகிறார்கள் என்றால், என்ன காரணம்? கேகய நாட்டுக்கு விஷயம் தெரியக் கூடாது என்பதுதானே? உன்னையும் பரதனையும் வஞ்சிக்கத்தானே இத்தனை சூழ்ச்சி? சிந்தித்துப் பார் கைகேயி!'

ஊசியாகப் பாய்ந்த விஷமுள் உடலின் முழு ரத்தத்தையும் கெடுப்பது போல, கூர் தீட்டிய வார்த்தைகள் கைகேயியின் உள்ளத்தை விஷமாக்கியது! எடுத்த காரியத்தில் கூனிக்கே வெற்றி என்பது, கைகேயியின் வார்த்தைகளாக வெளிப்பட்டது.

'பயமாயிருக்கிறது மந்திரை! யோசித்துப் பார்த்தால், நீ சொல்வதிலும் உண்மை இருக்கத்தான் செய்கிறது. ராமன் அரசனானால், அவனது தாய் கௌசல்யாவுக்கு நான் வேலைக்காரியாக இருக்க நேரிடும் என்பது உண்மைதான். அதைவிட முக்கியமாக எனது செல்வ மகன்

பரதனின் உயிரைக் காப்பாற்றவாவது நான் ஏதாவது செய்தே தீரவேண்டும். ஐயோ! நாளை விடிந்தால் ராமனுக்குப் பட்டாபிஷேகம். எப்படியாவது அதைத் தடுத்து நிறுத்தி விடவேண்டும். மந்திரை, நீ சாமர்த்தியசாலியல்லவா? இதற்கு ஏதாவது ஒரு வழி சொல்!'

அவ்வளவுதான்! முடிந்துவிட்டது!

தீயவர்களின் சேர்க்கை எவ்வளவு நல்லவர்களையும் மாற்றிவிடும் என்பதற்கு சரியான உதாரணமானாள் கைகேயி!

'பட்டாபிஷேகத்தை நிறுத்தவேண்டும், அவ்வளவுதானே! சரி, நான் யோசனை சொல்கிறேன். ஆனால், நீ கொஞ்சமும் தயங்காமல் அதைச் செய்துமுடிக்க வேண்டும். நான் சொல்லி முடித்தபின்பு பின்வாங்கக் கூடாது. சரியா?' - உறுதியாகக் கேட்டாள் மந்திரை.

'ஆம், மந்திரா! நீ எதைச் சொன்னாலும் கேட்கிறேன். எப்படியாவது ராமனுடைய பட்டாபிஷேகத்தை நிறுத்த வேண்டும்; பரதனுக்கு முடிசூட்ட வேண்டும். அதுதான் எனது குறிக்கோள்! அதற்கு உன் யோசனை என்ன?'

'கைகேயி! முன்பொரு சமயம் உன் கணவர், தேவலோகத்து அதிபதியான இந்திரனுக்கு உதவியாக சமந்திரன் என்பவனோடு போர் செய்யச் சென்றார். நினைவிருக்கிறதா?'

'ஆமாம்! மறக்கமுடியுமா அதை? அப்போது நானும்தானே இருந்தேன்!'

'அதேதான்! அந்தப் போரில் தசரத மகாராஜா உடலெல்லாம் காயம்பட்டு மயங்கி விழுந்தார். அப்போது நீதான் சாமர்த்தியமாக உன் கணவரின் தேரை யுத்தகளத்திலிருந்து வெளியே கொண்டுவந்து, அவருடைய உடலில் பாய்ந்திருந்த அம்புகளையெல்லாம் பிடுங்கி, மரணமயக்கமாகக் கிடந்தவருக்கு சிகிச்சை தந்து உயிரைக் காப்பாற்றினாய். இல்லையா?'

'ஆமாம்!'

'அப்போது உன் கணவர் என்ன சொன்னார்? 'என்னைக் காப்பாற்றியதற்குப் பிரதிபலனாக உனக்கு இரண்டு வரங்களைத் தருகிறேன். என்ன வேண்டுமோ கேள்! எதைக் கேட்டாலும் தருவேன்' என்றார், இல்லையா?'

'ஆமாம்! அவர் சந்தோஷத்தின் மிகுதியால் அதைச் சொன்னார். நானும் கூட 'சரி. எனக்கு வேண்டும்போது கேட்கிறேன், இப்போது

வேண்டாம்!' என்றேன். அவரும் ஒப்புக்கொண்டார். இந்த நிகழ்ச்சியை நான்தானே உனக்குச் சொன்னேன். இப்போது அதற்கென்ன?'

'அதற்கென்னவா! நீயே மறந்து போய்விட்ட அந்த நிகழ்ச்சியை நினைப்பூட்டுகிறேன் என்றால், காரணமில்லாமலா இருக்கும்? கைகேயி! நிச்சயம் நீ அதிர்ஷ்டக்காரிதான். உனது கணவர் வாக்களித்த அந்த இரண்டு வரங்கள்தான் உனக்கு இப்போது கைகொடுக்கப் போகின்றன! உனது ஆசையை நிறைவேற்றப்போகின்றன. காரியத்தை சாதிக்கப் போகின்றன!'

மந்திரை உற்சாகமாகச் சிரித்தாள்.

'எனக்குப் புரியவில்லை மந்திரை. விவரமாகச் சொல்!' - கேட்டாள் கைகேயி.

'முன்பு உன் கணவர் அளித்த இரண்டு வரங்களை இப்போது கேள்! ராமனுடைய பட்டாபிஷேகத்தை நிறுத்தி, பரதனுக்குப் பட்டம் சூட்டவேண்டும் என்பது முதல் வரம்! இரண்டாவது வரத்தின்படி, ராமனை பதினான்கு வருடம் காட்டுக்கு அனுப்பவேண்டும் என்று சொல்!' - நா கூசாமல் சொன்னாள் மந்திரை.

மனம் நடுநடுங்கிப் போனாள் கைகேயி!

'என்ன? ராமனைப் பதினான்கு வருடம் காட்டுக்குப் போகச் சொல்வதா? இது என்ன காரியம் மந்திரை? மிகப் பாவம் அல்லவா அது? பரதனுக்குப் பட்டாபிஷேகம் செய்வித்தால் மட்டும் போதாதா? இரண்டாவது கொடிய காரியம் எதற்காக?' பதற்றத்துடன் கேட்டாள்.

'போடி பைத்தியக்காரி! ராமனைக் காட்டுக்கு அனுப்பினால்தான் மக்கள் அவன்மீது கொண்டுள்ள பாசமும் நேசமும் நாளடைவில் மறைந்துபோகும். இதுதவிர, ஒருவர் தானடைந்த சொத்தையோ பதவியையோ பன்னிரண்டு வருடகாலம் அனுபவித்துவிட்டால், பிறகு வம்சாவளியாக அது அவருக்கே சொந்தமாகிவிடும். இதனால் பரதனுக்குப் பின்னாலும், அவனது வாரிசுகளுக்கே அரசாட்சி தொடர்ந்து கிடைக்கும்.

ஆகவே, தயங்காதே கைகேயி. போ! போய் காரியத்தை சாதித்துக் கொள்! உன் கணவன்மீது கொஞ்சமும் கருணை காட்டாதே. அவன் வேறு எதைத் தருவதாகச் சொன்னாலும் ஏற்றுக்கொள்ளாதே! இரண்டு வரங்களை தந்தே தீரவேண்டும் என்று பிடிவாதம் செய்.

சத்தியத்துக்குப் பயந்து அவன் ஒப்புக்கொண்டே தீருவான். அவன் உன்மீது வைத்திருக்கும் காதலுக்கு உயிரையும்கூடத் தருவான். ஜெயித்து வா!'

காரண காரியத்துடன் விளக்கியதும், கைகேயி முகம் மலர்ந்து போனாள்.

'உனது புத்திக்கூர்மையால் என்னைக் காப்பாற்றினாய் மந்திரா! நிச்சயம் இதை நிறைவேற்றியே தீருவேன், பார்!'

எடுத்த காரியம் முடித்த திருப்தியில் கிளம்பினாள் மந்திரை. போகும் போதும், 'கைகேயி! ராமனை வனத்துக்கு அனுப்பவேண்டியது மிக முக்கியம், அதை மறக்காதே!' என்று சொல்லிவிட்டே சென்றாள்.

அடுத்ததாக ஆரம்பமானது கைகேயியின் நாடகம்!

வெகு சாதாரண உடையை உடுத்திக்கொண்டாள். அணிந்திருந்த ஆபரணங்களை அறை முழுக்க வீசி எறிந்தாள். பஞ்சணையில் படுக்காமல் தரையில் போய் குப்புறப் படுத்துக் கொண்டாள்.

தசரதன் வரக் காத்திருந்தாள்!

15

கைகேயி போட்ட கட்டளை!

சித்திரைத் தென்றலும், நிலவின் ஒளியும் உப்பரிகையில் தவழ்ந்தன. தசரதனின் மனம் கைகேயியைக் காண விரும்பியது. இந்த ரம்மியமான சூழலில் சந்தோஷமான விஷயத்தை அவளிடம் சொன்னால், அவள் பரவசப் படுவாள் என்று நினைத்தான்.

கைகேயியின் அறைக்கு வந்தவன் திகைத்துப் போனான். அறை முழுக்கக் களேபரக் கோலம்!

'ஏன் இப்படி, ஆபரணங்கள் மூலைக்கொன்றாக சிதறிக் கிடக்கின்றன? இதென்ன அலங்கோலம்! தினமும் ஓடிவந்து வரவேற்கும் கைகேயி, ஏன் இப்படி பஞ்சணையில் படுக்காமல் நைந்து போன துணியாகத் தரையில் கிடக்கிறாள்?'

'இன்று ஏதோ விபரீதம் நடக்கப்போகிறது!' - தசரதனின் உள்ளுணர்வு சொன்னது.

ராம பட்டாபிஷேக சந்தோஷத்தில் அதைப் புறக்கணித்தவன், மெல்ல கைகேயியை நெருங்கினான். தானும் அவள் பக்கத்திலேயே தரையில் அமர்ந்துகொண்டான்.

'கைகேயி! என் கண்ணே! என்னாயிற்று உனக்கு?' - பரிவுடன் கேட்டவன், அவளது தலையைத் தூக்கித் தன் மடியில் வைத்துக்கொண்டான்.

'ஒரு மகிழ்ச்சியான விஷயத்தைச் சொல்வதற் காக ஓடோடி வந்தேன் கைகேயி! ஆனால்,

தசரதனை வசப்படுத்துவதற்காக நடிக்கும் கைகேயியின் அலங்கோல நாடகம்.

நீயோ ஏதோ வருத்தத்தில் இருக்கிறாய் என்று தோன்றுகிறது. என்ன விஷயம், சொல்! எதனால் இந்த வருத்தம்?' என்று கேட்டான்.

கைகேயி பதில் பேசாமல் கிடந்தாள்.

'யாராவது உன்னை அலட்சியம் செய்தார்களா? அவமதித்தார்களா? யாரென்று சொல். இப்போதே அவர்களைத் தண்டித்து விடுகிறேன். நீ என்ன சொன்னாலும் செய்கிறேன்! எது கேட்டாலும் தருகிறேன் கண்ணே! தயவுசெய்து எழுந்திரு, என்னோடு பேசு!' என்றான்.

கைகேயி இப்படியொரு வார்த்தைக்காகத்தானே காத்திருந்தாள்! உடனே எழுந்து உட்கார்ந்து கொண்டாள்.

'நான் எதைச் சொன்னாலும் செய்வீர்களா? எதைக் கேட்டாலும் தருவீர்களா?' - அஸ்திவாரமிட்டு ஆரம்பித்தாள்.

கைகேயியின் கோபம் தணிந்ததைக் கண்டு மனம் குளிர்ந்து போனான் தசரதன்.

'என்ன இப்படிக் கேட்கிறாய் கைகேயி?! உனக்காக நான் எதையும் செய்வேன் என்பது உனக்குத் தெரியாதா? வேண்டுமானால் ஆணையிடட்டுமா? எனது பிரிய குமாரன் ராமன்மீது ஆணை! நீ எதைக் கேட்கிறாயோ அதை நிச்சயம் செய்வேன், போதுமா?'

மறுபடியும் ஆணை! மீண்டும் வாக்குறுதி!

விதி, இப்போது கைகேயி வடிவில் காயை உருட்டியது மிகவும் சுறுசுறுப்பாக! தசரதன் தப்பிக்கமுடியாமல் வெட்டுப்பட்டான், மிகவும் சரியாக!

கூனிக் கிழவி மந்திரை போட்டுத்தந்த திட்டத்தின்படியே செயல் பட்டாள் கைகேயி. தசரதன் தந்த இரண்டு வரங்களையே அஸ்திர மாக்கினாள். முதல் அஸ்திரம், பரதன் நாடாள வேண்டும். அடுத்த அஸ்திரம், ராமன் பதினான்கு வருடங்கள் வனவாசம் போகவேண்டும்.

இரண்டு வரங்களும் இதயத்தைச் சுக்குநூறாகச் சிதறடிக்க, நிலை குலைந்து போனான் தசரதன். இதைக் கேட்ட அதிர்ச்சியில், இன்னும் தனது உயிர் போகாமலிருக்கிறதே என்று வருத்தப்பட்டான். உடல் நடுநடுங்கியது. வியர்வை சொட்டியது. கண்களில், ஆறாகக் கண்ணீர் பெருகியது. மனம் துடிதுடித்தது. தவித்துப் போனான்.

மன்னன் என்பதெல்லாம் மறந்துபோனது. தசரதன் ஒரு பிச்சைக்கார னாக மாறினான். கைகேயியிடம் கையேந்தினான். அந்த இரண்டு

வரங்களுக்குப் பதிலாக வேறு எதை வேண்டுமானாலும் தருவதாகக் கூறி மண்டியிட்டான். அவள் மனத்தை மாற்றிக் கொள்ளும்படி கெஞ்சினான், கதறினான்.

ஊஹூம்! கைகேயி பரிதாபப்படுவதாக இல்லை. தனது நிலையிலிருந்து அவள் மாறுவதாகவும் இல்லை. இரண்டு வரங்களையும் நிறைவேற்றாவிட்டால் விஷம் குடித்து இறந்து போய்விடுவேன் என்று மிரட்டினாள். 'சத்தியம் செய்து விட்டு வாக்குத் தவறப் பார்க்கிறீர்களே, நீரெல்லாம் உத்தமர்தானா?' என்று தசரதனை நோகடித்தாள்.

தசரதன் அவளுக்கு எத்தனையோ விதத்தில் நல்ல புத்தி சொல்லிப் பார்த்தான். எதுவும் பலனளிக்கவில்லை. வேறுவழியில்லாமல் மனம் வெறுத்துப்போய் கத்தினான்.

'சரி. சதிகாரப் பிசாசான உனது விருப்பப்படி, உனது மகன் பரதனே இந்த நாட்டை ஆண்டுகொள்ளட்டும்! ஆனால் தர்மவான் ராமனை, பதினான்கு வருடம் காட்டுக்கு அனுப்பச் சொல்லும் உனது கொடிய எண்ணத்தையாவது விட்டு ஒழித்து விடு! ஜனகருடைய மகள் சீதையைப் பற்றிச் சிந்தித்துப் பார். பாவம்! சிறு பெண் அவள். கணவன் காட்டுக்குப் போகிறான் என்றால் அவள் கதி என்ன? தயவு செய்து அவளுக்காகவாவது இரக்கம் காட்டு!' என்று வேண்டினான்.

'பரதனுக்கு நாடு; ராமனுக்குக் காடு! இதில் எந்த மாற்றமும் கிடையாது! இதை நிறைவேற்ற மறுத்து நீங்கள் வார்த்தை தவறினால், நான் தற்கொலை செய்துகொள்வது நிச்சயம்!' - இறுதியாகவும் உறுதியாகவும் கருணையே இல்லாமல் கல்நெஞ்சாகக் கூறிமுடித்தாள் கைகேயி.

'பாவி! பாவி! அப்படியே ஆகட்டும்! ராமன் காட்டுக்குப் போவான். நான் உடனே செத்து சுடுகாட்டுக்குப் போவேன். இது சத்தியம்! அதற்குப்பிறகு, கணவனை இழந்து விதவையாக உனது மகனுடன் சந்தோஷமாக ராஜ்ஜியத்தை அனுபவி! சந்தோஷமாக அனுபவி!'

தசரதன் சொல்லி முடித்துவிட்டு குலுங்கிக் குலுங்கி அழத் தொடங்கினான். தாங்கமுடியாத துக்கத்தினால் மூர்ச்சையடையும் நிலைக்குப் போனான்.

உப்பரிகையில் சற்று முன்னர் இரவு நீண்டுகொண்டே போகிறதே என்று வருத்தப்பட்டவன், இப்போது இரவு முடியப்போகிறதே என்று பயப்பட்டான்.

'ஐயோ! விடிந்தால் பட்டாபிஷேகத்தை எதிர்பார்த்து வருபவர்களுக்கு நான் என்ன பதில் சொல்வேன்? அயோத்தி மக்கள் என்னைத் தூற்றுவார்களே! 'மூத்த மகனை வஞ்சித்த பாவி என்று என்னைச் சபிப்பார்களே! கண்ணே! ராமா! தந்தையே உனக்குத் துரோகியாகி விட்டேனடா! நான் செய்த சத்தியம், உனது வாழ்க்கையைப் பலி கேட்கிறதே! என்ன செய்வேன்?'

பைத்தியம் பிடித்தவன் போல புலம்பினான்.

துயரத்தின் உச்சத்தில், பிதற்றலும் முனகலுமாக நினைவிழந்த நிலைக்குப் போனான் தசரதன்.

காரியத்தைத் தள்ளிப்போடாமல் மந்திரி சுமந்திரனை அழைத்தாள் கைகேயி. 'தந்தை அழைப்பதாகச் சொல்லி ராமனைக் கூப்பிடு' என்றாள்.

தசரதன் தன்னுடைய திட்டத்துக்கு ஒப்புக்கொண்டுவிட்டான். ஆனால் அதைச் செயல்படுத்தும் மனோதைரியம் அவனுக்கில்லை. மூர்ச்சை யாகிக் கிடக்கிறான். இனி நடக்க வேண்டியதையெல்லாம், தானே பார்த்துக்கொள்ள வேண்டியதுதான் என்று தீர்மானித்துக்கொண்டாள்.

ராமனின் அரண்மனை. ராமனும் சீதையும் பட்டாபிஷேகத்துக்கான நியமங்களில் இருந்தார்கள்.

அப்போது உள்ளே வந்த சுமந்திரன், 'மன்னரும், அரசி கைகேயியாரும் உடனே தங்களை அழைத்துவரச் சொன்னார்கள்!' என்று ராமனிடம் தெரிவித்தான்.

உடனே புறப்பட்டான் ராமன்.

தந்தையின் படுக்கையறைக்குள் நுழைந்தவன் திடுக்கிட்டுப் போனான்! சில நாழிகைகளுக்கு முன்பு தன்னையழைத்து உற்சாக மாகப் பேசியவருக்கு இதற்குள் என்ன ஆயிற்று? நோயாளியைப் போல ஏன் இப்படித் துவண்டுபோய் கிடக்கிறார்? தந்தையருகே சென்று பாதங்களைத் தொட்டு வணங்கினான். கைகேயியின் கால்களில் மண்டியிட்டு நமஸ்கரித்தான்.

ராமன் வந்ததை உணர்ந்த தசரதன், தலையை உயர்த்தினான். 'ராமா!' என்ற ஒற்றை வார்த்தையோடு நிறுத்தினான். அதற்கு மேல் பேசமுடியாமல் துயரத்தில் ஆழ்ந்தான்.

'அம்மா! தந்தைக்கு என்ன ஆயிற்று? நான் ஏதாவது தவறிழைத்து விட்டேனா? அல்லது அவருக்கு உடல்நலம் சரியில்லையா? தயவுசெய்து சொல்லுங்கள்!' என்று கைகேயியிடம் கேட்டான்.

கைகேயி, இரும்பு போன்ற மனமுடையவளாக மாறிப் போயிருந்ததால், தனது காரியமே கண்ணாக, சிறிதும் கூச்சமில்லாமல் பேசத் தொடங்கினாள்.

'ராமா! உன் தந்தைக்கு உடல்நலத்தில் எந்தக் கோளாறும் இல்லை. உள்ளத்தில்தான் கோளாறு! முன்பொரு சமயம் அவர் எனக்கு இரண்டு வரங்களைத் தந்தார். இப்போது அந்த வரங்களையும், கொடுத்த வாக்குறுதியையும் எப்படிப் பொய்யாக்கலாம் என்று யோசிக்கிறார். அந்தச் சத்தியத்தில் உனது நலன் கலந்திருப்பதால், உன்னிடம் அதைப் பற்றிச் சொல்லத் தயங்குகிறார். சத்தியத்தை மீறுவதுதான் அரச தர்மமா? சொல், ராமா!' என்றாள்.

'அம்மா! நீங்கள் சொல்வதொன்றும் எனக்கு விளங்கவில்லை. மன்னனாலும் சரி, சாதாரண மக்களானாலும் சரி. யாராக இருந்தாலும், சத்தியத்தையும் கொடுத்த வாக்குறுதியையும் நிறைவேற்றவேண்டும் என்பதில் சந்தேகமே இல்லை. நான் என்ன செய்யவேண்டும் என்று ஆணையிடுங்கள்!'- பணிவாகக் கூறினான் ராமன்.

'தந்தையின் சத்தியம் நிறைவேற்றப்படுவது உனது கையில்தான் இருக்கிறது. உனக்காகவும் உன்னுடைய நலனுக்காகவும்தான், அவர் சத்தியத்தைக் கைவிட எண்ணுகிறார். அதைச் செயல்படுத்துவதாக நீ வாக்களித்தால், நான் அதைச் சொல்கிறேன்!' - பக்குவமான வார்த்தைகளால் பேசினாள் கைகேயி.

'அம்மா! தந்தை என்னை, தீயில் குதிக்கச்சொன்னாலும் குதிப்பேன் என்பது நீங்கள் அறியாததா? அரசர் எதைக் குறித்து ஆணையிட்டாலும் அதைச் செய்துமுடிப்பேன். இது சத்தியம்!'

'ஆஹா! எண்ணிய காரியம் முடிந்தது!' என்று சந்தோஷமானாள் கைகேயி. இதயத்தில் துளியும் நடுக்கமில்லாமல், கருணையில்லாமல், அன்பில்லாதவளாக அனைத்தையும் சுருக்கமாகச் சொன்னாள். இறுதியாக...

'நான் கேட்ட இரண்டு வரங்களின்படி, உனது தம்பி பரதனுக்குப் பட்டாபிஷேகம் நடைபெறவேண்டும். அடுத்து, இன்றே நீ ராஜ்ஜியத்தை விட்டுக் காட்டுக்குச் சென்று பதினான்கு ஆண்டுகள் வனவாசம் செய்யவேண்டும். 'சம்மதித்தேன்' என்று சொல்லி, உனது தந்தையின் சத்தியத்தை நிறைவேற்றுவாய் என்று நம்புகிறேன்' என்றாள்.

இது அத்தனையையும் தசரதன் உள்ளக்குமுறலுடன் கேட்டுக் கொண்டுதான் படுத்திருந்தான். பேச வார்த்தைகள்தான் இல்லை. கைகேயியின் எண்ணப்படியே எல்லாம் நடந்தது!

அவளுக்கே மிக ஆச்சரியமாக இருந்தது! எல்லாவற்றையும் கேட்ட பிறகும், ராமன் புன்னகை மாறாதவனாகவே இருந்தான். அவனது முகத்தில் சிறு வருத்தம்கூடக் காணப்படவில்லை!

கைகேயியிடம் பணிவுடனே கூறினான். 'அம்மா! பரதனுக்காக நான் எதையும் தருவேன். அதைவிட சந்தோஷம் எனக்கு வேறென்ன இருக்கிறது? இதில் எனக்கு எந்த வருத்தமுமில்லை! என்னிடம் இதைச் சொல்ல தந்தைக்கு என்ன தயக்கம்? அவரே ஆணையிடாதது மட்டும்தான் குறை! சரி தாயே! உடனே தாமதிக்காமல் கேகயத்துக்கு ஆளனுப்பி, பரதனை அழைத்துவரச் செய்து முடிசூட்டிவிடுங்கள். நான், இதோ இப்போதே மரவுரியு தரித்து காட்டுக்குப் புறப்படுகி றேன்!'

அமைதியே வடிவாகக் கூறிய ராமன், தந்தையின் பாதங்களைத் தொட்டு வணங்கினான். கைகேயியின் பாதம் பணிந்தான். அங்கிருந்து விலகினான்.

'வெற்றி! வெற்றி! எனது மகனை மன்னனாக்கிவிட்டேன். நினைத் ததைச் சாதித்துவிட்டேன்!' - மனத்துக்குள் சொல்லி சந்தோஷப் பட்டுக்கொண்டாள் கைகேயி.

பாவம் அவள்! பின்னால் வரப்போகும் துக்கத்தையும் பழியையும், தன் மகனே தன்னை இழிச்சொல்லால் அழைக்கப்போவதையும் அப் போது அவள் அறிந்திருக்கவில்லை.

அயோத்தியிலிருந்து காட்டுக்கு...

16

அக்னிக்குழம்பை வீசியெறியும் எரிமலையைப்போல் சீறிக்கொண்டிருந்தான் லட்சுமணன்!

கொடும் கோபத்தால் அவன் கண்களில் தீப் பொறிகள் பறந்தன. வார்த்தைகள் திராவகத்தில் தோய்ந்தே வெளிப்பட்டன.

'முட்டாளாகிப் போய்விட்டார் அயோத்தி அரசர்! மோகம் அவர் கண்களை மறைத் திருக்கிறது! கொடுமையான தீயசெயல்களைச் செய்யும் குற்றவாளிகளுக்குத் தரும் தண்ட னையை, தர்மவான் ராமச்சந்திரனுக்குக் கொடுத் திருக்கிறார். கைகேயியின்மேல்கொண்ட காதல் மயக்கத்தில் நிலை தடுமாறிப் போய்விட்டார் அந்தக் கிழ அரசர்! ஒரு பெண்ணின் பேச்சைக் கேட்டுக்கொண்டு அதர்மம் செய்யத்துணிந்த தசரதருக்கு, இனி அரசராக இருக்கவே தகுதி யில்லை!'

சீண்டப்பட்ட சிங்கம்போல கர்ஜித்தான். ராம னின் தாய் கௌசல்யா வனவாசச் செய்திகேட்டு, வெட்டுப்பட்ட வாழைமரம்போல் சரிந்து விழுந்து மயங்கிக் கிடந்தாள்.

சுமத்திரா தேவியும் சீதையும் அவளுக்குத் தண்ணீர் தெளித்து மயக்கம் நீக்கி, தேற்ற முயற்சித்தனர்.

'எனது செல்வ மகன் காட்டுக்குச் செல்ல வேண்டுமா? பதினான்கு வருடங்களா? ஐயோ!

தெய்வங்களே உங்களுக்குக்கூட கருணையில்லையா? இந்தத் தாயின் தவிப்பு புரியவில்லையா?' அழுத கண்களோடு புலம்பினாள்.

லட்சுமணனால் இதைப் பார்த்துக்கொண்டிருக்க முடியவில்லை. மேலும் அவனது கோபம் விசிறிவிடப்பட்டது.

'அம்மா! வருத்தப்படாதீர்கள். நான் உயிருடன் இருக்கும்வரை இது நடக்காது. நடக்க விடமாட்டேன். ஆம், அண்ணா! இனியும் நாம் பொறுமை காக்க வேண்டாம். நானும் நீயும் சேர்ந்து தர்மநெறி தவறிய இந்தக் கிழட்டு அரசரைத் தூக்கியெறிந்துவிட்டு ராஜ்ஜியத்தை எடுத்துக்கொள்வோம்! யார் தடுத்தாலும் சரி, அவர்களைக் கொன்று தீர்த்து விடுகிறேன்! உன்னுடைய அரசுக்கு எந்தத் தீங்கும் வராமல் பார்த்துக்கொள்ளும் சக்தி எனக்கிருக்கிறது. உத்தரவிடுங்கள் அண்ணா!'

ஆத்திரத்துடன் அனுமதி கேட்டான்.

'தம்பி, லட்சுமணா! உன்னுடைய சக்தி என்னவென்று எனக்குத் தெரியும். ஆத்திரத்தில் அறிவிழந்து பேசுகிறாய். அதர்மமாக யோசிக்கிறாய்! தந்தையின் நிலைமையை யோசித்துப் பார்! சத்தியம் செய்து விட்டு அதிலிருந்து தவறிவிடுவோமோ என்று பயந்து போயிருக்கிறார். அதிலிருந்து அவரை நாம் மீட்கவேண்டும். அதுவே நமது கடமை.

அதேபோல், நமது சிற்றன்னையிடம் கோபம் கொள்வதிலும் அர்த்தமில்லை. குழந்தைப் பருவத்திலிருந்தே நம் அனைவர் மீதும் பேரன்பு கொண்டிருந்தவர் நம் சிற்றன்னை. இப்போது அவர்களுக்கு இப்படியொரு எண்ணம் தோன்றுவதற்கு விதியே காரணம்! மனிதர்கள் ஒன்று நினைக்க, தெய்வம் வேறொன்று நினைக்கும் என்பார்கள். இவையெல்லாம் தெய்வத்தின் செயலே! தயவுசெய்து கோபத்தை விட்டொழி!'

'என்னை என்ன செய்யச் சொல்கிறீர்கள் அண்ணா? மனம் பொறுக்கவில்லையே!'

'லட்சுமணா! நான் கானகம் சென்றுவிட்டால், நீதான் தந்தையையும், நமது அன்னையரையும், மற்றுமுள்ளோரையும் காக்கவேண்டும். துயரத்திலிருந்து அவர்களை மீட்க வேண்டும். எந்தக் காரணத்தை முன்னிட்டும் பரதன்மீது நீ கோபம் கொள்ளக் கூடாது. அவனுடைய ஆட்சிக்கு எந்த இடையூறும் வராமல், நீதான் பக்கத்தில் துணை நிற்க வேண்டும். எனக்காக வருத்தமே படவேண்டாம். வனவாசம்

செல்வதை நான் மகிழ்ச்சியாகவே ஏற்றுக்கொண்டேன். வேதனை வேண்டாம் லட்சுமணா!'

லட்சுமணனின் கோபத்தை ராமனின் வார்த்தைகள் தணிக்கவில்லை!

தேம்பித் தேம்பி அழத் தொடங்கினான் லட்சுமணன்.

ராமன், லட்சுமணனின் கண்களில் வழிந்த கண்ணீரை தனது மலர்க்கரங்களால் துடைத்தான். அப்போதே மனம் சமாதானமானான் லட்சுமணன்.

'சரி, லட்சுமணா! நாம் காலதாமதம் செய்தால், நம் சிற்றன்னைக்குச் சந்தேகம் ஏற்படும்! ஆகவே இப்போதே வனத்துக்குச் செல்கிறேன். சிற்றன்னை நிம்மதியடையட்டும்! போ! உடனே நான் வனம் செல்வதற்கான ஏற்பாடுகளைச் செய்!' என்றான் ராமன்.

இதைக்கேட்டு மேலும் கதறியழத் தொடங்கினாள் கௌசல்யா!

'ராமா! என் செல்வமே! உன்னைப் பிரிந்து நான் எப்படியப்பா உயிர் வாழ்வேன்? உறவினர்களே விரோதிகளான பிறகு, என்னால் இனி அவர்களுடன் இங்கே இருக்க முடியாது. நானும் வருகிறேன். என்னையும் கானகத்துக்கு அழைத்துப் போ!' என்று விசும்பினாள்.

'அம்மா! அறிவிலும் பொறுமையிலும் சிறந்த நீங்களே இப்படிப் பேசலாமா? உறவுகளை, விரோதிகள் என உதறித் தள்ளுவது தர்மமே யல்ல! மனிதர்கள் எல்லாச் சமயங்களிலும் ஒரேவிதமாக நடந்து கொள்ள மாட்டார்கள்! நாம்தான் அவர்களை அனுசரித்துச் செல்ல வேண்டும். தவிர, தந்தையார் மிகத் துயரம் கொண்ட நிலையில், உடல்நலமில்லாமல் இருக்கிறார். அவருக்கு அருகில் இருந்து பணி விடை செய்யவேண்டியது மனைவியின் கடமை! கணவனை விட்டு மனைவி நீங்கக் கூடாது என்பதே இல்லற தர்மம். கவலைப்படாதீர்கள்! விரைவிலேயே வனவாசத்தை முடித்துவிட்டு வந்துவிடுகிறேன். பிறகு, நாம் பல்லாண்டு காலம் சுகமாக வாழ்வோம்!'

ராமன் சொல்லிமுடிக்கும் முன்னே, 'ஆமாம் அம்மா. அதுதான் சரி! என்னையும் ஆசீர்வதித்து அனுப்புங்கள்!' - அவசரமாகக் கூறினாள் சீதை.

ராமனிடம் திரும்பி, 'மனைவியின் கடமையைப் பற்றி நீங்கள் சொன்னது முற்றிலும் சரி. ஒரு பெண் தனது கடைசி மூச்சு உள்ளவரை யிலும் கணவருடன் இணைபிரியாமல்தான் இருக்கவேண்டும்.

இருங்கள், நானும் வனவாசத்துக்குத் தயாராகி வந்துவிடுகிறேன்!' என்றாள்.

சீதையின் சாமர்த்தியப் பேச்சைக் கேட்டு புன்னகைத்துக் கொண்டான் ராமன்.

'சீதா! நீ சிறுபெண். காட்டில் வசிக்க நேரிடும் துன்பங்களையும் அபாயங்களையும் நீ அறியமாட்டாய்! கொடிய விலங்குகள், மறைந்திருந்து தாக்கும் ராட்சதர்கள் என்று எதிர்பாராத தொல்லைகள் அதிகம். தவிர, வெறும் காயும் கிழங்குகளுமே மட்டுமே அங்கு உணவாகக் கிடைக்கும். கல்லிலும் கட்டாந்தரையிலும் படுத்துறங்க வேண்டியிருக்கும். உனக்கு எதற்கு இந்தத் துன்பங்கள்? என்னுடன் வந்து நீ கஷ்டப்பட வேண்டாம். அம்மா கௌசல்யாதேவியுடன் அவருக்குத் துணையாக இங்கேயே இருந்து அவரைக் கவனித்துக் கொள்!' என்றான்.

சீதையின் உள்ளத்தில் ராமன் மீதிருந்த அன்பு கோபமாகத் திரண்டது.

'கணவனும் மனைவியும் வேறுவேறு அல்ல! கணவன் கானகம் செல்லவேண்டுமெனக் கூறினால், அந்த ஆணை மனைவிக்கும்தான்! சீதை என்றால் குளுமை என்பது பொருள். நீங்கள் சந்திரன் எனும் போது, சந்திரனை விட்டு குளுமை எப்படி விலகியிருக்க முடியும்?

தவிர, நீங்கள் என்மேல் சந்தேகம் கொள்ளவேண்டியதில்லை! நிச்சயமாக வனவாசத்தை நான் சிரமமாகக் கருதமாட்டேன். அதை சந்தோஷமாகவே அனுபவிப்பேன். உங்களோடு இருக்கும்போது வனவாசம் எனக்கு விளையாட்டாகவே கழியும். கானகமும் சுவர்க்கமாகவே தெரியும். என்னை அழைத்துச்செல்லாமல் இங்கேயே விட்டுச்சென்றால், என் உயிர் என்னைவிட்டுப் போய்விடும் என்பது நிச்சயம்!' - மிக உறுதியாகச் சொன்னாள் சீதை.

சீதையும் ராமனுடன் வனவாசம் செல்வதென்பது முடிவாகிவிட்டது. லட்சுமணன் மட்டும் சளைத்தவனா என்ன! ராமனுக்கு உதவியாக தானும் கிளம்பினான். வனவாசம் வந்தே தீருவேன் என்று பிடிவாதமாகச் சொல்லிவிட்டான். எத்தனையோ சொல்லிப்பார்த்தும் அந்தப் பாசமான தம்பியை ராமனாலும் தவிர்க்க முடியவில்லை.

லட்சுமணன் எடுத்த முடிவுக்கு மனம் மகிழ்ந்துபோனாள் சுமத்திரை. மகன் லட்சுமணனைப் பாசத்துடன் கட்டிஅணைத்து உச்சியில் முத்தமிட்டாள்.

‘உன்னைப் பெற்றதற்குப் பெரும்பாக்கியம் பெற்றேன் லட்சுமணா! அண்ணன் ராமனைக் காப்பது உன் கடமை. வனவாசத்தில் நொடி நாழிகைகூட ராமனையும் சீதையையும் விட்டுப்பிரியாமல் எச்சரிக்கையோடு பார்த்துக்கொள். இனி ராமனே உன் தந்தை; சீதையே உனது தாய். சந்தோஷமாகப் போய் வா! உனக்கு என் ஆசீர்வாதம்!’ என்று வாழ்த்தி வழியனுப்பினாள்.

சீதையும் ராம லட்சுமணனும் பட்டாடை அணிகலன்களைக் களைந்து விட்டு, வனவாசத்துக்குத் தயாராகி மரவுரி அணிந்து கொண்டனர்.

மூவரும் தசரதனிடம் விடைபெற்றுக்கொள்ளச் சென்றனர்.

சந்நியாசிகள் போன்ற மரவுரி தரித்த கோலத்தில் குழந்தைகளைக் காணச் சகிக்காதவன் ஆனான் தசரதன்.

‘ராமா! ராமா! ராமா!’ என்பதற்கு மேல் பேசமுடியாமல் தேம்பினான்.

‘தந்தையே! நான் வனம் செல்வதற்காகப் புறப்பட்டு விட்டேன். எத்தனை சொல்லியும் கேட்காமல், லட்சுமணனும் சீதையும் பிடிவாதமாக என்னுடன் வருகின்றனர். எங்கள் மூவரையும் ஆசீர்வதித்து வழியனுப்புங்கள்!’ -வேண்டினான் ராமன்.

தசரதனால் சொல்லாமல் இருக்க முடியவில்லை. மீண்டும் மீண்டும் புலம்பினான்.

‘ராமா! உன்னைப்போல் ஒரு மகனை அடைய நான் பெரும் புண்ணியம் செய்திருக்கவேண்டும். தயவுசெய்து என்னை வெறுத்து விடாதே! இந்த விபரீதம் நேர்ந்தது என் விருப்பத்தினாலோ சம்மதத்தினாலோ அல்ல! சத்தியமாகச் சொல்கிறேன். என்னை நம்பு!’

‘தந்தையே! மனத்தில் எந்தச் சங்கடமும் வேண்டாம்! நான் முடி சூட்டிக்கொள்ள வேண்டும் என்று எப்போதுமே நினைத்ததில்லை. ராஜ்ஜியத்தை ஆளும் எண்ணமும் இல்லை. ஆகவே, கைகேயி அன்னையின் விருப்பப்படி பரதனை அழைத்துவந்து முடிசூட்டி விடுங்கள். கொடுத்த வரத்தை நிறைவேற்றுங்கள். ஒரேயொரு வேண்டுகோள்! எனது தாய் கௌசல்யா தேவியைத் தங்கள் பொறுப்பில் விட்டுப்போகிறேன். மிகுந்த துயரத்தில் மூழ்கியிருக்கும் அவருக்கு ஆறுதல் கூறி பத்திரமாகப் பார்த்துக்கொள்ளுங்கள். அயோத்திக்குத் திரும்பி வரும்போது நான் இவ்வுலகிலேயே அவரைக் காணவேண்டும். வானுலகுக்கு வழியனுப்பிவிடாதீர்கள்!’

தாளமுடியாத துக்கத்துடன் கூறிவிட்டு, உடனே அங்கிருந்து வெளி யேறினான் ராமன். லட்சுமணனும் சீதையும் அவனைப் பின்தொடர்ந் தனர்.

தசரதன் சிறுபிள்ளைபோல வாய்விட்டு அழுதான்.

'அய்யோ! எனது செல்வங்கள் மரவுரி உடுத்திய கோலத்தைப் பார்க்கும் பாவியாகிவிட்டேனே! எனது கண்கள் இன்னும் குருடாகவில்லையே! இதைப் பார்த்தபிறகும் எனது உயிர் இந்தப் பாழும் உடலை விட்டுப் போகாமல் இருக்கிறதே!' என்று கதறினான்.

பக்கத்தில் கண்கள் கலங்க துக்கம் கொண்டவனாக நின்றிருந்த சுமந்திரனிடம் திரும்பினான்.

'சுமந்திரா! அவ்வளவுதான்! எல்லாம் முடிந்துவிட்டது. அயோத்தியின் தர்மம் விடைபெற்றுவிட்டது. போ! உடனே போ! மூன்று குழந்தை களையும் ரதத்தில் ஏற்றி, ராஜ்ஜியத்து எல்லைவரையில் சென்று வா!' என்று ஆணையிட்டான்.

முடிவாக ராமன் காட்டுக்குக் கிளம்பிவிட்டான்.

அயோத்தி அரண்மனையே அழுகுரலால் நிரம்பியது.

ஆனால், வானுலகத்தில் மட்டும் சந்தோஷ ஆரவாரம் எழுந்தது!

ஆமாம்! தேவேந்திரனும் மற்ற தேவர்களும், ராமன் தனது தேவி யுடனும் தம்பியுடனும் கானகம் கிளம்புவதைக் கண்டு அளவில்லாத மகிழ்ச்சியடைந்தனர். அவதார நாடகம் தொடங்கிவிட்டது என்று தங்களுக்குள் பேசிக்கொண்டனர்.

என்ன இது? ராமன் வனம் போவதில் தேவர்களுக்கு என்ன சந் தோஷம்? எதற்காக இந்த மனத் திருப்தி?

இதைத் தெரிந்துகொள்ள வேண்டுமானால், சில காலங்களுக்கு முன் வானுலகத்தில் நடந்த ஒரு நிகழ்ச்சியைத் தெரிந்து கொள்ளவேண்டி யது அவசியம்!

பிரம்ம லோகம்.

பிரம்மாவின் முன்னிலையில், தேவர்கள் அனைவரும் திரண் டிருந்தனர். அத்தனைபேர் முகத்திலும் வருத்தம்!

பிரம்மா ஆச்சரியத்துடன் அவர்களைப் பார்த்தார்.

‘அத்தனைபேரும் சேர்ந்து வந்திருப்பதைப் பார்த்தால் ஏதோ பிரச்னை என்று கருதுகிறேன். என்னவென்று சொல்லுங்கள்?’ என்றார்.

‘பிரம்ம தேவரே! படைப்புக் கடவுளான உங்களுக்குத் தெரியாததா? அசுரனான ராவணன் உங்களிடம் ஏராளமான வரங்களைப் பெற்றுக் கொண்டு எங்களுக்கெல்லாம் தீராத தொல்லைகள் கொடுத்து வரு கிறான். அவனை தேவர்களால் எதிர்க்கவோ அடக்கவோ ஜெயிக் கவோ முடியவில்லை. நீங்கள் தந்த வரங்கள் அவனுக்குப் பாது காப்பைத் தந்துவிட்டன. இதனால் அவனுடைய ஆணவம் அதிகரித்து விட்டது. மிகுந்த கொடியவனாகிவிட்டான்.

இந்திரனைத் துரத்திவிட்டு இந்திரலோகத்தை அடையும் ஆசையும் அவனுக்கு அதிகரித்து வருகிறது. சூரியன், வருணன், வாயு போன்ற வர்களும்கூட அவனுக்கு நடுங்கி, அவன் சொன்ன வேலையைச் செய்துவருகிறார்கள்! அவனுடைய ஆணவத்தை அழித்து, அவன் செய்யும் கொடுமைகளுக்கு எல்லாம் ஒரு முடிவு கட்டவேண்டும். அதற்கொரு யோசனையை நீங்கள்தான் கூறவேண்டும்!’ - பரிதாப மாகச் சொன்னார்கள் தேவர்கள்.

‘தேவர்களே, கவலைப்படாதீர்கள்! ராவணனை அழிக்க ஒரு வழி யிருக்கிறது. ஏதேதோ வரங்கள் கேட்ட ராவணன், விதிவசத்தால் ஒன்றை மட்டும் விட்டுவிட்டான். தேவ, கந்தர்வ, யட்சர்கள், ராட்சதர் களால் தனக்கு மரணம் ஏற்படக் கூடாது என்று வரம் பெற்றானே தவிர, மனிதர்களால் மரணம் நேரக் கூடாது என்பதைக் கேட்காமல் விட்டு விட்டான்.

மனிதர்களால் தன்னை ஒன்றும் செய்துவிட முடியாது என்கிற அலட்சியத்தினாலேயே அவன் அதைக் கேட்காமல் விட்டு விட்டான். இதை வைத்து அவனை வீழ்த்துவதற்கு பகவான் விஷ்ணுவால்தான் முடியும். எனவே, எல்லோரும் அவரைச் சென்று பார்ப்போம் வாருங்கள்!’ என்றார்.

அனைவரும் உடனடியாக வைகுண்டம் சென்று, பகவான் மகா விஷ்ணுவை சரணடைந்தார்கள். ராவணனின் அட்டூழியங்களைச் சொல்லி முறையிட்டார்கள்.

‘திருமாலே! இறவா வரம் பெற்ற ராவணன், மனிதனால் தனக்கு மரணமில்லை என்பதை மட்டும் கேட்காமல் போனான். ஆகவே, தாங்கள்தான் மனித ரூபம் எடுத்து எங்களைக் காக்கவேண்டும்!’ என்று விண்ணப்பம் செய்தார்கள்.

திருமால் அவர்கள் கோரிக்கையை ஏற்றுக்கொண்டார்.

'பூமியில் கோசல ராஜ்ஜியத்தின் மன்னனான தசரதன், புத்திர பாக்கியத் துக்காக யாகம் செய்யப்போகிறான். அவனுக்குப் புத்திர பாக்கிய மளித்து அவனது நான்கு மகன்களாக, நானும் எனது அம்சங்களும் பிறப்பெடுப்போம். அந்த அவதாரத்தில் நிச்சயம் நான் ராவணனைக் கொன்று உங்களைக் காப்பேன்!' என்று அருளினார்.

அதன்படியே எல்லாமும் நடந்தது.

ராமனாகப் பிறந்த அவரது அவதாரத்தின் நோக்கம், இந்த வனவாசத் தின் மூலம் ஆரம்பமாகிவிட்டது. தேவர்கள் மகிழ்ச்சிகொண்டனர்.

சரி, இனி மீண்டும் அயோத்திக்குச் செல்வோம்.

துயரத்தில் துடித்த தசரதன்

17

சுமந்திரன் ராம லட்சுமணரையும் சீதையையும் ஏற்றிக்கொண்டு ராஜ வீதியின் வழியாக ரதத்தில் புறப்பட்டான்.

நகரத்தில், நிலைமை முழுவதுமாக மாறிப் போயிருந்தது.

சந்தோஷமும் கொண்டாட்டமும் குதூகலமும் காணாமல் போய், தெருவெங்கும் துயரம் தொங்கிக்கொண்டிருந்தது.

அரண்மனை விஷயம் அதற்குள்ளாகவே பரவிப் போய், மக்கள் கூட்டம் கூட்டமாக நின்று குமுறிக்கொண்டிருந்தனர்.

அழுத கண்களும், சோகம் ததும்பிய சொற்களுமாகப் புலம்பினர்.

'அயோத்தியின் அழிவுக்காலம் நெருங்கிவிட்டது! இல்லையென்றால் மன்னர் இப்படியொரு விபரீத முடிவை எடுத்திருக்க மாட்டார்! தர்மத்தையும் சத்தியத்தையும் காட்டுக்கு அனுப்பிவிட்டு, இந்த ராஜ்ஜியம் இனி எந்த சந்தோஷத்தையும் அனுபவிக்கப் போவதில்லை!' என்று கொந்தளித்தனர்.

'சுமந்திரரே! ரதத்தை மெல்லச் செலுத்துங்கள். நாங்கள் ராமனது திருமுகத்தைக் காண வேண்டும்! ராமா! பதினான்கு வருடம்

உங்களைப் பார்க்காமல் எப்படி இருப்போம்?' கூக்குரலிட்டார்கள் சிலர்.

'ராமன் இல்லாத இடத்தில் இனி நமக்கென்ன வேலை? வாருங்கள், நாமும் செல்வோம்! ராமன் இருக்கும் வனமே நமக்கு அயோத்தி! இனி இந்த அயோத்தி காடாகிப் போகட்டும். வனவிலங்குகள் வந்து குடியேறட்டும்!'

சிலர் கோபத்துடன் ராமன் செல்லும் ரதத்தைப் பின் தொடர்ந்து சென்றனர்.

இதைக் கண்ட ராமன், ரதத்தை நிறுத்தச்சொல்லி இறங்கினான். மக்களிடம் பேசினான்.

'எனது அன்புக்குரிய அயோத்தி மக்களே! உங்களது பாசத்தை நான் பெரிதும் மதிக்கிறேன். தந்தையின் சத்தியத்தைக் காப்பதற்காக நான் கானகம் செல்கிறேன். நீங்கள் என்மீது வைத்திருக்கும் அன்பும் பிரியமும் உண்மையானால், தயவுசெய்து என்னைத் தடுக்காதீர்கள். பின் தொடர்ந்துவந்து துயரத்தில் ஆழ்த்தாதீர்கள். என்னைப்போலவே உங்கள்மீது மிகுந்த பேரன்பு கொண்டவன் பரதன். குணத்தில் மிகச் சிறந்தவன். அவனது ஆட்சி சிறப்பாக நடக்க ஒத்துழைப்புக் கொடுங்கள். அவனுக்கு ஆதரவாக இருங்கள். திரும்பிச் செல்லுங்கள்!' என்று வேண்டினான்.

ராமன் சொல்லைத் தட்டமுடியாமல் மக்கள் அப்படியே நின்றனர்.

'மிக நல்லது! உங்கள் அனைவருக்கும் நன்றி. ஏதும் கவலை வேண்டாம். பதினான்கு வருட வனவாசம் முடிந்ததும், உங்களிடம் ஓடோடி வந்துவிடுவேன். வருகிறேன்!'

ராமன் மீண்டும் ரதத்தில் ஏறிக்கொள்ள ரதம் வனத்தை நோக்கி விரைந்தது.

அரண்மனையின் அந்தப்புரம்.

ரதம் செல்வதையே பார்த்துக்கொண்டு நின்றான் தசரதன்.

ரதம் கொஞ்சம் கொஞ்சமாகக் கண்களிலிருந்து மறைந்ததும், 'ஐயோ ராமா! சென்றுவிட்டாயா? என்னைப் பிரிந்து போய் விட்டாயா?' என்று அலறியபடி சரிந்து கீழே விழுந்தான்.

கௌசல்யாவும் கைகேயியும் ஓடிவந்து கணவனைத் தூக்கினார்கள்.

கைகேயியைப் பார்த்ததும் தசரதன் சீறினான்.

'பாவியே! நீ என்னைத் தொடாதே! அதர்மத்தில் இறங்கிய உனது முகத்தைப் பார்க்கவே எனக்கு வெறுப்பாயிருக்கிறது. இனி உனக்கும் எனக்கும் எந்தச் சம்பந்தமுமில்லை. உனது திட்டத்துக்குச் சம்மதித்து பரதன் இந்த ராஜ்ஜியத்தை ஏற்றுக் கொண்டான் என்றால், அவனும் எனது மகனில்லை. நான் இறந்துபோனால், எனக்கு ஈமச் சடங்குகள் செய்யவும் பரதனுக்கு உரிமை இல்லை. இது சத்தியம்!'

தசரதன் கௌசல்யாவிடம் வேண்டினான்.

'கௌசல்யா! இந்தப் பாவியை மன்னித்து... இல்லை! மன்னிப்புக் கேட்கக்கூட எனக்கு அருகதையில்லை. தயவுசெய்து என்னை இங்கிருந்து உனது இடத்துக்கு அழைத்துப் போய்விடு! எனது உயிர் போனாலும் அங்குதான் போகவேண்டும்!'

கௌசல்யாவின் அந்தப்புரத்தில் படுத்துக்கிடந்தான் தசரதன். உடல் கொதித்துத் தகித்தது. பாதி நினைவிழந்தவனாக வாய் ஓயாமல் அரற்றிக்கொண்டிருந்தான்.

'பாவம், எனது செல்வங்கள்! காட்டில், கல்லிலும் முள்ளிலும் அல்லவா படுத்துக் கிடப்பார்கள்? அங்கு அவர்கள் என்ன சாப்பிடுவார்கள்? காட்டில் என்ன கிடைக்கும்? காயும் கிழங்கும் மட்டுமே சாப்பிட்டு எப்படி ஜீவிப்பார்கள்? ஐயோ! அங்கே மனித மாமிசம் சாப்பிடும் நர ராட்சதர்கள் இருப்பார்களே! எனது குழந்தைகளுக்கு என்னவெல்லாம் ஆபத்து ஏற்படுமோ தெரியவில்லையே!'

தசரதன் இப்படி ஒவ்வொன்றாகச் சொல்லிச்சொல்லிப் புலம்ப, கௌசல்யா மேலும் துக்கம் தூண்டப்பட்டவளாக அழுதாள்.

'என்னால் தாங்கமுடியவில்லையே! பெற்ற மனம் பரிதவிக்கிறதே!' என்று வாய்விட்டுக் கதறினாள்.

இதைப் பார்த்து சுமித்திரா ஆறுதல் கூறினாள்.

'அக்கா! சத்தியத்தைக் காப்பதற்காக உனது மகன் கானகம் சென்றிருக்கிறான் என்று சந்தோஷப்படு! ராஜ்ஜியத்தைத் தூசாகப் பாவித்துத் தூக்கியெறிந்தான். தந்தையின் சொல்லைக் காப்பதே கடமையாகப் புறப்பட்டான். இப்படியொரு நல்ல மகனைப் பெற்ற புண்ணியவதி கலங்கக் கூடாது. இது துயரப்படவேண்டிய நேரமல்ல. பெருமைப் படவேண்டிய நேரம்! நமது கோதண்டராமனைப் பற்றிக் கவலைப் படாதே. அவன் வீரத்தின் முன் எல்லா அபாயங்களும் தூள்தூளாகச்

சிதறிப் போய்விடும். வனவாசத்தை வெற்றிகரமாக முடித்துவிட்டு, வீரராகவனாக அவன் திரும்பிவந்து நம் முன் நிற்கப் போவது நிஜம்! இது சத்தியம்!' உணர்ச்சிபூர்வமாகச் சொல்லித் தேற்றினாள்.

சுமித்திரா தந்த தைரிய வார்த்தைகளால் கௌசல்யாவின் துன்பம் குறைந்தது.

அயோத்தி எல்லை முடிந்தது.

ரதம் எல்லையைக் கடந்தது. மக்களில் சிலர் விடாப்பிடியாக ரதத்தைப் பின் தொடர்ந்தார்கள். ராமனைத் தடுத்து நிறுத்தி மறுபடியும் அயோத்திக்கு அழைத்து வந்துவிட வேண்டும் என்பது அவர்களது நோக்கம்.

அயோத்தி மக்களைப் போலவே, ரதத்தை மேலே செல்ல விடாமல் இடையே குறுக்கிட்டது தமஸா நதி!

ராமனும் லட்சுமணனும் சீதையும் ரதத்திலிருந்து கீழே இறங்கினார்கள். அப்போது அந்திநேரமாகி விட்டிருந்தது.

'சுமந்திரரே! குதிரைகளை அவிழ்த்து புல் மேயவிட்டு, தண்ணீர் பருக வையுங்கள்!' என்ற ராமன், லட்சுமணனிடம் சொன்னான்: 'லட்சுமணா! நமது வனவாசத்தின் முதல் ராத்திரி இன்று தொடங்குகிறது. இன்றிரவு இங்கேயே தங்குவோம்!'

சீதை மிகுந்த சந்தோஷமாக இருந்தாள். நதிநீரை கால்களால் துழாவியபடி, பறக்கும் பறவைகளையும் சுற்றிலும் அடர்ந்த தோப்புகளையும் மரங்களையும் பார்த்து ரசித்துக் கொண்டிருந்தாள்.

ராமன், அதைப் பார்த்துப் புன்முறுவல் பூத்தபடியே லட்சுமணனிடம் கூறினான்.

'லட்சுமணா! வனவாசம் கஷ்டமாக இருக்கும் என்று எனக்குத் தோன்றவில்லை. எத்தனையோ ரிஷிகளும் முனிவர்களும் அங்கு இருக்கவில்லையா என்ன? அதுபோலவே நாமும் வனவாசத்தை நிகழ்த்திவிடலாம், அதுபற்றிக் கவலையில்லை. அயோத்தியில் நமது அன்னைகளையும் தந்தையையும் நினைத்தால்தான் துயரமாக இருக்கிறது. ஆனாலும், பரதனை நினைத்து நான் ஆறுதல் அடைகிறேன். நிச்சயம் நமது பெற்றோர்களைப் பிரியமுடன் பார்த்துக் கொள்வான்!'

மனக்கவலையைப் பகிர்ந்துகொண்டிருந்தபோதே, இரவு நெருங்கி விட்டது.

லட்சுமணன் புற்களால் அமைத்த படுக்கை பசுமையாகக் குளிர்ந் திருந்தது. மென்மையான காற்று சுகந்தமாக இருந்தது. சீதையும் ராமனும் சயனத்தில் ஆழ்ந்தனர். லட்சுமணன், கண் விழித்துக் காவல் இருந்தான்.

இவர்களைத் தொடர்ந்துவந்த மக்கள் கூட்டம், நதிக்கரையில் ராமனைக் கண்டு மகிழ்ச்சியடைந்தது. ராம, சீதையின் நித்திரை கலை யாமல், தாங்களும் சற்றுத்தள்ளி நதிக்கரை மணலிலேயே ஆங்காங்கே ஆளுக்கொரு இடம்பிடித்துப் படுத்துக்கொண்டனர்.

அதிகாலையில் விடியலுக்கு முன்பே எழுந்துவிட்ட ராமன், மக்கள் ஆழ்ந்த உறக்கத்தில் இருப்பதைப் பார்த்தான். சுமந்திரரை சற்றுத்தள்ளி அழைத்துச்சென்று பேசினான்.

‘சுமந்திரரே! அயோத்தி மக்கள் நெடுந்தூரம் நடந்துவந்த களைப்பில் ஆழ்ந்து உறங்குகின்றனர். என்மீது மிகுந்த பிரியமுள்ள இவர்கள், என்னை எப்படியாவது சமாதானம் செய்து கட்டாயப்படுத்தித் திரும்ப அழைத்துச்செல்வதே நோக்கமாகக் கொண்டுள்ளனர். இவர்களது பாசம் என்னை மிகுந்த துன்பத்தில் மூழ்கவைக்கிறது. எனவே, இவர்கள் விழித்துக்கொள்ளும் முன்பாகக் கிளம்பிவிடுவோம்!’ என்றான்.

சுமந்திரன், மூவரையும் ஏற்றிக்கொண்டு தென்புறமாகத் தேரைச் செலுத்தினான்.

தமஸா நதிக்கரையில் விழித்தெழுந்த அயோத்திவாசிகள், ராம லட்சு மணர்களைக் காணாமல் திகைத்தார்கள். வருத்தத்துடன் நகரத்துக்குத் திரும்பினார்கள். கைகேயியை திட்டித் தீர்த்தபடியே துயரத்துடன் அவரவர் வீடுகளுக்குத் திரும்பினார்கள்.

ராமன் இல்லாத அயோத்தி, நிலவு இல்லாமல் வெறிச்சிட்ட வானம் போல சோபை இழந்து இருண்டு காணப்பட்டது.

சீதை ரசித்த சித்திரக்கூடம்

18

சுமந்திரன் ஓட்டிச்சென்ற தேர், பல நதிகள், மலைகளைக் கடந்து, கோசல தேசத்தின் தென் எல்லையில் உள்ள கங்கை நதிக்கரையை அடைந்தது.

இளம் கன்னியர்கள் பாண்டி ஆடுவதைப் போல கங்கை துள்ளித்துள்ளி ஓடிக் கொண்டிருந்தாள்.

வெண்மணல் விரித்த நதிதீரம் அபார அழகுடன் கண்ணைக் கவர்ந்தது.

குதிரைகளை அவிழ்த்துவிட்டு, நால்வரும் ஒரு மரத்தடியில் அமர்ந்து பேசிக்கொண்டிருந்தனர்.

அப்போது அங்கு வந்து சேர்ந்தான் குகன்!

கங்கை நதிக்கரையின் நிஷாதர் குலத்தவர்களின் தலைவன். ராமனிடம் அளவுகடந்த அன்பு கொண்டவன்.

அயோத்தி நகர் செய்தி, அவனுடைய ஆட்கள் மூலம் ஏற்கெனவே வந்து சேர்ந்திருந்தது. ரதம் வருவதைப் பார்த்ததுமே அது ராமன்தான் என்பது தெரிந்து, தனது நிஷாதகுல மக்களுடன் ராமனைத் தரிசிப்பதற்காக ஓடோடி வந்திருந் தான் குகன்.

குகன் வருவதைப் பார்த்ததுமே, ராமனும் லட்சு மணனும் எழுந்து அவனிடம் சென்றார்கள். குகன், ராமனைக் கட்டித் தழுவி வரவேற்றான்.

உமா சம்பத்

கங்கை நதிக்கரையில் ராமனை, குகன் சந்திக்கும் நெகிழ்ச்சியான காட்சி.

‘ராமச்சந்திர மூர்த்தியே! உங்களை எனது இருப்பிடத்துக்கு வரவேற்க நான் பெரிய பாக்கியம் செய்திருக்கிறேன். எனது ஆளுகையில் இருக்கும் இந்தப் பிரதேசம், இனி தங்களுடையதே! பதினான்கு வருட காலமும், நீங்கள் அனைவரும் இங்கேயே தங்கிக் கழிக்கலாம். அதுநாள்வரை உங்களை உபசரிக்கும் சந்தோஷம் எங்களுக்குக் கிடைக்க, தயவுசெய்து அருளவேண்டும்!’ என்று வேண்டினான்.

அதற்குள் நிஷாத மக்கள், பலவிதமான உணவுவகைகளை அவர்கள் முன் கொண்டுவந்து குவித்தார்கள். ‘வாருங்கள்! அனைவரும் வந்து சாப்பிடுங்கள். நான் பரிமாறுகிறேன்’ குகன் அன்புடன் உபசாரம் செய்தான்.

‘குகனே! உனது அன்பு என்னை நெகிழவைக்கிறது. உனது உபசாரத் துக்கு எனது நன்றி! ஆனால், நாங்கள் விரதம் மேற்கொண்டிருக் கிறோம். எனவே, வனவாசத்துக்கு உரிய உணவைச் சாப்பிடுவதே சிறந்தது. வருத்தம் கொள்ளவேண்டாம். இதோ, ரதத்தில் பூட்டப் பட்டிருக்கும் குதிரைகளுக்கு நல்ல தீனியைக் கொடுங்கள். அவற்றை நீ சிறப்பாகக் கவனித்தாலே, நாங்கள் மகிழ்ந்து போவோம்!’ என்றான்.

அன்றைய இரவு கங்கைக் கரையிலேயே கழிந்தது.

ராமனும் சீதையும் மரத்தடியிலேயே தூங்க, லட்சுமணன், குகனுட னும் சுமந்திரனுடனும் பேசிக்கொண்டே இரவைக் கழித்தான். இந்த இரண்டாவது இரவும் அவன் தூங்கவில்லை.

‘லட்சுமணா! இந்த இடம், இப்போது எனது ஆட்களால் காவல் காக்கப் படுகிறது. இது எனது கட்டுப்பாட்டில் உள்ள பிரதேசம். என்னைமீறி யாரும் இங்கே நுழையமுடியாது. ஆகவே, எந்தக் கவலையும் பயமும் இல்லாமல் நீயும் உறங்கலாம்!’ என்றான் குகன்.

‘குகனே! அதோ உலகமே போற்றும் ஜனக மகாராஜருடைய மகள், தசரத சக்ரவர்த்தியின் மருமகள் சீதை, பட்டுப் பஞ்சணையின்றி பரிதாப மாகத் தரையில் படுத்து உறங்குகிறாள். மூவுலகையுமே வெற்றி கொள்ளும் சக்தி வாய்ந்த என் அண்ணன் மணலில் படுத்திருக்கிறார். இதையெல்லாம் பார்த்தபிறகு எனக்கு எப்படித் தூக்கம் வரும்?’ - லட்சுமணனின் துயரம், வார்த்தைகளாக வெளிப்பட்டது.

குகனும் மனம் நொந்தவனாகப் பேசினான்.

‘ஆமாம்! எனது பாழும் கண்களும் இந்தத் துயரக்காட்சியைக் காண நேர்ந்ததே என்று எனக்கும் வருத்தம்தான் லட்சுமணா! கைகேயி

இத்தனை கல்மனம் கொண்டவர்களாக இருப்பார்கள் என்று நினைக்கவேயில்லை. விரோதிக்குக்கூட இப்படி நேரக் கூடாது.'

துயரத்தால் நிரம்பிய அந்த இரவு, துளித் துளியாகக் கரைந்து கொண்டிருந்தது.

அதிகாலையில், அனைவரும் புறப்படத் தயாரானார்கள்.

'குகனே! எனது உடன்பிறவா சகோதரனே! அகலமான இந்த நதியை நாங்கள் கடப்பதற்கு ஒரு படகை ஏற்பாடு செய்து தரமுடியுமா?' என்று கேட்டான் ராமன்.

குகன் அழுதுவிடுவதுபோலப் பேசினான்.

'ஐயனே! எதற்காக நீங்கள் இங்கிருந்து கிளம்பவேண்டும்? நான்தான் முன்பே கேட்டேனே! எங்களுடன் பதினான்கு வருடங்கள் இங்கேயே தங்கிவிடக் கூடாதா? தயவுசெய்து இந்தப் பாக்கியத்தை நீங்கள் எங்களுக்கு அருளக்கூடாதா?'

'குகா! நீ கூறியபடி இங்கேயே சந்தோஷமாகப் பதினான்கு வருடங்கள் இருந்துவிடலாம் என்பது உண்மைதான்! ஆனால் கைகேயி அன்னையிடம், 'வனவாசம் செய்வோம்' என்று நான் செய்து தந்த உறுதிமொழி என்னாவது? தகப்பனார் கொடுத்த வாக்குப்படி, வனத்தில் தவசிபோல் வாழ்வதுதானே நேர்மையான செயலாக இருக்கமுடியும்? நாங்கள் அதைத்தான் செய்ய விரும்புகிறோம். எனவே, எங்களைத் தடுக்காதே! கங்கா நதியைக் கடக்க ஒரு படகு ஏற்பாடு செய்! அதுவே, நீ எங்களுக்குச் செய்யும் மிகப்பெரிய உதவி!'

'புரிந்துகொண்டேன் ஐயனே! இதோ உடனே அதைச் செய்து முடிக்கிறேன்!' விரைந்தான் குகன்.

குகன் சென்றதும் சுமந்திரன் ராமன்முன் வந்து பணிந்தான். 'இனி எனக்கென்ன உத்தரவு?' என்று கேட்டான்.

'சுமந்திரரே! நீங்கள் உடனே அயோத்தியை அடைந்து எங்களை நல்ல விதமாக இறக்கிவிட்ட செய்தியை மன்னருக்குச் சொல்லுங்கள். தந்தைக்கும் அன்னையருக்கும் தைரியம் சொல்லி ஆறுதலாக இருங்கள்' என்றான் ராமன்.

சுமந்திரனை அனுப்பியபிறகு, மூவரும் ஆலமரத்துப் பால் கொண்டு தங்கள் தலைமுடியை ஜடாமுடியாகத் திரித்துக் கொண்டனர். அதற்குள், குகன் படகோட்டியுடன் ஒரு பெரிய படகை அழைத்து வந்திருந்தான்.

மூவரும் படகில் ஏறப்போனார்கள்.

அப்போது படகோட்டி, வினோதமான கோரிக்கை ஒன்றை வைத்தான்.

'ராமச்சந்திர மூர்த்தி! படகில் தாங்கள் ஏறுமுன், தங்களது பாதங்களை நான் சுத்தம் செய்து அந்தப் புனித நீரை எனது தலையில் தெளித்துக் கொள்ள அனுமதிக்கவேண்டும் ஐயனே!' என்று வேண்டினான்.

படகோட்டி ராமன்மீது வைத்துள்ள பக்தியை மனத்துக்குள் பாராட்டிய குகன், 'படகோட்டியே! ராமனைக் கரையில் நிறுத்திவைத்துப் பேசுவது மரியாதையாகாது. அவர் படகுக்குள் ஏறியபின்பு உனது இஷ்டப்படி செய்!' என்றான்.

'இல்லை பிரபோ! அப்படி நடந்தால் எனது பிழைப்பு கெட்டு விடும்! இந்த ஒரு படகை வைத்துத்தான் நான் எனது குடும்பத்தை நடத்தி வருகிறேன். எனவே, படகில் ஏறுமுன்பாகவே ராமரின் பாதங்களைக் கழுவ அனுமதியுங்கள்!' பிடிவாதமாகக் கூறினான்.

'படகோட்டி! நீ பேசுவது ஏதும் விளங்கவில்லை. ராமர் படகில் ஏறுவதற்கும், உனது பிழைப்பு கெடுவதற்கும் என்ன சம்பந்தம்?' என்றான் குகன்.

படகோட்டி! பயபக்தியுடன் பதில் சொன்னான். 'நிஷாதர் தலைவரே! ராமனின் பாதங்கள் தனிச்சிறப்பு உடையவை என்பது தாங்கள் அறியாததா? கல்லையே அகலிகை என்கிற பெண்ணாக மாற்றியவை அவரது திருப் பாதங்கள். எனது படகோ, சாதாரண மரப்பலகைகளால் ஆனது. ராமரின் பாதம் பட்டு ஒவ்வொரு பலகையும் பெண்ணாக மாறிப்போனால், நானென்ன செய்வேன்? அதனால்தான் படகில் ஏறுமுன் பாதங்களைக் கழுவவேண்டும் என்றேன். மேலும் அந்நீரை எனது தலையில் தெளித்துக்கொண்டால், எனது பாவங்களும் தொலைந்து போகும். தயவுசெய்து எனது விருப்பம் நிறைவேற அருள்புரியுங்கள் ஐயனே!'

'படகோட்டியே! வா, உனது விருப்பப்படியே செய்துகொள்!' - புன்னகை மலர்ந்த முகத்துடன் கூறினான் ராமன்.

படகோட்டியின் மகிழ்ச்சிக்கு அளவேயில்லை. மிகுந்த பக்தியுடன் ராமனின் பாதங்களை கங்கை நீரால் கழுவிவிட்டு, பிறகு கழுவிய நீரை, தலையிலும் படகிலும் தெளித்துப் புண்ணியம் பெற்றான்.

ராமன், குகனிடம் நெகிழ்ச்சியுடன் சொன்னான்.

‘குகனே! நிஷாதர் தலைவனே! உனது அன்பை நான் என்றும் மறவேன். நேற்றுவரையில் நாங்கள் சகோதரர்கள் நால்வராக இருந்தோம். இப்போது உன்னையும் சேர்த்து ஐவரானோம். வனவாசம் முடித்து வருகையில் மீண்டும் உன்னைச் சந்திக்கிறேன்’ என்று விடை பெற்றுக்கொண்டான்.

படகோட்டி, மூவரையும் ஏற்றிக்கொண்டு கங்கையின் அக்கரையில் இறக்கிவிட்டான்.

சூரியன் அஸ்தமிக்கும் நேரத்தில் மூவரும் ஓர் ஆசிரமத்தை அடைந்தனர்.

அது பரத்துவாஜ மகரிஷியின் ஆசிரமம்.

பரத்துவாஜர், முக்காலமும் உணர்ந்த முனிவர். அவதார புருஷன் ராமனே தனது இருப்பிடத்துக்கு வந்ததில் மிகவும் அகமகிழ்ந்து போனார். சீதா, ராம லட்சுமணனை அன்புடன் வரவேற்றார். காய், கனி, கிழங்குகள் தந்து உபசரித்தார்.

அன்றிரவு தனது ஆசிரமத்திலேயே தங்கிக்கொள்ள வசதிகள் செய்து தந்தார்.

ராமன் அவரிடம் அயோத்தி சமாசாரங்களையும், மற்றைய விஷயங் களையும் பேசிக்கொண்டிருந்துவிட்டு கடைசியாகக் கேட்டான்.

‘மகரிஷியே! பதினான்கு வருட வனவாசத்தை நாங்கள் இந்தக் காட்டில்தான் மேற்கொள்ள இருக்கிறோம். யாருக்கும் இடைஞ்சலாக இல்லாமல், ஏதாவது ஓரிடத்தில் பர்ணசாலை அமைத்து தங்கிக் கொள்ள உத்தேசித்துள்ளோம். அப்படி நாங்கள் வனவாசம் செய்ய ஏற்ற இடம் எதுவென்று தாங்கள்தான் கூறியருள வேண்டும்!’

பரத்துவாஜர் புன்னகை செய்தார்.

‘இந்தப் பிரபஞ்சத்தையே படைத்தவன் ஒன்றுமறியாதவனாக, ஒரு சிறிய வனத்துக்குள் ‘நான் எங்கு தங்க?’ என்று கேட்கிறான். லோக நாயகனுக்கு எந்த இடத்தைத் தேர்ந்தெடுத்து இதுதான் சிறந்த இடமென்று நான் சொல்ல முடியும்?

பூலோகத்தில் அமைதியையும் தர்மத்தையும் உண்மையையும் வாழவைப்பதற்காக அல்லவா பகவான் இப்படி மானிட ரூபம் ஏற்றுள்ளான். அதனால் அல்லவா எங்களில் ஒருவன் போலப் பேசிப் பழகுகிறான். சரி, அவன் நாடகம் நடத்துகிறான். நாடகத்தில் நானும் கலந்துகொள்ள வேண்டியதுதான்’ என்று நினைத்துக் கொண்டார்.

'ராமா! இந்தக் கானகத்தில் உங்களுக்கு ஏற்ற சிறந்த இடமாக எனக்குத் தோன்றுவது சித்திரக்கூடமே! கம்பீரமான மலையும், மலையைச் சுற்றி ஓடும் அழகான மந்தாகினி நதியும் கொண்ட வனப்பு மிகுந்த பகுதி அது. அத்திரி போன்ற மகா முனிவர்கள், ரிஷிகளின் ஆசிரமங்கள் அங்குள்ளன. நீங்கள் அங்கு சென்று வசித்தால் அது புண்ணியத் தலமும் ஆகும்' என்றார்.

மறுநாள், பரத்துவாஜரை வணங்கி விடைபெற்றுக்கொண்டு மூவரும் சித்திரக்கூடம் நோக்கிப் புறப்பட்டார்கள்.

வண்ணங்களை அள்ளிக்கொட்டி வரையப்பட்ட ஓவியம் போல, மனத்தைக் கொள்ளை கொள்ளும் அழகோடு காணப்பட்டது சித்திரக் கூடம்.

அது வசந்தகாலம் என்பதால், சுற்றிலும் எங்கு பார்த்தாலும் மரங்கள், செடி கொடிகள் எல்லாம் வண்ணவண்ணப் பூக்களைச் சுமந்து சிரித்தன.

'அடடா! அது என்ன மரம்?, அட, இங்கே பாருங்களேன்! எத்தனை மெல்லிய கொடி! அதில் எத்தனை அழகான வண்ணமலர்கள்?' ஹை! நெருப்பு போலப் பிரகாசிக்கும் இந்தப் பூவின் பெயர் என்ன? சீதைக்கு ஒவ்வொன்றையும் பார்த்து ஆச்சரியமும் ஆனந்தமும் தாங்கவில்லை. துள்ளலும் குதிப்பும் நடையுமாகக் கேள்வி கேட்டுக்கொண்டே, எல்லாவற்றையும் ரசித்தபடியே மகிழ்ச்சியுடன் நடந்தாள்.

சீதையின் சந்தோஷம் மற்ற இருவரையும்கூடத் தொற்றிக் கொண்டது.

மூவரும் பரத்துவாஜர் சொன்ன வழியிலேயே நடந்து, மந்தாகினி நதி சுற்றி வளைத்தோடும் சித்திரக்கூட மலையை அடைந்தனர்.

அமைதியான அந்தப் பிரதேசம் ராமனுக்கு மிகவும் பிடித்துப் போனது.

'லட்சுமணா! இந்த மலைப்பிரதேசம், காண்பதற்கே மனமகிழ்ச்சி ஏற்படுத்துகிறது. ரம்மியமான சூழ்நிலையுடன், மரங்களும் கிழங்கு களும் பழங்களுமாக வளமான பகுதியாகவும் திகழ்கிறது. நதியைப் பார்! எத்தனை துல்லியமான சுத்தமான நீர் ஓடிக்கொண்டிருக்கிறது? நாம் தங்குவதற்குச் சரியான இடம் இதுதான்! ரிஷிகளும், முனிவர்களும் ஆசிரமம் அமைத்துத் தங்கியுள்ள இந்த இடத்திலேயே நாமும் ஒரு குடில் அமைத்துக்கொள்வோம். வனவாசம் முடியும்வரை இங்கேயே நிம்மதியாகக் காலம் கழிப்போம்' என்றான்.

அண்ணன், 'தங்கிவிடலாம்' என்று சொன்னதுதான் தாமதம்! லட்சுமணன் உடனேயே அங்கு குடில் அமைக்கும் பணியில் இறங்கினான்.

சில மணிநேரங்களில், அங்கு ஓர் அற்புதமான குடில் உருவாகியது.

மூங்கில்களும் தென்னை ஓலைகளும் கொண்டு குடில் அமைத்து, பாய்கள் முடைந்து தொங்கவிட்டிருந்தான் லட்சுமணன். மேலும், அருகிலிருந்த செடிகொடிகளை வளைத்துக்கட்டிய வர்ணஜாலம் கண்ணைக் கவர்ந்தது.

ராமன் அதைக் கண்டு மனம் நெகிழ்ந்துபோனான். தம்பியைக் கட்டியணைத்துப் பாராட்டினான். லட்சுமணனின் அர்ப்பணிப்பை எண்ணி ஆனந்தக்கண்ணீர் விட்டான்.

அயோத்தியிலோ, துயரக்கண்ணீர் நிற்கவேயில்லை. எங்கு பார்த்தாலும் விம்மலும் விசும்பலும் எதிரொலித்துக் கொண்டே இருந்தது.

19

தசரதனை பலி வாங்கிய சாபம்!

அயோத்தியில் கௌசல்யா தேவியின் அந்தப்புரத்தில், தசரதன் குற்றுயிராகக் கிடந்தான்.

எதிரே, ராம லட்சுமண, சீதையை காட்டுக்குள் அனுப்பிவிட்டு, ரதம் முழுக்க துயரத்தை ஏற்றிக்கொண்டு திரும்பிய சுமந்திரன்!

தசரதனுக்கு, ஏதும் கேட்கத் தோன்றவில்லை. சுமந்திரனைப் பார்த்ததும் மேலும் கண்ணீர் பெருகியது. துக்கத்தால் தொண்டை அடைத்தது. பேச, வார்த்தைகள் வராமல் தவித்தான்.

கௌசல்யாவுக்கும், வெறுமையான ரதத்துடன் சுமந்திரன் திரும்பி வந்ததைப் பார்த்தபோது துயரம் பொங்கியது. இதற்கெல்லாம் காரணமானவர் என்று தசரதன்மேல் கோபம் கொந்தளித்தது.

'ஏன் பேசாமல் இருக்கிறீர்கள்? சுமந்திரனிடம் ஏதேனும் விசாரித்தால், கைகேயி கோபித்துக் கொள்வாளே என்று பயமா? அஞ்சாதீர்கள்! கைகேயி இங்கில்லை. அவளுக்கு வரம் தந்தபோது சந்தோஷமாக இருந்ததல்லவா? இப்போது மட்டும் ஏன் வெட்கம்? எதற்காக இந்தத் துக்கம்? ஐயோ! எனது மகனைப் பிரிந்து என்னால் இருக்க முடியவில்லையே. ராமனையும் மற்ற இருவரையும் விட்ட இடத்திலேயே என்னையும் கொண்டுவிடுமாறு சுமந்திரனுக்குச்

சொல்லுங்கள். பாவம், சீதா! அவளுக்குத் துணையாக நானும் அங்கேயே இருந்துவிடுகிறேன்' என்று புலம்பினாள்.

சுமந்திரன் அவளுக்கு ஆறுதல் சொன்னான்.

'மகாராணி! வருத்தம் கொள்ளாதீர்கள். அமைதி பெறுங்கள். அயோத்தியில் இருந்ததை விடவும் அதிகமாக, அவர்கள் மூவரும் வனத்தில் சந்தோஷமாக இருக்கிறார்கள். லட்சுமணன் அண்ணனுக்குப் பணிவிடை செய்வதில் ஆனந்தம் கொள்கிறான். சீதையோ, பிறந்த இடமே அந்த வனம்தான் என்பதுபோல விளையாட்டாகவே காலம் கழிக்கிறாள். அவர்களுக்கு ஒரு குறையும் இல்லை. கலங்காதீர்கள்!'

சுமந்திரன், இன்னும் என்னென்னவோ சொல்லித் தேற்ற முயற்சித்தான். ஆனால், கௌசல்யா துக்கம் குறையாதவளாகவே குமுறினாள். அதனால், மேலும் மேலும் தசரதனை வார்த்தைகளால் வதைத்தாள்.

அம்பாகத் தைத்த அவளது வார்த்தைகளால் தசரதன் வலி கொண்டவனாகப் பேசினான்:

'கௌசல்யா! நீ திட்டித் தீர்க்கும் அத்தனை வார்த்தைகளும் எனக்குத் தகுதியானவையே. பெற்ற தாயிடமிருந்து பிள்ளையைப் பிரித்த பாவி நான்!' - இந்த வார்த்தையைச் சொன்னதுமே தசரதனுக்குள் திடீர் என்று, இதயத்துக்குள் இடி விழுந்ததுபோல் என்றோ நடந்த பழைய சம்பவம் நினைவுக்கு வந்தது.

அந்தச் சம்பவம் ஞாபகத்துக்கு வந்ததுமே, திகிலடைந்துபோய் வாய்விட்டு அலறினான் தசரதன்.

'ஆ! அந்தக் கொடுமையான சாபத்தை எப்படி நான் மறந்தேன்? பயங்கரம்! மிகப் பயங்கரம்! கடைசியில் அது நடந்துவிட்டது. எது நடக்கக் கூடாது என்று நினைத்தேனோ, அது நடந்தே முடிந்து விட்டது. கௌசல்யா! இந்தத் துக்கத்துக்கும் துயரத்துக்கும், இப்போது எனக்குக் காரணம் புரிந்து விட்டது.'

'என்ன பிதற்றுகிறீர்கள்?' என்றாள் கௌசல்யா.

'பிதற்றவில்லை. உண்மையைச் சொல்கிறேன். வாலிப வயதில் எனக்கு வழங்கப்பட்ட ஒரு பயங்கரமான சாபத்தின் விளைவுதான் இது! ஆமாம். அந்தச் சாபம்தான், ராமனை நம்மிடமிருந்து பிரித்து விட்டது!' - பீதியுடன் சொன்னான் தசரதன்.

'சாபமா? உங்களுக்கா! என்ன சொல்கிறீர்கள்?' - திகிலுடன் கேட்டாள் கௌசல்யா.

‘இப்படி வா கௌசல்யா! பக்கத்தில் இரு. யாருக்குமே தெரியாத அந்தச் சாபக் கதையை இப்போது சொல்கிறேன் கேள்!’

தசரதன் திக்கித் திணறிச் சொல்லத் தொடங்கினான்.

‘உனக்கே தெரியும்! நான் குறி பார்க்காமலே, ஒலியைக் கேட்டே அம்பு விடுவதில் திறமைசாலி என்று. சிறுவயதில் எனது இந்தத் திறமையை அடிக்கடி பரிசோதித்துப் பார்ப்பதில் எனக்கு அலாதி ஆனந்தம். அந்தச் சாமர்த்தியம்தான் என்னை ஒரு பெரும்பாவத்தில் ஆழ்த்தியது.

ஒருநாள் காட்டில் வேட்டையாடிக்கொண்டிருந்தபோது, தொலைவில் ஒரு யானை தண்ணீர் குடிக்கும் சத்தம் கேட்டது. ஒலி வந்த திசை நோக்கி, குறிவைத்து அம்பை எய்தேன். அடுத்த நொடி, ‘ஐயோ, நான் செத்தேன்!’ என்று ஓலக்குரல் எழும்பியது.

திடுக்கிட்டுப்போய் அங்கு ஓடிச்சென்று பார்த்தேன்.

அங்கே ரிஷிகுமாரனைப்போலக் காணப்பட்ட இளைஞனொருவன் மார்பில் அம்பு பாய்ந்து ரத்தம் பெருக விழுந்து கிடந்தான். என்னைப் பார்த்ததும் புரிந்துகொண்டு, கண்களில் ஆத்திரம் பொங்கக் கேட்டான்.

‘யார் நீங்கள்? என் பேரில் உங்களுக்கு என்ன விரோதம்? நான் மனத்தால்கூட யாருக்கும் கெடுதல் நினைத்தது கிடையாதே! அப்படியிருக்க என்மீது ஏன் அம்பை எய்தீர்கள்? ஆ! ஐயோ! வலி உயிர்போகிறதே. இன்னும் சில நாழிகைகளிலேயே உயிர் பிரிந்துவிடுமே! சொல்லுங்கள், எதற்காக என்னைக் கொல்ல நினைத்தீர்கள்?’

நான் அதிர்ந்துபோனேன். நடந்ததைச் சொல்லி, அறியாமல் செய்த பிழைக்கு மன்னிப்புக் கேட்டேன். எனக்கு வேறென்ன செய்வதென்றே புரியவில்லை.

அந்த இளைஞன் வலிதாங்க முடியாத வேதனையுடன் பேசினான்.

‘கோசல மன்னனே! தெரிந்தோ தெரியாமலோ எனது விதி முடிந்துவிட்டது. இப்போது கவலையெல்லாம் எனது பெற்றோர்கள் குறித்துத்தான். அவர்கள், மிகவும் வயதானவர்கள். அது தவிர, பார்வையிழந்தவர்கள். என்னை நம்பியே வாழ்ந்தவர்கள். அவர்கள், ஆசிரமத்தில் தாகத்தோடு காத்துக் கொண்டிருப்பார்கள். அவர்களுக்குத் தண்ணீர் கொண்டு போக வந்த என்னை இப்படி அம்பால் துளைத்துப்போட்டுவிட்டாய். பாவம்! அவர்களின் நிலைமை இனி என்னாகுமோ தெரியவில்லை. உடனே நீ, அவர்களிடம் சென்று நடந்ததைச் சொல். காலில் விழுந்து மன்னிப்புக் கேள். இல்லாவிட்டால் அவர்களுடைய

கோபமே உன்னைச் சுட்டெரித்துவிடும். சீக்கிரம் போ! போகும் முன்பாக மார்பில் செருகி வேதனை தரும் இந்த அம்பை பிடுங்கி விட்டுப் போ!'

அவன் கேட்டுக்கொண்டபடி, மிகுந்த துயரத்துடன் அம்பை வெளியே இழுத்தேன். உடனே அவனது உயிர் உடலை விட்டுப் பிரிந்துவிட்டது.

'ஐயோ! அப்புறம் என்னானது?' - தவிப்புடன் கேட்டாள் கௌசல்யா.

'இளைஞன் சொன்னபடியே தண்ணீர் குடத்துடன் சென்று அவனுடைய வயதான பெற்றோர்களைச் சந்தித்தேன். குற்ற உணர்ச்சியுடன் அவர்களிடம் நடந்தவற்றை மறைக்காமல் கூறினேன். மன்னிப்புக் கேட்டேன். காலில் விழுந்து கண்ணீரால் அவர்கள் பாதங்களைக் கழுவினேன். அவர்களைக் கடைசிவரையில் நானே வைத்துக் காப்பதாக வாக்களித்தேன்.

மன்னன் என்கிற மமதை எல்லாம் போய், அவர்கள்முன் குற்றவாளியாக, கருணைப் பிச்சைக்காக கையேந்தி நின்றேன்.

மகன் மாண்டுவிட்டான் என்றதுமே, பார்வையற்ற அவர்கள் விழிகளிலிருந்து வெள்ளமாகக் கொட்டியது கண்ணீர்.

பிறகு அந்த வயதான தந்தை கூறினார்.

'ஒரே மகனை நம்பி வாழ்ந்த கபோதிகள் நாங்கள். எங்களை நிர்கதியாகத் தவிக்குமாறு பெரிய பாவம் செய்துவிட்டாய்! ஆனாலும், நீயாக வந்து உண்மையைக் கூறினாய். சரி. உடனே எங்கள் மகன் இருக்குமிடத்துக்கு அழைத்துப் போ! அவனை நல்லவிதமாக சுவர்க்கத்துக்கு அனுப்பிவைப்போம்!'

அதன்படியே இளைஞன் இறந்து கிடந்த இடத்துக்கு அவர்களை அழைத்துப்போனேன். தங்கள் மகன் உடலைக் கட்டித்தழுவி கதறித் தீர்த்தார்கள். 'ஐயோ! கௌசல்யா! அந்தக் காட்சி எனது இதயத்தையே இரண்டாகக் கிழித்துவிடுவது போலிருந்தது. வேதனை நெஞ்சைப் பிளந்தது.'

பிறகு, தங்கள் மகனுக்கு இறுதிக்காரியத்துக்கான கடமைகளில் இறங்கினார்கள். கடைசியாக சிதைக்குத் தீ மூட்டியவர்கள், நானே எதிர்பாராதபடி அவர்களும் மகனுடைய சிதைக்குள் ஏறி தீக்குள் விழுந்துவிட்டார்கள். அவர்கள் அந்தக் கடைசி தருணத்தில் சொல்லிய வார்த்தைகள்தான் இதோ அயோத்தியின் அரண்மனைக்குள் எதிரொலிக்கின்றன கௌசல்யா!' என்றவன், அப்போதும் அந்தச்

98 ராமாயணம்

சொற்கள் காதில் ஒலிப்பதுபோல காதுகளைப் பொத்திக் கொண்டு பயந்தான்.

‘என்ன, என்ன சொன்னார்கள்?’ - பதற்றத்துடன் கேட்டாள் கௌசல்யா.

‘எங்களுக்கு ஏற்பட்ட இதே புத்திரசோகத்தால்தான் நீயும் மரணமடைவாய்! என்று சாபம் அளித்தார்கள். அது இன்று நிறைவேறிவிட்டது!’

‘இதை ஏன் இத்தனை நாள்களாக எங்களுக்குச் சொல்லவில்லை?’

‘நீயே யோசித்துப் பார்! அன்றைய சூழ்நிலையில் நமக்குக் குழந்தைகள் இல்லை. ‘குழந்தைகள் இருந்தால்தானே இந்தச் சாபம் பலிக்கப் போகிறது’ என்று எண்ணிவிட்டேன். அதுமட்டுமல்ல கௌசல்யா! ஒருவகையில் அந்தச் சாபத்தை சந்தோஷமாகவும் ஏற்றுக்கொண்டேன். சாபம் நிறைவேற வேண்டுமானால், கட்டாயம் எனக்கு புத்திரன் பிறக்க வேண்டும். அந்த வகையிலாவது எனக்கு புத்திரன் கிடைத்தால் போதும் என ஏங்கினேன், ஆசைப்பட்டேன். நாளடைவில் அந்தச் சம்பவம் எனது மனத்தை விட்டே விலகிப் போய் விட்டது. இதோ மிகச் சரியான தருணத்தில், நான் மரணமடையப் போகிற சமயத்தில் அது மீண்டும் நினைவுக்கு வந்துவிட்டது. ஆமாம்! அந்தச் சாபம் பலித்து விட்டது. முழுமையாக பலித்தேவிட்டது. ராமா! ராமா! ராமா! ராமா!’ என்று குரல் கொடுத்தவன் மூர்ச்சித்துப் போனான்.

இல்லையில்லை... மூச்சு, நின்றே போனான்!

மாபெரும் மன்னன், வேத சாத்திரங்கள் முழுமையாக அறிந்தவன், மூவுலகங்களிலும் புகழ் பெற்றவன், யுத்தங்களில் எதிரிகளுக்கு எப்போதும் தோல்வியையே பரிசாகத் தந்த வீரன், பெரும் செல்வங்களுக்கு அதிபதி, இந்திரன் குபேரன் போன்ற தேவர்களுக்கு நிகரானவன், தர்மத்தில் தவறாதவன்- கடைசியில் மகனைப் பிரிந்த சோகத்தால் மாண்டுபோனான்.

‘அரசர் அமரராகிவிட்டார்.’

செய்தி பரவியதுமே, அயோத்தி மேலும் அலங்கோலமானது.

நகரமெங்கும் ஒப்பாரிக்குரல் ஒலித்தது.

அந்தப்புரம், மகாராணிகளின் அழுகுரல்களால் குலுங்கியது.

தேசமே செயலிழந்து ஸ்தம்பித்துப் போனது.

அரண்மனையில் வசிஷ்டர் முதலான முக்கியஸ்தர்கள் கூடிப் பேசினார்கள்.

'முதலில், மன்னனுக்கு உத்தரக்கிரியைகள் நடத்தப்பட வேண்டும். நான்கு புதல்வர்களில் ஒருவர்கூட அருகிலில்லை. வனவாசம் போன ராம லட்சுமணர்களை அழைக்க முடியாது. பரதனும் சத்ருக்கனனும் வெகுதூரத்தில் இருக்கிறார்கள். தகவல் சொல்லி அனுப்பினாலும் வந்துசேரவே ஏழு எட்டு நாள்கள் ஆகும். என்ன செய்யலாம்' என்று யோசித்தார்கள்.

'வேறு வழியில்லை. எத்தனை நாள்கள் ஆனாலும் பரதனை வரவழைத்துவிட வேண்டியதுதான். அதுவரை மன்னரின் உடல் கெட்டுப் போகாமல் தைலத்தில் இட்டு வையுங்கள்!' வசிஷ்டர் கூறினார்.

'குருவே! அரசனில்லாத தேசத்தில் அராஜகம் மேலோங்கும். தர்மம் அழிந்தே போகும். எனவே, அடுத்தபடியாக ராஜ்ஜியத்தை ஆள அரசனைத் தேர்ந்தெடுப்பதும் மிக முக்கியம்!' மந்திரி பிரதானிகள் வசிஷ்டரிடம் வேண்டினார்கள்.

'ஆம். அது உண்மைதான். தசரத மகாராஜா வாக்குத் தந்தபடியும், ராமன் கேட்டுக்கொண்டவாறும் பரதனுக்கே முடிசூட்டி விடுவோம்' என்றார் வசிஷ்டர்.

தூதர்களை அழைத்தார்.

'நீங்கள் இப்போதே அதிவேகமாக கேகய தேசத்துக்குப் புறப் படுங்கள். பரதனிடம் சென்று குலகுருவும் மற்ற மந்திரி பிரதானிகளும் அவர்களை உடனடியாக அழைத்துவரச் சொன்னதாகக் கூறி கை யோடு அழைத்து வாருங்கள். ஒரு முக்கிய விஷயம். உங்கள் முகத்தில், சிறிதளவும் வேதனையோ கவலையோ துயரமோ தென்படக் கூடாது. மன்னர் இறந்த செய்தி அறிந்தால் பரதன் தாங்கமாட்டான். அதுமட்டு மல்ல! ராம லட்சுமணரும் சீதையும் காட்டுக்குச் சென்ற விஷயமும் பரதனுக்குத் தெரியவேண்டாம். ஜாக்கிரதை!' அவர்களை எச்சரித்து அனுப்பிவைத்தார்.

தூதர்கள், கேகய நாட்டுக்குப் பறந்தனர். அங்கு மகரிஷி வசிஷ்டர் சொன்னது போலவே நடந்துகொண்டனர்.

பரதன் திகைத்துப்போனான். அவனுக்கு இந்தத் திடீர் அழைப்பின் காரணம் புரியவில்லை. குழப்பத்துடனே சத்ருக்கனனையும் அழைத்துக்கொண்டு தூதர்களுடன் அயோத்திக்குப் புறப்பட்டான்.

பரிதவித்தான் பரதன்

20

பரதனுக்கு, இனம்புரியாத கலவரமும் சோகமும் சூழ்ந்துகொண்டது.

வழியில் தென்பட்டதெல்லாமே தீயசகுனங்கள்.

சத்ருக்கனனுக்கும் அப்படியே. கண்டுகொள்ள முடியாத, காரணம் புரியாத வேதனை அவனை வதைத்தது.

அயோத்தியை நெருங்கும்போது அவர்கள் மேலும் பயந்து போனார்கள்.

தலைவாசலில் மாற்றப்படாத காய்ந்த தோரணங்கள், முழங்காத சங்குகள், ஒலிக்காத முரசுகள், வருத்தமான முகத்துடன் காவலர்கள், சுத்தப் படுத்தப்படாமல் தூசு மண்டிய வீதிகள் எல்லாமே துக்கமயமாகத் தென்பட்டன.

நகரத்திலும் கலகலப்பில்லை. உற்சாகமில்லை. உல்லாசமில்லை. வீதிகளில் ஆங்காங்கே தென் பட்ட மக்களும்கூட இவர்களைக் கண்டதுமே வெடுக்கென்று எழுந்து வீடுகளுக்குள் சென்று கதவைத் தாளிட்டுக்கொண்டனர்.

அயோத்திக்கு ஏதோ ஒரு துயரம் ஏற்பட்டிருக் கிறது என்பதை மட்டும் இருவரும் உணர்ந்து கொண்டனர்.

அரண்மனை வாசலில் ரதத்தை நிறுத்தி வேகமாக உள்ளே சென்றனர்.

கேகயத்திலிருந்து மகன் வந்த தகவல் அறிந்து, கைகேயி பரதனை எதிர்கொண்டு வரவேற்றாள்.

'பரதா!' என்றழைத்த கைகேயி, கண்களில் நீர் தளும்ப விம்மினாள்.

'அயோத்தியின் காவலரான உனது தந்தை காலமாகிவிட்டார். உலக மக்கள் அனைவரும் ஒருநாள் சென்று அடையவேண்டிய பரமபதத்தை அடைந்துவிட்டார்' என்றாள்.

பரதன் ஸ்தம்பித்துப்போனான். மனம் உடைந்தவனாக அப்படியே சரிந்து தரையில் அமர்ந்தான். கரகரவெனக் கண்களில் கண்ணீர் பெருக்கினான்.

'ஐயோ! தந்தையே, நான் பாவியாகி விட்டேனே! தங்களின் இறுதிக் காலத்தில் பக்கத்தில் இல்லாமல் போய்விட்டேனே!' என்று கதறினான்.

'இங்கிருந்து நான் செல்லும்போது தந்தை நன்றாகத்தானே இருந்தார்! திடீரென்று என்ன ஆயிற்று? ஏதேனும் உடல்நிலை சரியில்லாமல் போனதா? அய்யோ! அண்ணன் ராமன் தந்தையின்மீது உயிரையே வைத்திருப்பவனாயிற்றே! மன்னர் மறைந்துபோனதில் அவன் மன முடைந்து போயிருப்பானே! அம்மா! நான் உடனே அண்ணனிடம் போகிறேன். அவனது தோளில் சாய்ந்து கதறினால்தான் மனம் ஆறுதலடையும்.'

பரதன், ராமனின் மாளிகைக்குச் செல்லக் கிளம்பினான்.

'பரதா, பொறு! பதற்றப்படாதே! உனது அண்ணன் ராமன் இங்கில்லை.'

பரதன் திடுக்கிட்டுப் போனான்.

'என்ன! ராமன் இங்கில்லையா? தந்தையார் இறந்தபோதாவது அவர் பக்கத்தில் இருந்தாரா இல்லையா? தந்தை பரமபதம் அடைந்தது அவருக்குத் தெரியுமா தெரியாதா? அவர் இப்போது எங்கிருக்கிறார்?' படபடத்தான்.

'ராமனும் லட்சுமணனும் சீதையும் தவக்கோலம் கொண்டு, பதி னான்கு வருடம் வனவாசம் செய்ய உத்தேசித்து காட்டுக்குச் சென்று விட்டார்கள்.'

பரதன் பதறிப்போனான். 'ஐயோ! இதென்ன அநியாயம்? எனது அண்ணன் என்ன குற்றம் செய்தான்? எதற்காக அந்தத் தர்மவானுக்கு இந்த தண்டகாரண்ய தண்டனை? இதை அவன் மேல் விதித்தது யார்?'

'ராமன், எந்தக் குற்றமும் செய்யவில்லை மகனே! உன் பொருட்டு, உனது நலனுக்காகவே இதை ஏற்றுக்கொண்டான்!' -முக மலர்ச்சி யுடன் கூறினாள் கைகேயி.

'அய்யோ அம்மா! இந்தக் கொடும் நிகழ்வை சர்வசாதாரணமாகச் சொல்கிறீர்களே! மனம் சுக்குநூறாகத் தெறித்து விடும் போலிருக் கிறதே! எனக்கொன்றும் புரியவில்லையே! அயோத்தியில் என்னதான் நடக்கிறது?'

கைகேயி, தனது சாமர்த்தியத்தை மகனுக்கு விளக்கும் வகையில் ராமனின் பட்டாபிஷேகத்துக்காக தசரதன் ஏற்பாடுகள் செய்யத் தொடங்கியதிலிருந்து நடந்தவற்றை விவரித்தாள்.

பட்டாபிஷேகத்தைத் தடுக்கும்விதமாக தான் இரண்டு வரங்கள் கேட்டதையும், ஒன்றின் மூலம் பரதனுக்கு ராஜ்ஜியத்தைப் பெற்றுத் தந்து, இன்னொன்றின் விளைவாக ராமனைக் காட்டுக்கு அனுப்பி வைத்ததையும், அதைப் பொறுக்கமுடியாமல் தசரதன் இறந்து போனதையும் விளக்கி முடித்தாள்.

'பரதா! இதையெல்லாம் உனக்காகவே செய்தேன். இந்த ராஜ்ஜியமும் பதவியும் அதிகாரமும், இப்போது உன் கையில் வந்துள்ளது. முறைப்படி உனது தந்தையின் உத்தரகிரியைகளைச் செய்துமுடித்து, பட்டாபிஷேகம் செய்துகொள். பெருமைமிகு ரகுவம்சத்தின் ஆட்சியை ஏற்று உனது கடமையைச் செய்!' என்றாள்.

கைகேயி, நடந்த சம்பவங்களைச் சொல்லச் சொல்லவே பரதனின் முகம் கோபத்தால் சிவந்துபோனது.

தனது தாயின் கொடூர சூழ்ச்சியினாலேயே, இத்தனை கொடுமைகளும் அநியாயமும் நடந்து முடிந்தது என்பதை அவனால் நம்பவே முடியவில்லை. அது அவள் வார்த்தைகளிலேயே வெளிப்பட்டபோது அவனது நெஞ்சு நடுங்கியது. பதறிப்போனான்.

அவன் நாவிலிருந்து வெளிப்பட்ட வார்த்தைகள் நெருப்புத் துண்டங் களாக வெளிவந்தன.

'அடிப்பாவி! உன்னைத் தாயென்று சொல்லவே என் மனம் கூசுகிறதே! தர்மத்தின் காவலனான எனது தந்தைக்குப் போய் நீ மனைவியாக வந்து வாய்த்தாயே. எத்தனை துரதிருஷ்டசாலி அவர்! படமெடுத்தாடும் நச்சுப்பாம்பை அல்லவா அவர் தனது பக்கத்தில் வைத்துக் கொஞ்சியிருக்கிறார். பழிகாரி! உன்னால் அல்லவா கடைசியில் அவர் மாண்டு போனார்? எனது தந்தையைக் கொன்றுவிட்டு, என்னை

உமா சம்பத் 103

ராஜ்ஜியம் ஏற்றுக்கொள்ளும்படிச் சொல்ல உனக்கு எத்தனை தைரியம்? நா கூசவில்லையா? பாவி! பாவி! பெரும் பாவத்தை நீ தேடிக்கொண்டதோடு, தீராத பழியை என் தலைமீதும் சுமத்திவிட் டாயே! ராஜ்ஜிய ஆசையால், உடன் பிறந்த அண்ணனையே காட்டுக்கு அனுப்பிய துரோகி என்றல்லவா உலகம் என்னைப் பழிக்கும்? ஐயோ! அண்ணா இதை நான் எப்படித் தாங்குவேன்?'

இதயம் வெடித்துவிடுவதுபோல் கதறியழுதான் பரதன்.

நடந்த சம்பவங்களை நினைக்க நினைக்க, அவன் மனம் பொறுக்க வில்லை. மீண்டும் கைகேயியிடம் கர்ஜித்தான்.

'பெற்ற தாய்க்கும் மேலாக ராமன் உன்னிடம் பாசம் செலுத்தினானே! அடிப்பாவி! அந்த நல்லவனைப் போய் காட்டுக்கு அனுப்பி விட்டாயே. உலகத்திலேயே வழக்கத்தில் இல்லாதவிதமாக இளைய வனுக்குப் பட்டம் கட்ட திட்டமிட்டாயே வஞ்சகி! நெஞ்சு பதற வில்லையா உனக்கு? இதயம் என்பதே இல்லாமல் போய்விட்டதா?

இல்லை, இது நடக்காது. உனது சூழ்ச்சி பலிக்க நான் இடம் தர மாட்டேன். இப்போதே போகிறேன். காட்டுக்குச் சென்று எனது அன்பு அண்ணனை அழைத்துவருகிறேன். அவனுக்குப் பட்டம் கட்டி உனது முகத்தில் கரியைப் பூசுகிறேன். போ! இனி, என் முகத்தில் விழிக்காதே. நீ கொடியவள். மனசாட்சி இல்லாதவள். தர்மத்தைக் கொன்றுபோட்ட கொலைகாரி. இனி, நீ எனக்குத் தாய் இல்லை. உன்னைப் பொறுத்த வரை நான் இறந்துவிட்டேன் என்று வைத்துக்கொள்!'

கோபமும் அழுகையும், துயரமும் புலம்பலுமாக பொருமிக் கொண்டு அங்கிருந்து வெளிப்பட்டான் பரதன். சத்ருக்கனனையும் அழைத்துக் கொண்டு கௌசல்யா தேவியின் அந்தப்புரம் நோக்கி ஓடினான்.

கைகேயி இதை எதிர்பார்க்கவில்லை. கண்ணெதிரே, அவள் கட்டிய மனக்கோட்டை தகர்ந்து தூள்தூளாகச் சிதறிப் போனதைப் பார்த்தாள். பரதன் தன்னை நிந்தித்த அந்த நாழிகையில், அவள் தனது தவறை உணர்ந்தாள். பெற்ற பிள்ளையே தன்னை வெறுக்கும்விதமாக அரக்ககுணம் கொண்டுவிட்டோமே என்று நினைத்தவளால், அழுகை யைக் கட்டுப்படுத்த முடியவில்லை. மனம் உடைந்து தனிமையில் கதறத் தொடங்கினாள்.

பரதன் கேகய நாட்டிலிருந்து விரைவாக வந்துசேர்ந்த செய்தி கௌசல்யாவுக்கும் தெரிந்தது.

‘எளிதாக ராஜ்ஜியம் கிடைத்துவிட்டது அல்லவா! பட்டாபிஷேகம் செய்துகொள்ளப்போகும் சந்தோஷத்தில் பறந்தோடி வந்திருக்கிறான் பரதன்’ என்று நினைத்துக்கொண்டாள்.

அப்போது, பைத்தியம் பிடித்தவன்போல ஓடோடிவந்த பரதன், வந்த வேகத்திலேயே கௌசல்யாவின் கால்களில் நெடுஞ்சாண்கிடையாக விழுந்தான். அவள் பாதங்களைப் பிடித்துக்கொண்டு கதறினான்.

‘அம்மா! தயவுசெய்து என்னைத் தவறாக எண்ணிவிடாதீர்கள்! இங்கு நடந்த பாவச் செயல்கள் பற்றி எனக்கு எதுவுமே தெரியாதம்மா! கொடியவளான எனது தாயின் சூழ்ச்சிகள் ஏதும் தெரியாமல் வெகுதூரத்தில் இருந்துவிட்டேன். நான் துரோகி இல்லையம்மா! தயவுசெய்து என்னை நம்புங்களம்மா. அண்ணன் ராமன்மீது நான் வைத்திருக்கும் பாசமும் பிரியமும் உங்களுக்குத் தெரியாததா? அவரை, காட்டுக்கு அனுப்பக்கூடிய கொடிய செயலுக்கு நான் துணை போவேனா? சத்தியமாகச் சொல்கிறேன் தாயே! ராஜ்ஜியத்துக்கு நான் எப்போதுமே ஆசைப்பட்டவனில்லை. அப்படி நான் சிறிதளவேனும் ஆசைப்பட்டிருப்பேன் என்றால், உலகில் செய்யப்படும் பெரும் பாவங்கள் என்னென்ன உண்டோ அவற்றுக்கு உண்டான அத்தனை தண்டனைகளும் சித்திரவதைகளும் என்னை வந்துசேரட்டும்!’ என்று சபதமிட்டான்.

அங்கு உடனிருந்த சுமத்திரை, பரதனின் தவிப்பையும் வேதனை யையும் கண்டு பரிதவித்துப்போனாள்.

‘பாவம்! தாயின் சூழ்ச்சியில் துளியும் பங்குபெறாத உத்தமன். வீண்பழி சுமத்தப்பட்டுக் கிடக்கிறான். ராமனுக்கு இழைக்கப்பட்ட அநீதியை விட, பரதனுக்குச் செய்த அநீதி மிகப் பெரியது!’ என்று வருத்தம் கொண்டாள்.

பரதனின் வேதனை, கௌசல்யாவுக்குத் தாளமுடியாத துக்கத்தைத் தந்தது. பரதனுடைய தூய உள்ளத்தை முழுவதுமாகப் புரிந்துகொண் டாள். பரதனின் பக்கத்தில் தரையில் அமர்ந்து, அவன் தலையை எடுத்து மடிமீது வைத்துக்கொண்டாள். தலையை ஆதரவாகக் கோதினாள்.

‘பரதா! என் மகனே, துக்கம் கொள்ளாதே! விதி விளையாடும்போது யார்தான் என்ன செய்யமுடியும்? உன்னை நான் புரிந்துகொண்டேன். உன்மீது எந்தத் தவறும் இருப்பதாக நான் நினைக்கவில்லை. எழுந்திரு!’ என்றாள்.

பரதன் எழுந்து அமர்ந்தான்.

'அம்மா! இதை விதியென்று நான் விட்டுவிடப் போவதில்லை. நானே கானகம் சென்று அண்ணனை அழைத்து வருகிறேன். அவரிடம் இந்த ராஜ்ஜியத்தை ஒப்படைக்கிறேன். இது நிச்சயம்!' என்றான்.

கௌசல்யா மனம் நெகிழ்ந்தாள். 'சூழ்ச்சியில் பரதனுக்கும் பங்கிருக்கும். ராஜ்ஜியத்தின்மேல் அவனுக்கும் ஆசையிருக்கும்' என்று முதலில் சந்தேகப்பட்டவள், பரதனின் தூய்மையான உள்ளத்தைக் கண்டு சிலிர்த்துப்போனாள். ஒரு மகன் காட்டுக்குப் போனாலும், அவனைப் போலவே தர்மத்தின் காவலனாக இன்னொரு மகன் தனக்குக் கிடைத்து விட்டான் என்று பெருமகிழ்ச்சி கொண்டாள்.

பரதனை மனமார வாழ்த்திப் பேசினாள்.

'உனது முன்னோர்கள் எல்லாம் நல்லபடியாக ஆட்சிபுரிந்து அதனால் பெரும்புகழ் பெற்றிருக்கிறார்கள். ஆனால், அரசை வேண்டாம் என்று சொல்லும் உனக்குச் சமமானவர்கள் யாருமே இல்லை. பரதா, என் கண்ணே! நீதானடா மன்னர்களுக்கெல்லாம் மன்னன்!' என்று தழு தழுத்தாள்.

இறந்துபோன தசரத மன்னருக்கு நடக்கவேண்டிய உத்தரகிரியைகள் நியமம் தவறாமல் நடந்துமுடிந்தன.

மன்னர் இறந்த பதினான்காம் நாள் அரசவை கூடியது.

குலகுரு வசிஷ்டரும், மந்திரி பிரதானிகளும் மற்றைய பெரியோர்களும் உடனடியாக பரதனை முடிசூட்டிக் கொள்ளுமாறு வற்புறுத்தினார்கள்.

பரதன் எழுந்தான். சபையோர்களைப் பார்த்துப் பேசினான்.

'நீங்கள் என்னை முடிசூட்டிக்கொள்ளச் சொல்வது வேடிக்கையாகவும் வேதனையாகவும் இருக்கிறது. நமது குலவழக்கப்படி, மூத்தவனே ராஜ்ஜியமாளும் உரிமை பெறுகிறான். அப்படியிருக்க, வழக்கத்துக்கு மாறாக இளையவனான என்னை ராஜ்ஜியத்தை ஏற்றுக்கொள்ள அழைப்பது நியாயமில்லாத செயல்.

இந்த ராஜ்ஜியம் ராமனுடையது. அவரே அயோத்தியின் அரசனாகத் தகுந்தவர். நான் இப்போதே அண்ணனைத் தேடிக் காட்டுக்குச் செல்லப்போகிறேன். அவருக்கு அங்கேயே பட்டாபிஷேகம் செய்வித்து, அண்ணியார் சீதையையும், ராம லட்சுமணரையும் அழைத்து வரத் தீர்மானித்திருக்கிறேன். குரு வசிஷ்டரே! தயவுசெய்து அதற்கான ஏற்பாடுகளைச் செய்யுங்கள்' உறுதியாகச் சொல்லிமுடித்தான்.

பரதன் இவ்வாறு சொன்னதுமே, அத்தனைபேரும் மனம் மகிழ்ந்து போனார்கள். பரதன் எப்படியாவது ராமனை அயோத்திக்கு அழைத்து வந்துவிடுவான் என்று நம்பினார்கள். சந்தோஷம் கொண்டார்கள்.

பரதன் தாமதிக்காமல், உடனடியாகக் காட்டுக்குக் கிளம்பினான். ராம லட்சுமணர்களைப் போலவே தானும் ஜடாமுடியும் மரவுரியுமாக துறவுக்கோலம் கொண்டான். ராமனின் பட்டாபிஷேகத்துக்கான ஏற்பாடுகளுடனும் மற்றும் படை பரிவாரங்களுடனும் வேகமாக விரைந்தான்.

அவனுடன் வசிஷ்டர் முதலான மந்திரி பிரதானிகளும், அன்னையர் கௌசல்யாவும் சுமித்திராவும் மற்றும் மகனின் சொற்களால் மனம் திருந்திய கைகேயியும் உடன் சென்றார்கள். இன்னும் ஏராளமான அயோத்தி நகர மக்களும் அவர்களைப் பின்தொடர்ந்தார்கள்.

21

பாதுகைக்குப் பட்டாபிஷேகம்

‘தலைவரே! தலைவரே! கங்கையின் எதிர்க்கரையில் ஒரு பெரும்படையொன்று வந்து தங்கியுள்ளது. வந்து பாருங்கள்!’

நிஷாதத் தலைவனான குகனின் ஆட்கள் அவனிடம் ஓடிவந்து அழைப்பு விடுத்தனர்.

‘படையா? கங்கையைத் தாண்டி யார் மீது யார் போர் தொடுக்கப் போகிறார்கள்? எந்த நாட்டுப் படை?’ என்று யோசித்தபடி நதிக்கரைக்கு வந்தான் குகன்.

வந்திருப்பது யாரென்று குகனுக்குத் தெரிந்து விட்டது.

தேரின்மீது திருவாத்தி மரக்கொடி காற்றில் ஆடுவது தெரிகிறது. அது அயோத்தி மன்னருடைய கொடி. அப்படியானால், கைகேயியின் மகன் பரதன்தான் படை திரட்டி வந்திருக்கிறான்!

குகன், தனது ஆட்களிடம் கோபத்துடன் கூறினான்.

‘அநீதியான வழியில் ராஜ்ஜியத்தை அடைந்து கொண்ட கைகேயியின் மகன்தான் இங்கு வந்திருப்பவன். அப்படியானால் ராமனுக்கு விரோதி. சூழ்ச்சியால் ராஜ்ஜியத்தை அடைந்ததோடு மட்டுமில்லாமல், ராமனைக் கொல்லவும் படை திரட்டி வந்திருக்கிறான் போலிருக்கிறது.

ஆனால், நான் எண்ணுவது சரிதானா என்றும் தெரியவில்லை. எதற்கும் நமது ஆட்கள் அனைவருக்கும் எச்சரிக்கை தந்து கங்கையைக் காத்து நிற்க ஏற்பாடு செய்யுங்கள். நான் சென்று அவர்களிடம் பேசிப் பார்க்கிறேன். ராமன்மீது அன்புள்ளவர்களானால், அவர்களுக்கு கங்கையைக் கடக்க உதவி செய்வோம். கெடுதல் செய்ய வந்தவர்கள் என்றால் இங்கேயே தடுத்துவிடுவோம்!'

தனது ஆட்களைச் சுற்றிலும் காவலுக்கு வைத்துவிட்டு, பரதன் இருந்த இடத்துக்கு படகில் வந்திறங்கினான் குகன்.

குகன், கரையில் காலடி எடுத்துவைத்ததுமே மந்திரி சுமந்திரன் மகிழ்ச்சியில் குரல் கொடுத்தான்.

'இதோ குகன் வருகிறார். ராஜகுமாரரே! குகன் இந்தப் பிராந்தியத்தின் தலைவர். நிஷாதர்களின் தலைவரும்கூட! இவர் நமது நண்பர். ராமனிடம் அளவற்ற அன்பு கொண்டவர். காட்டின் மூலைமுடுக் கெல்லாம் தெரிந்தவர். ராமன் இருக்குமிடத்தை இவரே அறிவார். இவரால் மட்டுமே, நம்மை ராமனிடம் விரைவாக அழைத்துப் போகமுடியும்!' என்றான்.

'அப்படியா? மிக்க மகிழ்ச்சி. ராமன் மேல் அன்புள்ளவரானால் அவர் நமக்கும் அன்பர்தான்!' என்ற பரதன், குகனிடம் பணிவுடன் வேண்டினான்.

'நான் ராமன் இருக்கும் இடத்துக்குச் செல்லவேண்டும். அவர் இப் போது எங்கிருக்கிறார்? எங்களை அங்கே அழைத்துச் செல்ல முடியுமா?'

'ராஜகுமாரரே! தங்களை ராமன் இருக்கும் இடத்துக்கு அழைத்துச் செல்வதில் எனக்கு எந்தத் தடையுமில்லை. ஆனால், எனக்கொரு சந்தேகம்! தங்களுடன் இத்தனை பெரிய படையை எதற்காக அழைத்து வந்திருக்கிறீர்கள் எனத் தெரிந்து கொள்ளலாமா?'

பரதன், அவன் கேள்வியெழுப்பியதன் உட்காரணத்தைப் புரிந்து கொண்டான். குகன் தன்னைச் சந்தேகிக்கிறான் என்று உணர்ந்து மனத்தால் குறுகிப்போனான்.

'குகனே! உனது கேள்வி நியாயமானதே. என்னால் ராமனுக்கு ஆபத்து உண்டாகிவிடுமோ என்று அஞ்சுகிறாய் அல்லவா? இதைவிட அவமானம் எனக்கு வேறொன்றுமில்லை. இப்படியான நிலைமை

ஏற்பட்டதற்காக விதியை நொந்து கொள்வதைத் தவிர வேறு என்ன செய்யமுடியும்?

நிஷாதர் தலைவனே! தயவுசெய்து என்னைச் சந்தேகப்படாதே. தந்தையை இழந்து தவிக்கும் எனக்கு, ராமனே தந்தையுமாவார். அவரே, அயோத்தியை ஆளத் தகுந்தவர். அவரை எப்படியாவது சமாதானப்படுத்தி அயோத்திக்கு அழைத்துச்செல்வதற்காகவே வந்திருக்கிறேன். இது சத்தியம். எனக்கு உதவி செய்!' என்றான்.

பரதனின் பேச்சில் தொனித்த துயரமும், அவன் ராமன்மேல் கொண்ட அன்பும் குகனுக்குத் தெள்ளத்தெளிவாகப் புரிந்ததால், தான் அப்படிக் கேட்டதற்காக மனம் வருந்தினான். அதை பரதனிடம் வெளிப்படுத்த வும் செய்தான்.

'ஐயனே, என்னை மன்னியுங்கள்! உங்களைப் போன்ற உத்தம மனிதரை உலகில் எங்கும் காணமுடியாது. காலடியில் வந்த ராஜ்ஜிய தேவியைத் துறக்கக்கூடிய மனம் படைத்தவரை, வேறு எங்குதான் காணமுடியும்? நீங்கள் நீண்ட புகழுடன் திகழப்போவது நிச்சயம். இப்போது இரவு நேரம் நெருங்கி விட்டது. எனவே, இன்றிரவு தங்கி விட்டு காலை எழுந்தவுடன் புறப்படுவோம்.'

குகன், பரதனுடைய படை பரிவாரங்களுக்கெல்லாம் தேவை யானவற்றைச் செய்துகொடுத்து உபசரித்தான்.

மறுநாள் காலை குகன் வழிநடத்த, அவன் ஏற்பாடு செய்திருந்த ஏராள மான படகுகளில் ஏறி அனைவரும் கங்கையைக் கடந்து பரத்துவாஜ முனிவருடைய ஆசிரமத்துக்குச் சென்று சேர்ந்தனர்.

பரதனும் சத்ருக்கனனும் பரத்துவாஜரைச் சந்தித்து அவரது பாதங் களில் விழுந்து வணங்கினர்.

பரத்துவாஜர் அவர்களை ஆசீர்வதித்து அன்புடன் வரவேற்றார்.

குகன் தன்னைச் சந்தேகித்ததுபோல எங்கே முனிவரும் தன்னைச் சந்தேகிப்பாரோ என்று பயந்தான் பரதன். பழியின் சுமை தாளாது தலைகுனிந்திருந்தான்.

பரத்துவாஜர் அதை உணர்ந்துகொண்டார். பரதனுக்கு ஆறுதல் அளிக்கும் விதமாகப் பேசினார்.

'ராஜகுமாரனே! எதன் பொருட்டும் நீ கூனிக் குறுகவேண்டியதில்லை. விதி போகும் பாதையில் யாரும் குறுக்கிடவோ தடை செய்யவோ முடியாது. நடைபெறவேண்டியது நடைபெற்றே தீரும். மானிடர்

களாகிய நமக்கு அதன் காரண காரியங்கள் தெரிவதில்லை அவ்வளவு தான்! மற்றபடி எல்லோருமே விதியின் கைப்பாவைகள்தான். அது ஆட்டுவித்தபடிதான் அனைவரும் ஆடிக்கொண்டிருக்கிறோம்.'

'ஆனாலும் எனது தாயின் தர்மம் தவறிய இரண்டு வரங்களால் அல்லவா இத்தனை துயரங்களும் வந்து சேர்ந்தன?'

'பரதனே! உனது தாயின்மீது குற்றம் காணாதே. அவளும் அன்புமய மான தாய்தான். எப்போதும் ராமன்மீது பேரன்பு செலுத்தியவள்தான். அப்படிப்பட்டவள் மனத்தில் திடீரென்று இப்படியொரு எண்ணம் தோன்றியதென்றால், அது தெய்வத்தின் சித்தம் என்பதை உணர்ந்துகொள்!' என்றார்.

அன்றிரவு அனைவரும் ஆசிரம எல்லையிலேயே தங்கினர்.

மறுநாள், பரத்துவாஜர் சொல்லியனுப்பிய வழியில் பரதனும் மற்றவர் களும் சித்திரக்கூடம் நோக்கிப் பயணமானார்கள். சித்திரக்கூட மலையை நெருங்கியபோதே, ராமனைக் காணப்போகிறோம் என்பதில் அனைவரும் அலாதி மகிழ்ச்சி கொண்டனர்.

அந்தச் சமயத்தில், ராமனும் சீதையும் லட்சுமணனும் தங்களது பர்ணசாலைக்கு அருகில் மலைச்சாரலின் அடிவாரத்தில் அமர்ந்து பேசிக்கொண்டிருந்தனர். அப்போது தூரத்தில் பெரும் அளவில் தூசுமண்டலம் கிளம்பி வானத்தை எட்டியது. பெரிய ஜனக்கூட்டத்தின் இரைச்சலும் கேட்டது.

ராமன் ஆச்சரியத்தில் புருவம் உயர்த்தினான்.

'லட்சுமணா! அங்கே யார் வருகிறார்கள், என்ன சத்தம் என்று பார்' என்றான்.

லட்சுமணன் உயரமான மரம் ஒன்றின் மீதேறிப் பார்த்தான்.

'அண்ணா! ஒரு பெரிய படையே திரண்டு வருவதுபோல் தெரிகிறது. ஏதோ ராஜ பரிவாரம்தான். நீங்கள் உடனே சீதையைப் பத்திரமாக இருக்கச் செய்யுங்கள். கவசம் பூண்டு வில்லும் அம்புமாக நாம் யுத்தத் துக்குத் தயாராவோம்' என்று சொன்னவன் ரதத்தில் பறந்துகொண் டிருந்த திருவாத்தி மரக் கொடியைப் பார்த்துவிட்டு ஆவேசமானான்.

'அண்ணா! வருவது அயோத்திப் படைகள்தான். ராஜ்ஜியத்தைப் பெற்றுக்கொண்டதோடு மட்டுமில்லாமல் நம்மைக் கொல்லவும் பரதன் துணிந்துவிட்டான். இதோ நான் ஒருவனாகவே பரதனையும்

கலங்கி நிற்கும் பரதனுக்கு, ராமன் தேறுதல் சொல்லும் உருக்கமான நிகழ்வு.

இந்தப் படைகளையும் நிர்மூலமாக்கி விடுகிறேன்' என்று கொந் தளித்தான்.

லட்சுமணனின் கோபத்தைக் கண்டு ராமன் புன்னகை செய்தான்.

'லட்சுமணா! ஏன் இந்த அர்த்தமில்லாத கோபம்? பரதனை நீ இன்னுமா புரிந்துகொள்ளவில்லை? அவனும் நம் சகோதரன்தானே! தர்மத்தி லிருந்து அவன் மட்டும் எப்படி தவறுவான்? அவன் இதுவரை நம்மீது காட்டிய அன்பில் சிறு களங்கமாவது இருந்ததுண்டா? அறியாமல்கூட அவன் நமக்கு எந்தத் தீங்கும் செய்ததில்லையே! அவனைப்பற்றி நீ இப்படி நினைப்பது அநியாயம்.

அவன் இங்கு எதற்கு வருகிறான் என்பதை நானறிவேன். ராஜ்ஜியத்தை என்னிடம் ஒப்படைப்பதற்காகவே அவன் வருகிறான். அன்னை கைகேயியிடம் கோபித்துக்கொண்டு, தந்தையைச் சமாதானம் செய்து விட்டு நம்மை அழைத்துச் செல்வதற்காகவே வருகிறான்!'

ராமன் சொன்னதைக் கேட்டதும் தனது கோபத்துக்காக வெட்கமடைந் தான் லட்சுமணன்.

'ஆம் அண்ணா! நீங்கள் நினைத்தபடிதான் இருக்கும். ஒருவேளை நமது தந்தையாரேகூட வந்திருக்கலாம்' என்றான்.

மேலே பேசவேண்டிய அவசியமே இருக்கவில்லை. படைகளையும் பரிவாரங்களையும் தூரத்திலேயே நிறுத்திவிட்டு மலைச்சாரல் பர்ணசாலைக்கு சத்ருக்கனனுடன் வந்துவிட்டான் பரதன்.

அண்ணனிடம் ஏதேதோ பேசவேண்டும்; என்னென்னவோ சொல்ல வேண்டும் என்றெல்லாம் எண்ணிக்கொண்டே வந்தவன், ராமனைப் பார்த்ததுமே வார்த்தைகளற்றுப் போனான். இரு கைகளையும் கூப்பியபடி வேகமாக வந்தவன், வெட்டப்பட்ட மரம்போல ராமனின் காலடிகளில் தடாலென சாஷ்டாங்கமாக விழுந்தான்.

'அண்ணா! அண்ணா!' என்பதற்குமேல் பேசமுடியாமல் தேம்பித் தேம்பி அழுதான்.

இதற்குள் குகனும் சுமந்திரனும் மற்றவர்களும் அங்கு வந்து சேர்ந் தார்கள். ராமன், பரதனைத் தூக்கிப்பிடித்து அணைத்துக்கொண்டான்.

ஜடாமுடியும் மரவுரியும் தரித்து, துயரத்தில் இளைத்து துரும்பாகிக் கிடந்த பரதனின் கோலத்தைப் பார்த்ததும் ராமனுக்கு வருத்தமாக இருந்தது.

'தம்பி பரதா! இதென்ன கோலம்? ராஜ்ஜியத்தின் அதிபதியாக அல்லவா உன்னைப் பார்க்க நினைத்தேன்! எதற்காக இந்தத் தவக் கோலம்? ஏன் இப்படி இளைத்துக் கிடக்கிறாய்? தந்தையைத் தனியாகவிட்டு எதற்காக இப்போது வனத்துக்கு வந்திருக்கிறாய்?'

'அண்ணா! நாடாளவேண்டிய மூத்தவன் கானகத்தில் இருக்க, அதற்குக் காரணமான நான் மட்டும் பட்டுப் பீதாம்பரங்கள் உடுத்தி சுகபோகமாக இருக்க முடியுமா அண்ணா? உனக்கு ஒரு துன்பம் என்றால் அது எங்களுக்கில்லையா?' என்றான்.

ராமன் பேச்சை மாற்றி, அயோத்தியைப் பற்றியும் ராஜ்ஜிய பரிபாலனம் குறித்தும் விசாரித்தான்.

பரதன், மனம் புண்பட்டவனாக பதில் சொன்னான்.

'அண்ணா! ராஜ்ஜிய பரிபாலனம் பற்றி என்னிடம் ஏன் கேட்கிறீர்கள்? அரசப் பதவியேற்கவேண்டிய மூத்தவன் நீயிருக்க, நான் எப்படி அரசாளுவேன்? அப்படிச் செய்வேன் என்று நீ நினைக்கவும் செய்யலாமா? ரகுகுல வம்சப்படி மூத்தவனே அரசாள வேண்டியவன். அதன்படி இப்போதே என்னுடன் அயோத்திக்கு வந்து அரசை ஏற்றுக்கொள்!

அயோத்தி, ஆதரிப்பார் இல்லாத அனாதைக் குழந்தையாக அழுது கொண்டிருக்கிறது அண்ணா! நான் கேகயத்திலிருக்கும்போது நீங்கள் வனத்துக்கு வந்துவிட்டீர்கள். உங்களது பிரிவு தாங்காமல் நமது தந்தையார் உயிர் நீத்து விட்டார் அண்ணா!'

மெல்லிய குரலில், அண்ணன் அதிர்ச்சிகொள்வானே என்கிற தயக்கத் துடனே தட்டுத் தடுமாறி சொல்லிமுடித்தான் பரதன்.

'என்ன! நமது தந்தையார் இறந்து விட்டாரா?' - துயரத்தால் மனம் தத்தளித்துத் தரையில் சரிந்தான் ராமன்.

எல்லோரும் ராம லட்சுமணனுக்கும் சீதைக்கும் பலவிதமாக ஆறுதல் சொல்லித் தேற்றினார்கள்.

அன்புடன் அண்ணனைக் கட்டியணைத்திருந்த பரதன், 'அண்ணா! எழுந்து வந்து நமது தந்தைக்குச் செய்யவேண்டிய கிரியைகளைச் செய். கடைசி நேரம் வரையிலும் உனது நினைவாகவே அவர் உயிர்விட்டார். நீ விடுகின்ற எள்ளும் நீருமே அவர் ஆன்மாவுக்குச் சாந்தியளிக்கும்' என்றான்.

ராம லட்சுமணனும் சீதையும் நதிக்குச் சென்று நீராடி, தந்தைக்குச் செய்யவேண்டிய சடங்குகளைச் செய்து முடித்தார்கள்.

பர்ணசாலைக்கு வந்தபின்பும் சகோதரர்கள் ஒருவருக்கொருவர் துக்கத்தைப் பரிமாறிக்கொண்டு ஆறுதலடைந்தார்கள்.

நான்கு சகோதரர்களும் அன்னையர்கள் மூவரும் ஒன்றாகக் கூடிப் பேசிக்கொண்டிருப்பதை, தூரத்திலிருந்தே கண்ட மக்களும் மற்ற பரிவாரங்களும் மனங்குளிர்ந்து போனார்கள். ராமன் இனி அயோத்திக்கு வந்துவிடுவான் என்று மகிழ்ந்தார்கள்.

பரதனும் அந்த எண்ணத்தில்தான் தீர்மானமாயிருந்தான். அண்ண னிடம் அதையே யாசித்தான்.

'அண்ணா! தந்தை தசரத சக்ரவர்த்தியோ உனைப் பிரிந்த துக்கத்தி லேயே சொர்க்கலோகம் போய்விட்டார். என்னைப் பெற்றவளும் தான் ஆசைப்பட்டது நடக்காமல் தர்மம் தவறிய பாவச்செயலுக்காக வருத்தப்பட்டு இங்கேயே நரகவேதனை அனுபவிக்கிறாள். மற்ற அன்னையரும், நாங்களும் அறுத்துப் போட்ட முத்துமாலையாக தரையில் சிதறித் தெறித்து ஆளுக்கொரு மூலையாகக் கிடக்கிறோம். எங்களைக் கோக்கும் தங்கச்சரமாக நீதான் அயோத்திக்கு வந்து எங்களைக் காக்கவேண்டும்.

நான் உனது பாதங்களில் வணங்கிக் கேட்டுக்கொள்கிறேன். எங்களோடு வந்து அயோத்தி ராஜ்ஜியத்தை ஏற்றுக்கொள்! எங்களது பிரார்த்தனையை மறுத்துவிடாதே!'

பரதன் மீண்டும் ராமனின் பாதங்களில் விழுந்து வணங்கினான்.

பரதனை அள்ளித் தூக்கினான் ராமன்.

'பரதா! முதலில் வேதனையைத் துடைத்து எறி. தாய் கைகேயியைக் குற்றம் காண்பதையும் விட்டுவிடு. நாமெல்லாம் நல்ல குலத்தில் பிறந்து, நல்லமுறையில் வளர்க்கப்பட்டவர்கள். அப்படிப்பட்ட நாம், எந்த நிலையிலும் தர்மத்தைக் கைவிடுவது சாத்தியமேயில்லை.

தந்தையிட்ட ஆணையை, எத்தனை கஷ்டமாக இருந்தாலும் அதை நாம் நிறைவேற்றியே ஆகவேண்டும். அவர் என்னை வனம் போகச் சொல்லி உத்தரவு பிறப்பித்தார். உனக்கு ராஜ்யம் ஆளும் கடமையைத் தந்தார். நாம் அதைப் புறக்கணிக்கக் கூடாது. உதறித் தள்ளுவதும் முறையாகாது. அவரவர்க்கு இடப்பட்ட கடமையை அவரவர் செய் வதே தர்மமாகும். தந்தையின் ஆணையை நிறைவேற்றமுடியாமல்

உமாசம்பத் 115

அதற்குப் பதிலாக அந்தத் தேவலோகமே கிடைப்பதாக இருந்தாலும், அதில் எனக்கு சந்தோஷம் கிடையாது' உறுதியாகச் சொன்னான்.

வசிஷ்டர் முதலான பெரியோர்களும்கூட ராமனிடம் வேண்டிப் பார்த்தார்கள்.

'ராமா! தஞ்சமடைந்தவர்களை எந்த நிலையிலும் கைவிடாதவன் நீ. அப்படியிருக்க, பரதனுடைய வேண்டுகோளை தயவே இல்லாமல் நிராகரிக்கலாமா?' என்றார்கள்.

ராமன் எதற்கும் இணங்குவதாயில்லை.

பரதன் இறுதியாக 'அண்ணா! நீங்கள் அயோத்தி திரும்பாமல் நான் இங்கிருந்து செல்லமாட்டேன். இங்கேயே உபவாசம் இருந்து உயிர் துறப்பேன்!' என்றான்.

சொன்னதோடு நிற்காமல், தர்ப்பைப் புல் பரப்பி அதன்மீது உட் கார்ந்துவிட்டான்.

'பரதா! இது முறையல்ல. முதலில் எழுந்திரு. தந்தை சொன்னபடி அயோத்திக்குச் சென்று உனது கடமையைச் செய். நமது குலத்துக்கு விரோதமான செயலைச் செய்யாதே!' என்றான் ராமன்.

'சரி. நமது தந்தையின் ஆணையை நிறைவேற்றித்தான் தீரவேண்டு மென்றால், உங்களுக்குப் பதிலாக நான் இங்கு வனவாசம் செய் கிறேன். எனக்குப் பதிலாக நீங்கள் அயோத்திக்குச் சென்று அரசுப் பொறுப்பை ஏற்றுக் கொள்ளுங்கள்!'

பரதனின் குழந்தைத்தனமான பேச்சைக் கேட்டு ராமன் சிரித்தான்.

'பரதா இது என்ன கடைவியாபாரமா? சத்தியப்பிரமாணம் என்பது கடையில் விற்கும் பொருளா? நீ என்மீது கொண்டிருக்கும் மதிப்பும் பிரியமும் உண்மையானால், இனி நான் சொல்வதைக் கேள். அயோத்தியை நான் உனக்குத் தந்ததாக எண்ணிக்கொள்! நமது முன்னோர்களின் வழியில் நடந்து, நல்லமுறையில் அரச பரிபாலனம் செய்து வா!' என்றான்.

அப்போது வசிஷ்டர் சொன்னார்.

'பரதா! ராமனின் முடிவை யாராலும் மாற்றமுடியாது என்பது தெளி வாகிவிட்டது. ஆகவே, ராமனின் அனுமதியைப் பெற்றுக்கொண்டு அவன் வனவாச காலம் முடிந்து வரும்வரை ராமனுக்காக நீ அரச

பரிபாலனம் செய்து வா! இப்படிச் செய்வதால் எல்லோருடைய சத்தியமும் தர்மமும் காக்கப்படும்.'

பரதனுக்கும் வேறுவழி தெரியவில்லை. ராமன் சத்தியவேந்தன். தனது கொள்கையிலிருந்து இம்மியளவும் தவறமாட்டான் என்பது அவன் ஏற்கெனவே அறிந்ததுதான்.

'அண்ணா! உனது வார்த்தைகளே எனக்கு வேதம். நீயே எனக்கு தெய்வம். நான் என்றுமே உனது அடிமைதான்! நீ சொன்னபடியே செய்கிறேன். ஒரேயொரு விண்ணப்பம். உனது பாதுகையைத் தந்தா யானால், உனக்குப் பதிலாக அதை வைத்துக்கொண்டு, உனக்காக ராஜ்ஜிய பரிபாலனம் செய்து வருகிறேன். நீ வனவாசம் முடித்துத் திரும்பிவரும் காலம்வரை நகரத்துக்கு வெளியே தங்கியிருந்து உனது பாதுகைக்குப் பணியாளாகவே காரியமாற்றுகிறேன். அதுவும் பதினான்கு வருட காலம்தான்! பதினைந்தாவது வருடம் நீ வந்து ராஜ்ஜியத்தை ஏற்றுக்கொள்ள வேண்டும்' என்றான்.

பரதனின் பாச உள்ளத்தை மேலும் வேதனைப்படுத்த விரும்பாத ராமன், 'அப்படியே ஆகட்டும்!' என்றான். அன்புடன் தனது மிதியடியைக் கழற்றி பரதன் வசம் தந்தான். பாதுகைகளை வணங்கிப் பெற்றுக்கொண்ட பரதன், பரவசத்துடன் தனது தலைமேல் வைத்துக்கொண்டான்.

ஒருவருக்கும் ராமனைவிட்டுப் பிரிய மனமில்லை.

ராமன் ஒவ்வொருவரையும் அழைத்து ஆறுதல் சொல்லி தைரியம் அளித்து, சற்றுக் கண்டிப்புடன் எல்லோரையும் புறப்படுமாறு கூறினான்.

குற்ற உணர்வினால் கூனிக் குறுகி நின்ற கைகேயியிடம் அன்புடன் பேசி, நடந்ததெல்லாமே விதியின் வினைதானே தவிர அவள் ஒரு போதும் எதற்கும் காரணமாக மாட்டாள் என்று தேறுதல் சொல்லி, பரதனுடன் அனுப்பிவைத்தான்.

அன்னையரிடமும் குரு வசிஷ்டரிடமும் ராமன் ஆசி பெற்றுக் கொண் டான். மற்றவர்கள் அவனிடம் ஆசி பெற்றுக்கொண்டு அயோத்திக்குப் புறப்பட்டார்கள்.

பரதன் ராஜ்ஜியத்தை அடைந்ததும் அரசவையைக் கூட்டினான். துக்கத்தை விழுங்கிக்கொண்டு பேசினான்.

'மந்திரி பிரதானிகளே! பெரியோர்களே! மக்களே! இந்தக் கோசல ராஜ்ஜியம் அண்ணன் ராமனுடையதுதான். அதைத் தாற்காலிகமாக அவர் என்னிடம் ஒப்படைத்திருக்கிறார். இதோ! அண்ணனுக்குப்

பதிலாக அவரது மிதியடியை அரியாசனத்தில் அமர்த்தியிருக்கிறேன். அவருடைய திருவடிகள் அயோத்தியை ஒளிபெறச் செய்து நம்மை வழிநடத்தும். ராமன் திரும்பி வரும்வரை இந்தத் திருவடியின் அடிமையாகவே நான் ராஜ்ஜிய பரிபாலனம் செய்வேன். பதினான்கு வருட காலத்துக்குப் பிறகு ஒருநாளும் பொறுக்கமாட்டேன். ராமன் வராவிடில் எனது உயிரையே தத்தம் செய்வேன், இது சத்தியம்!' என்று பிரமாணம் செய்தான்.

பாதுகா பட்டாபிஷேகம் நடத்தப்பட்டது.

தான் முடிவெடுத்தபடியே ராஜ்ஜியத்தின் எல்லையில் இருந்த நந்திக் கிராமத்திலேயே தங்கி, அங்கிருந்தபடியே அரசாங்கத்தை நிர்வகிக்க ஆரம்பித்தான்.

சித்திரக்கூடத்தில் பரதனின் நினைவாகவே இருந்தான் ராமன்.

அன்னையரும் தம்பிகளும் அயோத்தி மக்களும் வந்து சென்றது முதல், எங்கு திரும்பினாலும் அவர்கள் நினைப்பே தோன்றி மறைந்தது. தொடர்ந்து இதே இடத்தில் இருந்தால், அவர்களுடைய நினைவு களால் துக்கம் சூழ்ந்துகொள்ளும் என்பதால், ராமன் அங்கிருந்து புறப்பட்டு வேறு இடத்துக்குச் செல்லத் தீர்மானித்தான்.

லட்சுமணனிடம் கேட்டான்.

'அண்ணா! நான் உங்கள் நிழல். நிழலுக்கென்று தனித்த அபிப்பிரா யங்கள் கிடையாது. நீங்கள் எங்கு செல்கிறீர்களோ உங்களைப் பின் தொடர்வதே என் கடமை!' என்றான்.

ராம லட்சுமணர்கள், சீதையை அழைத்துக்கொண்டு வேறிடம் செல்லக் கிளம்பினர். சித்திரக்கூடத்திலிருந்து புறப்பட்டு அத்திரி மகரிஷியின் ஆசிரமத்துக்குச் சென்றனர். அங்கு அத்திரி மகரிஷியை யும் அவரது மனைவி அனுசூயையையும் சந்தித்து, அவர்களை வணங்கி ஆசிபெற்றுக் கொண்டனர். பின்னர் அவர்களிடம் விடை பெற்றுக்கொண்டு தண்டகாரண்யக் காட்டுக்குள் நுழைந்தனர்.

அங்கே ஓர் ஆபத்து, அவர்களை எதிர்கொள்ளக் காத்திருந்தது!

விராதனுக்கு விமோசனம்

22

தண்டகாரண்ய காட்டுக்குள் மிகவும் இருள் சூழ்ந்து காணப்பட்டது. புலி, சிங்கம், ஓநாய், நரி போன்ற கொடிய மிருகங்கள் வெகு சுதந்தரமாக உலவிக் கொண்டிருந்தன.

ராம லட்சுமணனும் சீதையும், எச்சரிக்கையாக நாற்புறமும் பார்த்துக்கொண்டே நடந்தனர்.

திடீரென்று பயமுறுத்தும் உறுமலோடு எதிர்ப் பட்டான் அவன். நரமாமிசம் தின்னும் ராட்சதன்!

மலை போன்ற பெரிய உருவம் கொண்டு, பார்க்கவே சகிக்காத விகாரமான தோற்றம். கையில், நீண்ட பெரிய சூலம் இருந்தது. சூலத் தின் முனையில் ஒரு யானையின் தலை குத்தப் பட்டிருந்தது! ரத்தம் பீறிட்டுக் கொட்டியது.

இது தவிர, கொல்லப்பட்ட இரண்டு சிங்கங் களை ஒரு தோளின்மீதும், மற்றொரு புலியின் உடலை இன்னொரு தோளின் மீதும் தொங்க விட்டிருந்தான். அவனது உடலெங்கும் மிருகங் களின் ரத்தமும் சதையும் கொழுப்பும் வழிந்து, பார்க்கவே அருவருப்பாகவும் பயங்கரமாகவும் இருந்தது.

பயந்து அலறினாள் சீதை.

ராட்சதன், காடே எதிரொலிக்குமாறு பயங்கர மாகச் சிரித்தான். சீதையைக் கையில் பிடித்துத் தூக்கிக்கொண்டான்.

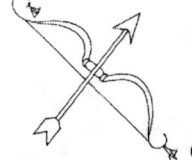

'ஏய் பொடியர்களே, யாரடா நீங்கள்? தவக்கோலம் கொண்டதுபோல உடை தரித்திருக்கிறீர்கள். ஆனால், கைகளில் ஆயுதமும் ஏந்தி யிருக்கிறீர்கள். பக்கத்தில் ஒரு பெண் வேறு. நீங்கள் நிச்சயம் வேடதாரிகளாகத்தான் இருக்க வேண்டும். நான் யார் தெரியுமா? இந்த வனத்தில், துறவிகளைக் கொன்று தின்று வருபவன். இதோ! உங்கள் மூவரது ரத்தத்தையும் குடித்துவிடுகிறேன்' என்று கர்ஜித்தான்.

சீதை, ராட்சதனின் கைகளில் அகப்பட்டு பதறித் தவித்தாள்

அதைக் கண்ட ராமன் ருத்ரமூர்த்தியானான். அவனது கண்கள் கோபத் தால் சிவந்தன.

'ஏய் ராட்சதனே! நாங்கள் இக்ஷ்வாகு குல ராஜகுமாரர்கள். தசரத சக்ரவர்த்தியின் புதல்வர்கள். இங்கே வனவாசம் செய்ய வந்திருக் கிறோம். துறவிகளைத் துன்புறுத்தும் அரக்கர்களை ஒழித்துக்கட்டு வதாக ரிஷிகளுக்கு வாக்குக் கொடுத்துள்ளோம். மரியாதையாக எனது மனைவியைக் கீழே இறக்கிவிட்டு, மனம் திருந்தி மன்னிப்புக் கேள். உயிரோடு விட்டு விடுகிறோம்!' என்றான்.

'அற்ப மானிடர்களே! என்னையே மிரட்டிப் பார்க்கிறீர்களா? நான் விராதன். விராதன் என்றால் இந்தக் கானகமே நடுநடுங்கும். என் னிடமா வீராப்புப் பேசுகிறாய்? ஓ! ஆயுதங்கள் இருக்கும் தைரியமா? உங்கள் ஆயுதங்கள் என்னை ஒன்றும் செய்யாது. பிரம்மாவிடம் அப்படியொரு வரம் வாங்கியிருக்கிறேன். முடிந்தால், உனது மனைவியைக் காப்பாற்றி மீட்டுச்செல். முதலில் நீ உயிர் தப்புகிறாயா பார்க்கலாம்' என்று கேலியாகச் சொன்னான்.

ராமன் பொறுமையிழந்தான். லட்சுமணன் கொதித்துப் போனான்.

'அண்ணா! அண்ணியைத் துன்புறுத்தும் அளவுக்குத் துணிவு கொண்ட இவனை, சும்மா விடக் கூடாது. இனியும் இவனிடம் என்ன பேச்சு? இப்போதே இவனைக் கொன்று போடுவோம்' என்றான்.

'விராதனே! நீ எமனுலகம் போகும் காலம் வந்துவிட்டது' என்றபடி ராமன் வில்லில் அம்பைப் பூட்டி ராட்சதனைத் தாக்கினான். அம்பு, அவனது உடலைத் துளைத்துக்கொண்டு சென்று விழுந்தது.

விராதனுக்கு அதனால் ஒன்றும் நேரவில்லை. ஆனாலும் வலியினால் துடித்தவன் சீதையைக் கீழே இறக்கிவிட்டு, சூலத்தை ஏந்தியபடி ராம லட்சுமணர்கள்மீது பாய்ந்தான்.

ராமனும் லட்சுமணனும் தங்களுடைய வில்லிலிருந்து சரமாரியாக அம்புகளை விடுத்தனர். அத்தனை அம்புகளும் விராதனின் உடலில் தைத்து அம்புப் போர்வை போர்த்தியது போலக் காணப்பட்டான். அவன் உடலைச் சிலுப்பியதில் அத்தனை அம்புகளும் பொல பொலவென உதிர்ந்தன.

விராதன் கோபத்துடன், ராமனையும் லட்சுமணனையும் தூக்கித் தோள்மீது வைத்துக்கொண்டு அவர்களை நசுக்க முயன்றான்.

ஆயுதங்களால் விராதனுக்கு அழிவில்லை என்பதை உணர்ந்து கொண்ட ராமனும் லட்சுமணனும், ராட்சதனின் கைகளை முறித்து வீசினார்கள். ராட்சதன் அலறிக் கொண்டு பூமியின்மீது விழுந்தான். மேலும் மேலும் விராதனை கைகளாலேயே அடித்து நொறுக்கினார்கள். சதைப்பிண்டமாக்கினார்கள். அப்படியும் அவன் உயிர் போக வில்லை.

லட்சுமணன் ஒரு பெரிய குழியை வெட்ட, ராமன் விராதனின் உடலைத் தனது கால்களாலேயே பள்ளத்தில் தள்ளி மூடினான்.

அடுத்த நாழிகை அந்தக் குழியிலிருந்து கந்தர்வன் ஒருவன் வெளிப் பட்டான். ராமனைப் பணிந்து வணங்கினான்.

'ஐயனே! எனது மேனியில் தங்களது திருப்பாதங்கள் பட்டதால் நான் சாபவிமோசனம் பெற்றேன். நான் கந்தர்வன். சாபத்தால் நரமாமிசம் தின்னும் அரக்கனாக மாறினேன். தசரத ராமனுடைய பாத ஸ்பரிசம் எனது மேனியில் படும்போது சாபவிமோசனம் அடைவேன் என்று கூறப்பட்டது. அதன்படி, இன்று தங்களால் விமோசனம் அடைந்து சுயரூபம் பெற்றேன். தங்களுக்கு என் நன்றி.

தசரத புத்திரனே! காட்டில் இன்னும் சற்றுத் தொலைவு சென்றால், தாங்கள் சரபங்க ரிஷியைக் காணலாம். அவர் தங்களது தரிசனத் துக்காகவே காத்திருக்கிறார்' என்று சொல்லி தேவலோகம் சென்றான்.

கந்தர்வன் கூறிய வழியிலேயே சென்று சரபங்க முனிவருடைய ஆசிரமத்தை அடைந்தனர். இவர்கள் சென்ற தருணத்தில், முனிவரின் ஆசிரமத்திலிருந்து இந்திரன் தேவர்கள் சிலருடன் விண்ணில் சென்றதை மூவரும் கண்டனர்.

ஆசிரமத்தின் உள்ளே சென்று சரபங்க முனிவரைச் சந்தித்தனர். சரபங்க ரிஷி மிகவும் வயோதிக நிலையில் இருந்தார். ராமன் தனது ஆசிரமத் துக்கு, தன்னைத் தேடி வந்ததில் அவர் மிகுந்த மகிழ்ச்சியடைந்தார்.

‘பகவானே! உனக்குத்தான் என்மீது எத்தனை கருணை. எனது ஆயுள் முடிந்து மேலுலகம் செல்லும் காலம் வந்துவிட்டது. என்றாலும் உனக்காகத்தான் காத்திருக்கிறேன். இங்கேயே எனது ஊனக் கண் களால் உன்னைத் தரிசித்துவிட வேண்டுமென்பதே எனது விருப்பம். அதனாலேயே என்னை அழைத்துச்செல்ல வந்த இந்திரனைக்கூட அனுப்பி விட்டேன். இதோ! உனது தரிசனம் கண்டுவிட்டேன். எனது விருப்பம் நிறைவேறியது. இனி நான் சந்தோஷமாக விண்ணுலகம் செல்வேன்’ என்று மனம் உருகினார்.

‘மகா ரிஷியே! தங்களைக் கண்டதில் நாங்கள்தான் பேறுபெற்றவர்கள் ஆனோம். இங்கே இந்தக் கானகத்தில் ரிஷிகளின் ஆசிரமங்களுக்கு நடுவே ஏதாவது ஓரிடத்தில் நாங்களும் தங்கலாம் என உத்தேசித் துள்ளோம். அதற்காகவே இங்கே வந்தோம்’ என்றான் ராமன்.

சரபங்க ரிஷி புன்னகை செய்தபடி, ‘எல்லாம் நல்லபடியாகவே நடக்கும். நீங்கள் எங்கே தங்கவேண்டும் என்பதை சுதீக்ஷ்ண ரிஷியிடம் கேட்டுத் தெரிந்துகொள்ளுங்கள்’ என்றார்.

ராமனைக் கண்ணாரக் கண்டதில் திருப்தியடைந்த சரபங்க ரிஷி, தீ வளர்த்து அதில் நுழைந்தார். நெருப்பில் உடல் எரிந்து போய் அதிலிருந்து ஆன்ம ரூபமாக வெளிப்பட்டு சுவர்க்கலோகம் சென்றார்.

ராமன் அங்கிருந்து புறப்பட்டு சரபங்க ரிஷி சொல்லியபடி சுதீக்ஷ்ண ருடைய ஆசிரமத்துக்குச் சென்றான்.

சுதீக்ஷ்ணர் மூவரையும் அன்புடன் வரவேற்றார்.

‘சத்தியத்தைக் காக்கும் உத்தமனே! உனது வருகையினால் இந்த ஆசிரமம் புனிதம் பெற்றது. சித்திரக்கூடம் வந்த நீ, என்றாவது ஒருநாள் இங்கே வருவாயென்றே வழிமேல் விழி வைத்துக் காத்திருக்கிறேன். எனது ஆவலைப் பூர்த்தி செய்தாய் புருஷோத்தமனே’ என்று பரவசப் பட்டார்.

அவர்களை ஆசிரமத்தில் தங்கவைத்து உபசாரம் செய்து மகிழ்ந்தார்.

‘பெருமைக்குரிய ரிஷியே! தங்களது அன்பான உபசரிப்புக்கு நன்றி. இந்த வனத்தில் நாங்கள் எங்கு தங்கலாம் என்று ஆலோசனை பெற்றுச் செல்லவே தங்களிடம் வந்தோம். எங்களுக்கு வழிகாட்டினால் நாங்கள் மிகுந்த மகிழ்ச்சிஅடைவோம்’ என்றான் ராமன்.

‘ராமா! நீங்கள் எங்கும் செல்லவேண்டாம். எனது ஆசிரமத்தையே உமது இருப்பிடமாக நினைத்துத் தங்கிக் கொள்ளலாம்!’ - சுதீக்ஷ்ணர் மகிழ்ச்சியுடன் சொன்னார்.

'இல்லை மகரிஷி! மறுப்பதற்கு தயவுசெய்து எங்களை மன்னியுங்கள். நாங்கள் இந்த ஆசிரமத்திலேயே தங்குவது தங்களது தவத்துக்கு இடையூறாகவே அமையும். ஆகவே, அருகில் வேறு இடம் பார்த்து தங்கிக்கொள்ள தாங்கள் அருள்கூர்ந்து அனுமதிக்க வேண்டும்!' - பணிவுடன் வேண்டினான் ராமன்.

அதற்குள்ளாகவே ராட்சதன் விராதன் இறந்த தகவல் அறிந்து, அந்த வனப் பிரதேசத்திலிருந்த எல்லா ரிஷிகளும் தவமுனிவர்களும் ராமனைக் காண்பதற்காக அங்கு வந்து சேர்ந்தனர்.

'அரசகுமாரனே நீ வாழி! விராதனை அழித்து அவனது தொல்லை களிலிருந்து எங்களையெல்லாம் காப்பாற்றினாய். விராதன் மட்டு மல்ல; இன்னும் அநேக அரக்கர்களால் தொடர்ந்து எல்லையில்லாத கொடுமைக்கு நாங்கள் ஆளாகிக் கொண்டிருக்கிறோம். எங்களது தவத்தைக் கலைத்து இடையூறு செய்வதே அவர்கள் நோக்கமாக இருக்கிறது. என்ன செய்வது என்றறியாமல், எங்களைக் காக்க யாரு மில்லாமல் கஷ்டத்தில் தவித்துக்கொண்டிருக்கிறோம்' என்று வருந் தினார் ஒரு முனிவர்.

'ராமா! வரும் வழியெல்லாம் விழுந்து கிடக்கும் எலும்புகளைப் பார்த் திருப்பாயே? எல்லாமே ராட்சதர்களால் கொல்லப்பட்ட தபஸ்வி களின் எலும்புகள்தான். ராட்சதர்களின் உபத்திரவத்தினால், பம்பை நதிக்கரையிலும் மந்தாகினி நதிக்கரையிலும் உள்ள ரிஷிகள் எல்லாம் மிகவும் துன்பப்படுகிறார்கள். அரசனுடைய கடமை மக்களைக் காப்பது. விராதனை அழித்ததுபோல இடையூறு செய்யும் மற்ற அரக்கர்களையும் நீதான் அழித்து ஒழித்து எங்களைக் காப்பாற்ற வேண்டும்' - மற்றொரு ரிஷி கேட்டுக்கொண்டார்.

'ராமா! உன்னையே சரணம் என்று வந்தோம். எங்களைக் காப்பாற்று!' ஒட்டுமொத்தமாக அத்தனை ரிஷிகளும் முனிவர்களும் வேண்டி னார்கள்.

ராமன் அவர்களது துன்பங்களைத் தீர்க்கும்விதமாகப் பேசினான்.

'மகா தபஸ்விகளே! இனி, நீங்கள் யாரும் பயப்பட வேண்டியதில்லை. உங்களைக் காப்பது எனது கடமை. தந்தையின் ஆணையை நிறை வேற்ற வந்த இடத்தில் உங்களுக்கு உதவக்கூடிய பாக்கியத்தையும் எனக்கு அளித்திருக்கிறீர்கள். இதைவிட சந்தோஷம் எனக்கு வேறேது மில்லை. நீங்கள் சொன்னதை கட்டளையாகவே எடுத்துக்கொள் கிறேன். இங்கேயே தங்கியிருந்து ராட்சதர்களை ஒழித்து உங்கள் துன்பத்தைப் போக்குகிறேன். தைரியமாக இருங்கள்!'

ராமனுடைய வாக்குறுதியால் ரிஷிகள் நிம்மதியடைந்தனர். அவனைப் போற்றிப் புகழ்ந்தனர். அத்துடன் அந்தப் பிரதேசத்திலிருந்த எல்லா ரிஷிகளின் ஆசிரமங்களுக்கும் ராமன் வருகை தந்து கௌரவிக்க வேண்டுமெனக் கேட்டுக் கொண்டனர்.

ராமனும் 'அப்படியே ஆகட்டும்' என்று ஒப்புக்கொண்டான்.

ரிஷிகள் கேட்டுக் கொண்டபடி சீதா, ராம லட்சுமணர்கள் ஒவ்வொரு ஆசிரமத்திலும் ஒரு மாதம் மூன்று மாதம் என்பதாக முறை வைத்துக் கொண்டு பல ஆசிரமங்களிலும் தங்கி அமைதியாகக் காலம் கழித் தார்கள்.

நாள்கள் நகர்வதே தெரியாமல் வனத்தின் அமைதியும் பரவசமும் தந்த ஆனந்தத்திலேயே பத்தாண்டுகள் ஓடிப் போயின.

வனவாசம் நிச்சயித்திருந்த காலத்தின் பெரும்பகுதி எந்தத் துன்பங் களும் இல்லாமல் கழிந்துபோனது.

மீதமிருப்பது, இன்னும் நான்கே வருடங்கள்தான்.

ராம லட்சுமணர்கள் மிச்சமிருக்கும் காலங்களையும் அந்த தண்ட காரண்யத்திலேயே கழித்திருந்தால் எந்தப் பிரச்னையும் இருந் திருக்காது.

ஆனால், அப்படி நடக்கவில்லை!

ஜடாயு சந்திப்பு

23

வனவாச விரதத்தின் இறுதிக் கட்டத்தை நெருங்கிய நிலையில், தண்டகாரண்ய வனத்தில் அத்தனை ரிஷிகளையும் சந்தித்து அவர்களிடையே வசித்து முடித்திருந்தான் ராமன்.

அடுத்ததாக அகத்திய மாமுனிவரை தரிசிக்க வேண்டுமென ஆவல் கொண்டான்.

தண்டகாரண்ய ரிஷிகளிடம் வழி கேட்டுக் கொண்டு, சீதையுடனும் லட்சுமணனுடனும் அகத்திய முனிவரின் ஆசிரமத்தை அடைந்தான்.

அகத்திய முனிவர் எல்லையற்ற மகிழ்ச்சியுடன் ஆசிரம வாசலுக்கே வந்து அவர்களை எதிர் கொண்டு வரவேற்றார். ராமனைக் கட்டி யணைத்துக்கொண்டார்.

ஆசிரமத்தினுள் அழைத்துப்போய் ஆசனங்கள் தந்து அமரவைத்து உபசரித்தார்.

'நீங்கள் ராஜ்ஜியத்தைத் துறந்துவிட்டு சித்திரக் கூடம் வந்த செய்தி அறிந்தேன். எப்படியும் ஒரு நாள் இங்கு வருவீர்கள் என்று எதிர்பார்த்தேன். மிக்க மகிழ்ச்சி! தந்தையின் சத்தியத்தைக் காக்க வந்த தர்மவான்களே! உங்களது விரதம் பூர்த்தி யடையும் காலம் நெருங்கிவிட்டது. மிச்சமிருக் கும் காலம்வரை நீங்கள் இங்கேயே கழிக்கலாம். அரக்கர்களின் தொல்லைகள் ஏதும் இந்தப் பகுதியில் கிடையாது' என்றார் அகத்தியர்.

கழுகரசனான ஜடாயுவைச் சந்தேகிக்கும்
லட்சுமணனின் கோபத் தோற்றம்.

'மகரிஷி! தங்களது தரிசனம் பெற்று உரையாடிச்செல்லவே இங்கு வந்தேன். அந்தப் பாக்கியம் பெற்றேன். நான் தண்டகாரண்ய ரிஷிகளுக்கு, அரக்கர்களிடம் இருந்து அவர்களைப் பாதுகாப்பதாக வாக்குறுதி அளித்திருக்கிறேன். எனவே, அவர்கள் இருக்கும் எல்லை யிலேயே வசிக்க விரும்புகிறேன். ஆசி அளித்து அனுப்புங்கள்' பணிவுடன் கேட்டான் ராமன்.

'நல்லது ராமா! மிக நல்லது. அப்படியே ஆகட்டும்!' என்ற அகத்திய மகரிஷி, தன்னிடமிருந்த வில் ஒன்றையும் எப்போதும் அம்புகள் குறையாத அம்பராத் தூணியையும் ராமனுக்கு அளித்தார்.

'ராமா! இந்த வில், மகாவிஷ்ணுவுக்காக தேவதச்சன் விஸ்வகர்மா செய்தது. முன்பு மகாவிஷ்ணு இவற்றைத் தரித்தார். இப்போது நீயும் இதைத் தரித்து அரக்கர்களை அழிப்பாய்!' என்று ஆசீர்வாதம் செய்தார்.

'ராமா! தண்டகாரண்யத்துக்கு அருகிலேயே இருக்கும் பஞ்சவடி என்கிற இடம் நீங்கள் தங்குவதற்குச் சரியான இடமாகக் கருதுகிறேன். அங்கேயே ஆசிரமம் அமைத்துத் தங்கிக்கொள்ளுங்கள்.'

'ஆகட்டும் மகரிஷி! தங்களது உத்தரவுப்படி பஞ்சவடியிலேயே தங்கிக்கொள்கிறோம்' என்றான் ராமன்.

'நல்லது. சீதையைக் கவனமாகப் பார்த்துக்கொள்! பஞ்சவடி மிக அருமையான பிரதேசம். காய், கனி, கிழங்குகளுக்கு பஞ்சமில்லாத வளமான பூமி அது. தவிர, அது அமைந்திருக்கும் கோதாவரி நதிக்கரை யின் அழகையும் வனப்பையும் சீதை வெகுவாக ரசிப்பாள். போய் வாருங்கள், எல்லாம் சுபமாகட்டும்!'

வாழ்த்தி வழியனுப்பி வைத்தார் அகத்தியர்.

ராமனும் சீதையும் லட்சுமணனும் பஞ்சவடி நோக்கிப் புறப் பட்டபோது, வழியில் மிகப்பெரிய அற்புதமான கழுகு ஒன்றைச் சந்தித்தனர்.

தங்களது வாழ்க்கையில் அந்தக் கழுகும் ஓர் அங்கம் பெறப்போகிறது என்பதை அப்போது அவர்கள் அறிந்திருக்கவில்லை.

அந்தக் கழுகின் பெயர் ஜடாயு.

கழுகுகளுக்கெல்லாம் அரசனான ஜடாயு, ஒரு பெரிய பாறையின் உச்சியில் உட்கார்ந்திருந்தான். அவனது பிரும்மாண்டமான வடி வத்தைக் கண்டு, எவனோ அரக்கன்தான் உருமாறி வந்திருக்கிறான்

என்றெண்ணி எச்சரிக்கையானான் லட்சுமணன். வில்லைத் தயாராகப் பற்றிக்கொண்டு தாக்குதலுக்குத் தயாரானான்.

அதுபோலவே, ஜடாயுவும் ராம லட்சுமணர்களைப் பார்த்துக் குழம்பினான்.

'இவர்களைப் பார்த்தால் வானத்து தேவர்களைப் போலல்லவா தோன்றுகிறது! ஆனால், தவக்கோலத்தில் காணப்படுகிறார்களே! யார் இவர்கள்? கானகத்தில் இவர்களுக்கென்ன வேலை? இவர்களுடைய சாயலைப்பார்த்தால், ஏற்கெனவே தெரிந்தமுகம் போலவும் தென் படுகிறதே!' என்று எண்ணினான். ராம லட்சுமணர்களிடம் விசாரிக்க வும் செய்தான்.

'வாலிபர்களே நீங்கள் யார்?'

'நாங்கள் அயோத்தியின் அரசர் தசரத மகாராஜாவின் மைந்தர்கள்!' என்று பதில் சொன்னான் ராமன்.

'என்ன! எனது ஆருயிர் நண்பன் தசரதனின் மகன்களா நீங்கள்?' ஆச்சரியத்துடன் கேட்ட ஜடாயு, தனது பரந்த இறக்கைகளைப் படபட வெனச் சிறகடித்துப் பறந்து, கீழே அவர்களிடம் இறங்கி வந்தான்.

'ராஜகுமாரர்களே! எப்படியிருக்கிறார் அயோத்தி மன்னர்? நலம் தானே?' - பாசத்துடனும் பரிவுடனும் விசாரித்தான்.

'சத்தியத்திலிருந்து சிறிதும் தவறாத சக்ரவர்த்தி சுவர்க்கத்தை அடைந்துவிட்டார்!' - துயரத்துடன் சொன்னான் ராமன்.

'என்ன? எனது தோழன் இறந்துவிட்டானா? ஐயோ! இந்தத் துயரச் செய்தியைக் கேட்டும் இன்னும் எனது உயிர் போகவில்லையே!' - துக்கத்தினால் அரற்றினான் ஜடாயு. கண்ணீர் விட்டான், புலம்பினான்.

ராமனும் லட்சுமணனும் மீண்டும் துயரமடைந்தவர்களாகி, ஜடாயு வுக்குத் தேறுதல் கூறினர்.

'பாசமுள்ளவரே! தங்களது வடிவத்தில் மீண்டும் எங்களுடைய தந்தையைக் காண்கிறோம்' என்று ஜடாயுவைத் தழுவிக்கொண்டனர்.

மனம் சமாதானமடைந்த ஜடாயு தனது சந்தேகத்தைக் கேட்டான்.

'பிள்ளைகளே! நீங்கள் எதற்காக இந்த வனத்தில் இருக்கிறீர்கள்? தந்தை இறந்தபின்னர் ஆட்சிப்பொறுப்பு உங்களுடையதுதானே? அதை விடுத்து எதனால் தவக்கோலத்தில் காணப்படுகிறீர்கள்?

ஒருவேளை எதிரிகள் யாராவது ராஜ்ஜியத்தைக் கைப்பற்றிக்கொண்டு உங்களைக் கானகத்துக்குத் துரத்திவிட்டார்களா? அப்படியானால் சொல்லுங்கள். நான் ஒருவனாகவே சென்று அந்தப் பகைவனை ஒழித்துக் கட்டிவிடுகிறேன்' - கோபமாகச் சொன்னான் ஜடாயு.

லட்சுமணன், அயோத்தியில் நடந்ததை விவரித்துக் கூறினான்.

ஜடாயு, மனம் நெகிழ்ந்துபோனான்.

'ராமா! உங்களைப்போல பிள்ளைகள் கிடைக்க தசரதன் புண்ணியம் செய்திருக்கிறான். நீடூழி வாழ்க நீங்கள்! இனி உங்களுக்கு எந்தத் துக்கமோ துயரமோ வேண்டாம். தந்தையின் சத்தியத்தைக் காக்க கானகம் வந்த நீங்கள், அதன்படியே வனவாசத்தைப் பூர்த்தி செய்யுங்கள். இங்கு நான் உங்களுக்குத் துணையாக எப்போதும் உடனிருப்பேன்' என்றான்.

பிறகு, ஜடாயு அவர்களை அழைத்துக்கொண்டு அகத்தியர் குறிப்பிட்ட பஞ்சவடிக்கு கொண்டுவந்து சேர்த்தான்.

பஞ்சவடி, பரவசம் கொள்ளவைக்கும் பிரதேசமாகக் காணப்பட்டது.

மலைகளும் மான் கூட்டங்களும், கனிதரும் மரங்களும் மரங்களில் தஞ்சமடைந்த பறவைகளும், விதவிதமான மலர்ச் செடிகளும் கொடி களும், பசும் பாய் விரித்தது போன்ற புற்களும் கோதாவரி நதியின் தெள்ளத் தெளிவான நீரும், அந்தப் பகுதியை பூலோக சொர்க்கமாக நினைக்கவைத்தது.

ராமனுக்கும் சீதைக்கும் லட்சுமணனுக்கும் அந்த இடம் மிகவும் பிடித்துப்போனது.

லட்சுமணனின் கைவண்ணத்தைப் பற்றிச் சொல்லவே வேண்டாம். கூடவே ஜடாயுவும் பார்த்துப் பார்த்துப் பொருள்கள் சேகரித்துத் தர, அழகான அற்புதமான பர்ணசாலை வெகு சீக்கிரமே உருவானது.

ராமனும் சீதையும் கலைநுணுக்கமான அந்தக் குடிலின் அழகில் மயங்கிப் போயினர். பரம சந்தோஷம் கொண்டனர்.

'லட்சுமணா! தேவ கலைஞனான மயனையும் தோற்கடிப்பதுபோல் இந்தப் பர்ணசாலையைக் கட்டிமுடித்திருக்கிறாய். வெகு அற்புதமாக இருக்கிறது உன் கைவண்ணம்!' என்று ராமன் தம்பியை அணைத்துப் பாராட்ட, லட்சுமணனின் முகம் வெட்கத்தால் சிவந்துபோனது.

பஞ்சவடி ஆசிரமத்தில் அவர்களது வாழ்க்கை, பேச்சும் சிரிப்பும் ஆனந்தமுமாகக் கழிந்தது.

இந்தப் பஞ்சவடிப் பிராந்தியம், அரக்கன் ராவணனுடைய ஆளுகையின் கீழ்தான் இருந்தது. ராவணனின் உறவினர்களான கரண், தூஷணன் என்கிற அரக்கர்கள் அந்தப் பகுதியை ஆட்சிபுரிந்து வந்தனர். ஓயாமல் ரிஷிகளுக்கும் முனிவர்களுக்கும் தொல்லை கொடுப்பதே கடமை யாகப் பணி செய்துவந்தனர்.

ஆனால் பஞ்சவடியில் தங்கி அரக்கர்களை ஒழிப்பதற்காகவே காத் திருந்த ராமனின் கண்களில் அதுநாள்வரையில் எந்த அரக்கனும் தென்படவில்லை.

விதிவசத்தால், ஒரு ராட்சதப் பெண்ணின் காமக்கண்களில் பட்டுத் தொலைத்தான் சீதாராமன்!

அவள்... சூர்ப்பனகை!

அரக்கன் ராவணனின் தங்கை!

மோகம் கொண்டாள், மூக்கு அறுபட்டாள்!

24

அந்தச் சமயத்தில் கோதாவரி நதிக்கரையில் அமர்ந்திருந்தான் ராமன். அப்போது அவனது கண்களில் ஓர் அன்னம் நடந்துசெல்வது பார்வையில் பட்டது. திரும்பி சீதையைப் பார்த்தான். அவளும் நடந்து வந்துகொண்டு இருந்தாள். இரண்டு நடையும் ஒன்று போலிருக்க, அதை ரசித்த ராமனின் கண்களில் குறும்பு கொப்பளித்தது. சீதை அதைப் புரிந்துகொண்டாள்.

கணவனின் ரசனை அவளுக்கு மட்டும் இல்லாமல் போகுமா? கொஞ்ச தூரத்திலேயே நதியில் தண்ணீர் உறிஞ்சிக் கொண்டிருந்த கம்பீர யானையைப் பார்த்த அவளது விழிகள், ராமனையும் பார்த்து அவனது அழகை ரசித்தது.

விழிகளாலேயே அன்பையும் காதலையும் பரிமாறியபடி மௌனமாக நடந்துகொண்டிருந்தது ஒரு காதல் நாடகம்!

விதியின் சூழ்ச்சியால் அதைக் கலைப்பதற்காக வந்து சேர்ந்தாள் சூர்ப்பனகை.

உல்லாசமாக வனத்தைச் சுற்றிவந்தவளின் பார்வையில் திடீரென்று மின்னல் அடித்தது போல் தென்பட்டான் ராமன்.

அவனைப் பார்த்த முதல்பார்வையிலேயே ராமனின் திருமேனியழகிலிருந்து கண்களைப் பிடுங்கமுடியாமல் திகைத்துப்போனாள்.

'வனத்தினுள்ளே சூரியனே வந்து உட்கார்ந்துகொண்டதுபோல் இருக் கிறானே இந்த ஆணழகன்! யார் இவன்? ஒருவேளை, மன்மதனே மீண்டும் உடல் பெற்றுவிட்டானோ?' என்று யோசித்தாள்.

ராமனைப் பார்க்கப் பார்க்க, சூர்ப்பனகையின் உள்ளத்தில் ஆசைத் தீ கொழுந்துவிட்டு எரிந்தது. மனத்தில் காமம் உக்கிரமாகக் கொப்பளித் தது. மோகத்தால் அவளது மார்பகங்கள் விம்மித் தாழ்ந்தன. உட லெல்லாம் விரகதாபம் தகித்துப் பொசுக்கியது. அவளால் தாளவே முடியவில்லை.

'எப்படியும் இந்த ஆணழகனை அடைந்தே தீருவேன்!' என உறுதி கொண்டாள். அரக்க உருவத்திலிருந்து தன்னை ஓர் அழகிய பெண்ணாக மாற்றிக்கொண்டாள்.

ஜல், ஜல்லென கொலுசுகள் கொஞ்ச ராமனை நெருங்கி அவனெதிரே நின்றாள்.

கொலுசுச் சத்தத்தில் நிமிர்ந்த ராமன், எதிரே ஒரு பெண் நிற்கவும் அவள் யாரென்று அறிய பேச முற்பட்டான்.

'பெண்ணே! எனது பெயர் ராமன். இவள் எனது மனைவி சீதை. அதோ அங்கே நிற்பவன் எனது தம்பி லட்சுமணன். நாங்கள் அயோத்தி அரசர் தசரதனின் புத்திரர்கள். நீ யார்? எங்கிருந்து வருகிறாய்?'

'அழகனே! எனது பெயர் சூர்ப்பனகை. பிரம்மாவின் பேரனுக்குப் புதல்வி. குபேரனுடைய தங்கை. கயிலாய மலையைத் தூக்கிய ராவணனின் சகோதரி!' என்றாள்.

'மிக்க மகிழ்ச்சி! எங்களை நாடிவந்த காரணத்தைத் தெரிந்து கொள்ளலாமா?'

'பெண்ணாகப் பிறந்தவள் வாய்விட்டுச் சொல்லமுடியாத கஷ்டத்தை நான் அனுபவிக்கிறேன். ஆனால் வேறு வழியில்லை. சொல்லித்தான் ஆகவேண்டும். வெட்கம் பார்த்தால் விரகம் தீராது. ராஜகுமாரனே! நான் உன்னைப் பார்த்த கணத்திலிருந்து காமவேதனையால் தவிக் கிறேன். நீதான் என்னை, கட்டியணைத்துக் காப்பாற்றவேண்டும்!' கூச்சமே இல்லாமல் மோகத்தால் குழைந்து வேகமாகப் பேசினாள்.

ராமன் பேசவே தோன்றாமல் திகைத்து நின்றான்.

சூர்ப்பனகை தொடர்ந்து சொன்னாள். 'நாம் இருவரும் காந்தர்வ விவாகம் செய்துகொள்வோம். சாத்திரம் அதற்கு சம்மதம் தருகிறது.

நீயும் சம்மதித்து என்னை ஏற்றுக்கொள். இதனால் உனக்கு நிறைய நன்மைகள் கிடைக்கும். எனது அண்ணன் ராவணனின் தோழமை கிட்டும். அதனால் அரக்கர்கள் உனக்குத் தொல்லை தரமாட்டார்கள். பராக்ரமசாலிகளான அவர்கள் உனக்குச் சேவகர்களாகவும் இருப்பார்கள். இதனால், இந்தக் கானகத்தில் நீ நிம்மதியாக வசிக்கலாம். யோசித்துப் பார்!'

ராமன் கலகலவென்று சிரித்தான்.

'ஆம்! நீ சொல்வது சரிதான்! அரக்கர்களின் நட்பு கிடைப்பதோடு உன்னைப் போன்ற அழகிய பெண்ணும் மனைவியாவாள் என்றால் அது மிகவும் அதிர்ஷ்டம்தான். ஆனால் என்ன செய்வது? எனக்கோ ஏற்கெனவே திருமணமாகிவிட்டது. இரண்டு மனைவிகள் என்றால், சண்டை சச்சரவு என ஆண்களுக்கு தினம் தினம் நரகம்தான். எனவே, என்னை விட்டுவிடு. அதோ இருக்கிறான் பார் எனது தம்பி. இந்த வனத்தில் அவன் தனியாகத்தான் இருக்கிறான். அழகிலும் வீரத்திலும் சிறந்தவன். உனக்கு அவனே சரியான புருஷனாக இருப்பான். நீ அவனைக் கேட்டுப் பார்.'

கோபக்கார தம்பி, அந்த கூச்சம் விட்ட பெண்ணை சரியானமுறையில் கவனித்துக்கொள்வான் என்றே ராமன் சூர்ப்பனகையை லட்சுமணனிடம் திருப்பிவிட்டான்.

சூர்ப்பனகை லட்சுமணனைப் பார்த்தாள். 'அட! இவனும் அண்ணனுக்குத் தப்பாத அழகனாகத்தான் இருக்கிறான்! ஒரு யானையையே அடக்கியாளுவது போன்ற இவனது கட்டுடலும் வசீகரமாகத்தான் இருக்கிறது' என்று எண்ணியபடி, காதலுடன் லட்சுமணனிடம் சென்றாள்.

'கட்டுடலுக்குச் சொந்தக்காரா! கம்பீரமிக்க வீரா! நீயாவது என்னை ஏற்றுக்கொள். இந்த வனம் முழுக்க உல்லாசமாக சுற்றித் திரியலாம். சந்தோஷமாக கூடிக்களிக்கலாம்!' என்று அழைப்பு விடுத்தாள்.

அண்ணனின் கேலியில் தானும் பங்குகொண்ட லட்சுமணன் அவளிடம், 'அடப் பரிதாபப் பெண்ணே! நீயோ ராஜகுமாரி. நானோ அண்ணனுக்கு சேவை செய்யும் அடியாள். உன்னைப் போன்ற அரச மகள் என்னைப்போல அடிமையையா கல்யாணம் செய்துகொள்வது? அதற்குப் பதிலாக எனது அண்ணனுக்கு இரண்டாம் தாரமாக வாழ்க்கைப்படுவதே சிறந்தது. போ! போய் கேட்டுப்பார். பக்கத்தில் அண்ணி சீதை இருப்பதற்காக பயப்படாதே! அண்ணனை நீ திருமணம்

உமா சம்பத் 133

அரக்கி சூர்ப்பனகை அங்கம் அறுபட்டு ஓடும் அவலக் கோலம்.

செய்துகொண்டால் சீதாதேவிமீது இருக்கும் பிரியம், பின்பு தானாகவே உன்மீது தாவிவிடும்' என்று அனுப்பிவைத்தான்.

மோகத்தால் அறிவிழந்து கிடந்த சூர்ப்பனகை மறுபடியும் ராமனிடம் சென்றாள்.

பக்கத்தில் ஓவியம்போல நின்றுகொண்டிருந்த சீதையைப் பார்த்தாள். இவள் இருப்பதால்தானே ராமன் தன்னை ஏற்றுக் கொள்ள மறுக்கிறான் என்று கோபமடைந்தாள்.

'கேவலம்! மரப்பாச்சி பொம்மைபோல் இருக்கும் இந்தப் பெண்ணால் தானே என்னை ஏற்கத் தயங்குகிறாய். நீயில்லாமல் என்னால் இருக்கமுடியாது அழகனே! முதலில் இந்தப் பெண்ணை ஒழித்து விடுகிறேன். அதன்பிறகு நாமிருவரும் காலமெல்லாம் சந்தோஷமாக இருக்கலாம்!' என்று சொல்லியபடியே சீதையின்மீது பாயமுயன்றாள்.

நல்லவேளை! ராமன் இருவருக்கும் குறுக்கே புகுந்து சீதையைக் காப்பாற்றினான். விளையாட்டு விபரீதமாகப் போய்க்கொண்டிருக்கிறது என்பதால் அதை முடிவுக்குக் கொண்டுவரத் தீர்மானித்தான்.

'லட்சுமணா! இனி, நீ இவளை கவனித்துக்கொள். சீதைக்குத் தீங்கு விளைவிக்க முயன்ற இந்தப் பெண்ணை உடனடியாக வெளியேற்றி விடு!' - கோபத்துடன் தம்பிக்குக் கட்டளையிட்டான்.

'இல்லை. இந்தப் பெண்ணை உயிருடன் விடமாட்டேன். உன்னை அடையாமல் இங்கிருந்து போகவும் மாட்டேன்!' ஆங்காரத்துடன் சொன்ன சூர்ப்பனகை, மீண்டும் சீதையைப் பற்றியிழுக்க முனைந்தாள்.

இதற்கும் மேல் பொறுக்க முடியாதபடிக் கோபமடைந்தான் லட்சுமணன். வெட்கமற்றுப்போன அந்த அரக்கிக்கு சரியானபடி பாடம் கற்பிக்க நினைத்தான். கத்தியொன்றை எடுத்து சூர்ப்பனகையின் மூக்கைத் துண்டித்தான்.

'சீ! வெட்கங்கெட்ட பெண்ணே! இனி இந்தப் பக்கமே வராதே!' என்று சொல்லி துரத்திவிட்டான்.

வலி! வேதனை! அவமானம்! சிதைந்துபோன அங்கத்திலிருந்து வழியும் ரத்தத்துடன் அலறலும் அழுகையுமாக கானகத்துக்குள் ஓடி மறைந்தாள் சூர்ப்பனகை.

அரக்கர்கள் சூழ அரசவையில் அமர்ந்திருந்தான் ராட்சதர்களின் தலைவனான கரண்!

உமா சம்பத் 135

'ஐயோ!' என்ற கதறலுடன் அங்கஹீனமடைந்த ரத்தக் கோலத்துடன் வந்து தடாலென்று தரையில் விழுந்தாள் சூர்ப்பனகை.

அரக்கன் கரண் பதறி எழுந்தான்.

'என்ன! என்ன சூர்ப்பனகா! என்ன நேர்ந்தது?' துடிப்புடன் விசாரித்தான்.

'தண்டகாரண்ய வனத்தில் இன்னும் நமது அரக்கர் ஆட்சி நடைபெறு கிறதா அல்லது அற்ப மானிடர்கள் வசத்தில் போய்விட்டதா? இத்தனை அரக்கர்கள் இருந்து என்ன பிரயோசனம்? நீங்களெல்லாம் என்ன செய்துகொண்டிருக்கிறீர்கள்?' - ஆத்திரத்துடன் கேட்டாள் சூர்ப்பனகை.

'சூர்ப்பனகை! நடந்தது என்னவென்று பதறாமல் சொல். உன்னை இந்தக் கோலத்துக்கு ஆளாக்கியவன் யார்? எங்கிருக்கிறான் அந்தத் துஷ்டன்? இப்போதே சென்று அவனது ஒவ்வொரு அங்கங்களையும் துடிதுடிக்க வெட்டிப்போட்டு அவனை எமலோகத்துக்கு அனுப்பச் சொல்கிறேன். விவரம் சொல்!' என்றான்.

'யாரோ தசரத குமாரர்களாம்! இரண்டு இளைஞர்கள், ஒரு பெண் ணுடன் பஞ்சவடியில் வசிக்கிறார்கள். அந்தப் பெண்ணுடன் எனக்கு ஏற்பட்ட சச்சரவின் காரணமாக இரு இளைஞர்களும் சேர்ந்து என்னை இப்படி அங்கஹீனம் செய்து துரத்திவிட்டார்கள். இதைச் சும்மா விடக்கூடாது. எனக்கு நேர்ந்த இந்த அவமானத்துக்கு அவர்களைப் பழிவாங்கியே தீரவேண்டும். அவர்களின் உயிரற்ற உடல் மண்ணில் உருளவேண்டும். இதை நீ உடனடியாகச் செய்யவேண்டும்!' - துவேஷத்துடன் சொன்னாள் சூர்ப்பனகை.

கரண் தனது தளபதிகளுக்கு உத்தரவிட்டான்.

'புறப்பட்டுச் செல்லுங்கள்! அந்த மானிடர்களை அங்கம் அங்கமாகச் சிதைத்து துடிதுடிக்கக் கொல்லுங்கள். அவர்களது தலையை வெட்டிக் கொண்டுவந்து எனது சகோதரி சூர்ப்பனகையின் காலடியில் போடுங் கள். அப்படியே அந்தப் பெண்ணையும் இங்கு தூக்கி வாருங்கள்!' என்று ஆணையிட்டான்.

தளபதிகள் பதினான்கு பேர் ஆயுதங்களுடன் புறப்பட்டார்கள்.

'நானும் இவர்களுடன் செல்கிறேன். அங்கேயே அவர்களது ரத்தத்தை உறிஞ்சிக் குடித்துவிடுகிறேன்' என்று சூளுரைத்த சூர்ப்பனகை, தானும் தளபதிகளுடன் சென்றாள்.

ராமன் இருந்த இடத்துக்குச் சென்றவுடன் சூர்ப்பனகை கர்ஜித்தாள்.

'இதோ இந்த அற்பர்கள்தான்! வெட்டிப்போடுங்கள் இவர்களை!' தளபதிகளுக்குச் சுட்டிக்காட்டினாள்.

ராமன் புரிந்துகொண்டான். லட்சுமணனைக் கூப்பிட்டுச் சொன்னான்.

'லட்சுமணா! சீதையை உள்ளே அழைத்துச்செல். இவர்களை நான் பார்த்துக்கொள்கிறேன்.'

அதன்படியே லட்சுமணன் செய்ய, ராமன் அரக்கர்களிடம் திரும்பிக் கூறினான்.

'அரக்கர்களே, நான் சொல்வதைக் கேளுங்கள். வீணாக வந்து உயிரை இழக்காதீர்கள்! யாருக்கும் தொந்தரவு தராதவரை உங்களுக்கு ஆபத்து ஒன்றுமில்லை. ஏனெனில், தொல்லை தரும் அரக்கர்களை அழிப்ப தாக தண்டகாரண்ய ரிஷிகளுக்கு வாக்குக் கொடுத்திருக்கிறேன். மரியாதையாக ஓடிப் போய்விடுங்கள்!' என்று எச்சரித்தான்.

ஆணவம் கொண்ட அரக்கர்கள், ராமனின் எச்சரிக்கையைப் பொருட் படுத்தாமல் தாக்குதலைத் தொடங்கினார்கள்.

யுத்தம் ஆரம்பித்தது. கோதண்டராமனின் அம்புகளுக்கு அத்தனை அரக்கர்களும் நாழிகைப்பொழுதில் பலியாகி மாண்டார்கள்.

சூர்ப்பனகை பயந்தோடிப்போய், கரண், தூஷணனிடம் நடந்ததை யெல்லாம் சொல்லிக் கதறினாள்.

கரணால் நம்பமுடியவில்லை.

'என்ன! ஒரு அற்ப மானிடன், எனது வீரத் தளபதிகள் அத்தனை பேரையும் அழித்துவிட்டானா? விடமாட்டேன்! இதோ, நானே புறப்படுகிறேன். அவனை யுத்தத்தில் கொன்று தீர்க்கிறேன்.'

கரண் புறப்பட்டான். அவனுடன் தம்பி தூஷணனும், திரிசரஸ் என்பவ னும் ஏராளமான அரக்கர் சேனையுடன் ஆரவாரமாகச் சென்றனர்.

அரக்கர் சேனை கோர சத்தத்தோடு வருவதைக் கண்ட ராமன், லட்சுமணனிடம் கூறினான்.

'தம்பி லட்சுமணா! ரிஷிகளுக்குக் கொடுத்த வாக்குறுதியை நிறை வேற்ற நல்ல சந்தர்ப்பம் வாய்த்திருக்கிறது. நீ உடனே சீதையை

உமா சம்பத் 137

அழைத்துக்கொண்டுபோய் மலைக்குகையில் பத்திரமாக இரு. இந்த அரக்கர்களை நானே பார்த்துக் கொள்கிறேன். இப்போதைக்கு, எனக்குத் துணை தேவையில்லை. புறப்படு!' என்றான்.

அண்ணனின் வார்த்தைப்படி சீதையை அழைத்துக்கொண்டு மலைக்குச் சென்றான் லட்சுமணன்.

தண்டகாரண்யத்து ரிஷிகள் அனைவரும் அங்கு கூடினார்கள். 'ஐயோ! ஆயிரக்கணக்கில் வரும் இந்த அரக்கர் சேனையை ராமன் ஒருவனாக எப்படி சமாளிக்கப்போகிறான்?' என்று கவலையடைந்தார்கள்.

ராமனை நெருங்கிக்கொண்டிருந்தது, அரக்கர் சேனை.

கோதண்டராமன் தனது வில்லை வளைத்து நாண் ஏற்றித் தயாரானான்.

தன்னந்தனியே நின்றவனை சுற்றிச் சூழ்ந்தது அரக்கர் படை.

யுத்தத்தைப் பார்க்க ஆகாயத்தில் தேவர்கள் கூட்டம்.

அத்தனைபேரும் வியக்கும்படியாக நடந்தது கோரமான யுத்தம்!

அரக்கர்கள் சுற்றிநின்று தாக்கிய அம்புகளால் உடலெல்லாம் அடி பட்டு ரத்தம் கசிந்தபோதும், திரிபுரம் எரித்த சிவனைப் போல நெருப்புப்பிழம்பாக ஜொலித்து நின்றான் ராமன்.

அவனது பாணங்களுக்கு ஒரே சமயத்தில் ஆயிரக்கணக்கான அரக்கர் கள் இறந்துவிழுந்தார்கள். ராமன், வில்லில் அம்பு பூட்டுவதோ அதை விடுப்பதோ எதுவுமே கண்ணுக்குத் தெரியவில்லை. ஆனால், அரக்கர் களின் தலைகள் அறுபட்டு மண்ணில் உருள்வதை மட்டும் காண முடிந்தது.

அரக்கன் தூஷணன் இரு கைகளும் துண்டிக்கப்பட்டு மலைபோல் பூமியில் விழுந்து மடிந்தான். அவன்பின் வந்த திரிசரஸ் என்கிற மூன்றுதலை அரக்கன், ராமன் விடுத்த காலசர்ப்ப அஸ்திரத்தால் ரத்தம் கக்கி செத்துப்போனான்.

தலைவனான கரண், தன்னைச்சுற்றி இத்தனைபேர் மடிந்ததைக் கண்டும் மனம் தளராதவனாகப் போர்புரிந்தான். தனது தேரை ராமன்மீது ஏற்றி கொல்ல முயற்சித்தான்.

ராமன் தனது பாணத்தால், தேரை சுக்குநூறாக நொறுக்கினான்.

கரண் நிலத்தில் குதித்தான். ஆத்திரம் கொண்டவனாக கதாயுதத்தை எடுத்துக்கொண்டு ராமன்மேல் சுழற்றி வீசினான்.

பறந்துவந்த கதாயுதத்தையும் தனது அம்பினால் பொடிப் பொடி யாக்கிய ராமன், இந்திர பாணத்தை கரண்மேல் செலுத்தினான். அது குறிதப்பாமல் கரண் மார்பைப் பிளந்து உயிரைக் குடித்தது.

வானத்தில் தேவர்களும், பூமியில் ரிஷிகளும் மனம் மகிழ்ந்தார்கள். பூக்களைத் தூவி ராமனை வாழ்த்தினார்கள்.

தண்டகாரண்யத்தில் அட்டூழியம் செய்த அரக்கர் கூட்டத்தில் ஒருவர் மிச்சமில்லாமல் அனைவரையும் கொன்றுதீர்த்தான் ராமன்.

இல்லையில்லை! ஒருவன் மட்டும் மிஞ்சினான். அவன் பெயர் அகம்பனன்.

சூர்ப்பனகையின் சூழ்ச்சி

25

இலங்கை அதிபதியான ராவணன் முகத்தில் கோபம் கொழுந்துவிட்டு எரிந்தது!

பத்துத் தலைகளும், ரத்தம்போல் சிவந்த இருபது கண்களும், பத்து காட்டு யானைகளுக்கு நிகரான வலிமை கொண்ட தேகத்துடனும், சர்வ ராஜ அலங்காரத்துடனும் அரியணையில் அமர்ந் திருந்தான் ராவணன்.

எதிரே, உடல் நடுங்க தலைகுனிந்து நின்றிருந் தான் அகம்பனன்.

'அகம்பனா! நீ சொல்வதெல்லாம் உண்மையா அல்லது மதுமயக்கத்தில் உளறுகிறாயா? தண்டகாரண்யத்தில் நிறுத்தப்பட்டிருந்த எனது படையினர், ஒருவர் மிச்சமில்லாமல் இறந்து போனார்களா? இது நிஜமா? எந்தத் தேவர்கள் செய்த காரியம் இது? யமனா? அக்னியா? வாயுவா? அல்லது கோழை இந்திரனா? யார் எனது ஆட்களைக் கொன்றது? சொல்! உடனே அவர்களைச் சிதைத்து சின்னாபின்னமாக்கி விடுகிறேன்' என்று இடிபோல் முழங்கினான்.

ராவணனின் கொந்தளிப்பைக் கண்டு சபையில் இருந்தவர்கள் அனைவரும் நடுநடுங்கிப் போனார்கள்.

அகம்பனனும் குலைநடுங்கிப் போனான். கோழைபோல் ஓடிவந்ததால் ராவணன் தன்னைக்

கொன்றாலும் கொன்றுவிடுவான் என்று அஞ்சியதால், 'அரசே! தாங்கள் எனக்கு உயிர்ப் பிச்சை அளிப்பதாக அபயம் தந்தால் சொல்கிறேன்!' என்றான்.

'ம்! ஆகட்டும் சொல்!' கர்ஜித்தான் ராவணன்.

ராமன், ஒருவனாகவே அரக்கர் சேனை முழுவதையும் அழித்த வீரபராக்ரமத்தை விவரித்துக் கூறினான் அகம்பனன்.

'என்ன! ஒரு மானிடன், தனியொருவனாகவே அரக்கர்களை மாய்த் தானா? கேவலம்! மகா கேவலம்! வேறு எந்தத் தேவர்கள் அவனுக்கு உதவி செய்தது?' - சந்தேகத்துடன் கேட்டான் ராவணன்.

மானிடன் ஒருவனால் இதைச் சாதிக்கமுடியாது என்று நினைத்த தாலேயே அவன் அப்படிக் கேட்டான்.

ராவணன், மானிடர்களை ஒரு பொருட்டாக எப்போதுமே மதித்த தில்லை. அதனால்தான் தவமிருந்து பிரம்மனிடம் வரம் பெற்ற போதும் மனிதர்களால் தனக்கு மரணம் நேரக் கூடாது என்று அவன் கேட்டுப் பெறவில்லை.

ராவணனின் சந்தேகத்தைப் போக்கும்விதமாக பதில் சொன்னான் அகம்பனன்.

'இல்லை அரசே! ஒருவரது துணையும் அவனுக்கு இல்லை! அவன் ஒருவனாகவே தன்னந்தனியே நின்று யுத்தம் செய்தான். அவனது வில்லிருந்து புறப்பட்ட அம்புகள், சீறும் பாம்பைப்போல் விரைந்து சென்று அசுரர்களை தேடித்தேடிக் கொன்றதை எனது கண்களாலேயே பார்த்தேன்!' - மலைப்புடன் சொல்லிமுடித்தான் அகம்பனன்.

'சே! அவமானம்! அண்ணன் தம்பிகளான அந்த மனிதப் பூச்சிகளை நானே எனது கட்டை விரலால் நசுக்கிக் கொன்றுவிடுகிறேன்!' - அரியாசனத்தைவிட்டு எழுந்தான் ராவணன்.

அகம்பனன் பதறிப்போனான்.

'அரசே, நில்லுங்கள்! அந்த ராமனை வெல்வது மிகக் கடினம். வீரத்தில் சிறந்தவன் அவன். நான் இப்படிச் சொல்வதற்கு என்னை மன்னிக்க வேண்டும். நேரடி யுத்தத்தில் அவனை நாம் வெல்லமுடியாது. ஆனால், நான் ஒரு வழி யோசித்திருக்கிறேன்!'

'கோழைபோல் பேசுகிறாய் அகம்பனா! ஒரு மானிடனைப் போற்றிப் பேசுவதாலேயே உன்னைக் கொல்லவேண்டும்போல் தோன்றுகிறது.

ஆனாலும் உனக்கு அபயம் அளித்துவிட்டதால் மன்னிக்கிறேன். ஆகட்டும்! உன் யோசனை என்ன? சொல்!'

'வேந்தே! அந்த ராமனுடைய மனைவியான சீதை என்பவள் மிகச் சிறந்த அழகி! மூன்று லோகங்களிலும் காணமுடியாத அற்புதச் சிலை அவள்! அவளை எப்படியாவது நீங்கள் தூக்கி வந்துவிட்டால், அவளைப் பிரிந்த துக்கத்தினாலேயே ராமன் மாண்டுபோவான் என்பது நிச்சயம்!'

'மிகச்சரியாகச் சொன்னாய் அகம்பனா! இந்த உன் யோசனைக்காகவே, உனக்குப் பொன்னும் பொருளும் தாராளமாகப் பரிசளிக்கலாம்!' என்றபடி, சரியான தருணத்தில் உள்ளே நுழைந்தாள் சூர்ப்பனகை.

ராவணனைப் பார்த்து அழத் தொடங்கினாள்.

'அண்ணா! பார்த்தாயா என் கதியை! மூவுலகும் நடுங்கக்கூடிய லங்கேஸ் வரனின் தங்கையை மூளியாக்கிவிட்டார்கள் அற்ப மானிடர்கள்! இது உனக்கு அவமானமில்லையா?' என்று ஒப்பாரிக்குரல் எழுப்பினாள்.

ராவணன், தனது தங்கையின் நிலையைப் பார்த்துக் கொதிப்படைந் தான்.

'தங்கையே, வருந்தாதே! உனக்காக அந்த அற்ப மானிடர்களைப் பழி தீர்ப்பேன். உன்னை மூளியாக்கிய அவர்களது கை கால்களை, தனித்தனியாகப் பிய்த்து எறிந்துவிடுகிறேன்' என்று சூளுரைத்தான்.

'அண்ணா! அப்படியெல்லாம் அந்த மானிடப் பதர்கள் சுலபமாக மாண்டுவிடக் கூடாது. அகம்பனன் கூறிய வழிதான் சரியானது. ராமனின் மனைவியாகிய சீதை, வார்த்தைகளால் விளக்கமுடியாத அதிரூப சுந்தரி! அவளது அழகுக்கு எந்தத் தேவலோகப் பெண்ணும் ஈடாகமாட்டாள். அவள் உனக்காகவே பிறந்தவள். உன்னைச் சேர வேண்டியவள். ஆகவேதான், உனக்காக அவளைத் தூக்கிவர முயற்சித் தேன். அதனால்தான், ராமனும் அவனது தம்பி லட்சுமணனும் எனது அங்கத்தை அறுத்தெறிந்து துரத்திவிட்டார்கள். உனக்காகவே நான் இந்த நிலையை அடைந்தேன்!' என்று புலம்பினாள்.

'அகம்பாவம் பிடித்த அவர்கள் கரங்களை முறித்துப் போட்டால்தான் எனது கோபம் தீரும் சகோதரி!' - பற்களை நறநறத்தான் ராவணன்.

'பழிக்குப் பழி தீர்க்க சரியான வழி, ராமனின் மனைவியை நீ தூக்கி வந்துவிடுவதுதான். மனைவியைப் பிரிந்த துக்கத்தினாலும் வேதனை யாலும் துடிதுடித்துப் போகவேண்டும் அந்த ராமன். அவமானத்தில்

சிறுகச் சிறுகச் செத்துப்போவார்கள் இருவரும்! இந்தக் காரியத்தை நீ நிறைவேற்றினாலே என் மனம் சாந்தமடையும்!'

ராவணனைத் தூண்டிவிட்டாள் சூர்ப்பனகை.

சீதையைப் பற்றி இருவரும் மாற்றி மாற்றி வருணித்ததில், காமஜுரம் கண்டு மேனி தகித்துப்போனான் ராவணன். அந்தப் பேரழகியை உடனடியாகத் தனது அந்தப்புரத்துக்குத் தூக்கிவந்துவிட வேண்டும் என்று மனத்துக்குள் துடித்தான்.

ராவணன் சிறந்த சிவபக்தன். கயிலைநாதன் வசிக்கும் இமயமலை யையே தூக்கியவன். இசையில் வல்லவன். சிறந்த ஞானமுள்ளவன். மகா பண்டிதன். மூன்று உலகங்களையுமே ஆட்டிவைக்கும் வீரன். தேவர்களே அஞ்சி நடுங்கும் பலசாலி. இத்தனை சிறப்புகள் கொண்டிருந்தும், சிற்றின்ப ஆசையும் பெண்களின்மீதான மோகமுமே அவனது வெறுக்கத்தக்க மோசமான பலவீனமாக இருந்தது.

அந்தப் பலவீனம் அறிந்துதான் சரியான இடத்தைத் தொட்டு அவனை வீழ்த்தினார்கள் அகம்பனனும் சூர்ப்பனகையும்!

இலங்கையும் தனது அரக்கர் குலமும் மொத்தமாக அழியும்படி அஸ்திவாரம் போட்டுவிட்டார்கள் என்பதை உணராமல், அவர்களின் சூழ்ச்சிவலைக்குள் சுருண்டான் ராவணன்.

அதற்குப்பின் நாழிகை நேரம்கூட காத்திருக்க மனமில்லை அவனுக்கு.

ஆகாயமார்க்கமாகச் செல்லும் தனது சுவர்ண ரதத்தில் ஏறி அதை விண்ணில் செலுத்தினான்.

அதற்குள்ளாகவே அவனது மனம் சீதையைத் தூக்கி வருவதற்கான தந்திரத்தைத் தயாரித்து முடித்திருந்தது.

அந்தத் திட்டத்துக்கு துணைபுரிய சரியான நபரையும் தீர்மானித்து, அவனது இருப்பிடத்தை நோக்கியே ரதமும் பறந்தது.

மாரீசனுக்கு மனம் சரியாயில்லை!

காலை எழுந்தது முதலே கண்ணில்பட்டதெல்லாம் கெட்ட சகுனங்கள் தான்!

இன்று, ஏதோ நடக்கக்கூடாதது நடக்கப்போகிறது என்று எண்ணிக் கொண்டான்.

இப்போதைய மாரீசன், முன்போன்ற கொடிய குணம் கொண்ட அரக்க மாரீசனல்ல! தற்போது அவன், மனம் திருந்திய மாரீசன்!

ஜடாமுடியும் மரவுரியும் தரித்து, தவக்கோலத்தில் ஆசாரமான வாழ்க்கை நடத்தி வந்தான் அந்த நல்அரக்கன்!

மனசஞ்சலத்துடன் அவன் தனது ஆசிரமத்துக்கு வெளியே வந்த போது, மிகச்சரியாக வாசலில் வந்திறங்கினான் ராவணன்.

அரக்கர் குல அரசனும் தனது உறவினனுமான ராவணனைக் கண்ட துமே, மனம் மகிழ்ந்து வரவேற்றான் மாரீசன். முறைப்படி உபசாரம் செய்துவிட்டுக் கேட்டான்.

'என்ன விசேஷம் ராவணா? திடீரென்று என்னைத் தேடி வந்திருக்கிறாய் என்றால் ஏதோ காரணம் இருக்கிறது! நான் என்ன செய்யவேண்டும்? சொல்!'

'எள்ளென்பதற்கு முன்னால் எண்ணெயாக இருக்கிறாயே மாரீசா! உண்மைதான்! உன்னால் எனக்கு ஓர் உதவி தேவைப்படுகிறது. ஒரு சாதாரண மானிடனால் நமது அரக்கர் குலத்துக்கே ஓர் அவமானம் நேர்ந்துவிட்டது. தசரதன் மகன் ராமனாம்! நமது தண்டகாரண்ய சேனை முழுவதையும் அழித்துவிட்டான். பழிக்குப் பழியாக அவனது மனைவியை நான் தூக்கிக்கொண்டுபோக உத்தேசித்திருக்கிறேன். அதற்கு நீதான், எனக்குத் துணையாக வரவேண்டும்!'

ராவணன் சொன்னதைக் கேட்டதும் தலையில் இடிவிழுந்ததுபோல் அதிர்ச்சியடைந்தான் மாரீசன்.

'என்ன சொல்கிறாய் ராவணா? இந்தத் தீயயோசனையை உனக்குக் கூறியவர்கள் யார்? அவர்கள் யாராயிருந்தாலும், உன்னையும் அரக்கர் குலத்தையும் அழிப்பதற்காகவே இதைக் கூறியிருக்கிறார்கள். வேண் டாம்! இந்தத் திட்டத்தைக் கை விட்டுவிடு! பாம்புப் புற்றுக்குள் கை விடும் காரியத்தை எந்தப் புத்திசாலியும் செய்யமாட்டான். ராமனைப் பற்றி உனக்குத் தெரியாது. அவனது கோபத்துக்கு ஆளானால், நமது அரக்கர் குலமே அழிவது நிச்சயம்! இந்த விபரீத யோசனையைக் கைவிட்டுத் திரும்பிச் செல்! ஏற்கெனவே உனது அந்தப்புரத்தில் இருக்கும் அநேக பெண்களுடனே கூடிக்களித்து திருப்தியடைந்து கொள். அதுதான் நல்லது!'

நட்புக்கே உரிய இலக்கணப்படி நல்லபுத்தி சொன்னான் மாரீசன்.

'ஏன் இப்படி பயப்படுகிறாய் மாரீசா? தண்டகாரண்யத்தில் அரக்கர்கள் அனைவரும் கொல்லப்பட்டதால், ரிஷிகள் ஏக சந்தோஷத்தில்

இருக்கிறார்களாம். அரக்கர்களைப் பற்றிய பயமே கொஞ்சமும் இல்லாமல் போய்விட்டது அவர்களுக்கு! இதற்குக் காரணம் அந்த ராமன்தானே! தகப்பனால் காட்டுக்குத் துரத்தப்பட்ட துன்மார்க்கன்! மனைவியோடு கானகத்தில் நாடோடி வாழ்க்கை வாழும் பரதேசி! ஆயுதங்கள் தரித்துக்கொண்டு தவக்கோலம் போடும் வேடதாரி! அவனைப் பழிவாங்காவிட்டால், நான் அரக்கர்குல அரசனாக இருந்து என்ன பயன்?'

'நீ எண்ணுவது தவறு ராவணா! ராமன், தந்தையால் துரத்தப்பட்டவன் அல்ல. தந்தை சொல் காக்கவந்த சத்தியவேந்தன்! அவனது கதையைச் சொல்கிறேன் கேள்!' என்று அயோத்தி சமாசாரங்களை உருக்கமாக விவரித்துச் சொன்னான் மாரீசன்.

கேட்டுமுடித்த ராவணன் கேலிச்சிரிப்புடன் சொன்னான்:

'இது இன்னும் கேவலம்! ஒரு பெண்ணின் சூழ்ச்சியால் காட்டுக்கு விரட்டப்பட்டவனா அந்த முட்டாள்! நல்லவேளை. நான் செய்த முடிவு சரியானதுதான்! இவனைப் போன்ற முட்டாளுடன் எதிரே நின்று யுத்தம் செய்வதுகூட எனக்கு தகுதிக்குறைவுதான்!'

'ராவணா! தர்மவான் ராமனின் வலிமையைப் பற்றிப் புரிந்து கொள்ளாமல் பேசுகிறாய். நான் சொல்கிறேன் கேள்! ஒரு காலத்தில் முரடனாகவும் மூடனாகவும் இருந்தபோது, ரிஷிகளையும் முனிவர் களையும் துன்புறுத்தி வந்தேனல்லவா? அந்தச் சமயத்தில் ஒருமுறை விசுவாமித்திர மகரிஷியின் வேள்வியைக் கெடுக்கப்போனேன். அப்போது அந்த வேள்வியைக் காத்துநின்று என்னை எதிர்த்தவன் இந்த ராமன்தான்! இத்தனைக்கும் அப்போது அவன் பாலகன். அந்த வயதிலேயே அவன் என்மீது செலுத்திய பாணம் என்னை மதிமயங்க வைத்து சமுத்திரக் கரையில் வெகுதூரம் கொண்டு போய் வீசியது. எத்தனை நாள்கள் கழிந்தது என்றே தெரியாமல் நினைவற்றுக் கிடந்தேன் நான்! அத்தகைய வீரனைப் பகைத்துக்கொள்ளாதே!'

'மாரீசா! நீ எவ்வளவு பெரிய வீரன்? மாயங்களில் வல்லவன்! அற்ப மானிடனைப் பார்த்து அஞ்சுவது எனக்கு ஆச்சரியமாக இருக்கிறது. தங்கை சூர்ப்பனகை அவமானப்பட்டாள். நமது குலகௌரவம் நாசமாகியது. அரக்கர்கள் அழிக்கப்பட்டார்கள். ஆகவே, அரக்கர்குல நீதிப்படி அவன் பழிதீர்க்கப்பட வேண்டியவன்தான். சௌந்தர்ய அழகியான தனது மனைவியைப் பறிகொடுத்து அவமானத்தாலேயே அவன் மனம் சிறுத்துச் சாகவேண்டும்! இதை நான் செய்யாவிட்டால்

அரக்கர்குலத் தலைவனாக இருக்கவே அருகதையில்லாதவனா வேன்!' - விடாப்பிடியாகப் பேசினான் ராவணன்.

'ஆருயிர் சகோதரி; அரசகுல நீதி!' என்று ஆயிரம்தான் காரணம் சொன்னாலும் சீதையை அபகரிக்க முடிவு செய்துவிட்ட கெட்ட எண்ணம்தான் இப்போது ராவணனை ஆட்டிப் படைக்கிறது என்பதை தெளிவாக உணர்ந்துகொண்டான் மாரீசன்.

காமப்பித்தால் புத்திகெட்டுப் போனவனுக்கு என்ன புத்திமதி கூறினாலும் அது தலையில் ஏறாது என்பதும் தெரிந்து போனது!

'விதி போடும் சுருக்குக்கயிறில் தானாகப் போய் தலை கொடுக்கிறான் ராவணன்!' என்றெண்ணிப் பெருமூச்சு விட்டான். பிறகு, ஒரு முடிவுக்கு வந்ததுபோல் பேசினான்.

'சரி, ராவணா! நான் என்ன சொன்னாலும் நீ மனம் மாறப்போவதில்லை என்பது நிச்சயம்! நெருப்புக்கு நிகரானவள் சீதை. அந்த அக்னி தேவதையை இலங்கைக்குத் தூக்கிப் போக முயற்சித்தால், உனது அழகிய பட்டணமே கருகிப் பொசுங்கிப்போவது சத்தியம். எரியும் இலங்கை இப்போதே என் மனக்கண்களில் தெரிகிறது. இருந்தாலும் சொல்கிறேன்! பெரும் பாவச்செயலில் இறங்காதே. அப்படி ராமனைப் பழிதீர்த்துக்கொள்ள ஆசைப்பட்டால், அவனுடனேயே நேரிடையாக யுத்தம் செய். அதுதான் ஆண்மைக்கு அழகு!'

மாரீசன் சொல்லச் சொல்ல, கசப்பு மருந்து குடித்த நோயாளிபோல் முகத்தைச் சுளித்தான் ராவணன். கோபமுகம் காட்டி பயமுறுத்தும் தொனியில் கூறினான்.

'மாரீசா! உனது உபதேசத்தை நிறுத்திக்கொள். வீணாக ராமனுக்குப் பரிந்து பேசி, நீ எனது விரோதியாக மாறிவிடாதே! நான் தீர்மானித்து விட்டேன், அதை நீ செய்துமுடிக்கிறாய். அவ்வளவுதான்! தெரி கிறதா? இல்லாவிட்டால், இங்கேயே இப்போதே நானே உன்னை வதம் செய்து கொல்வேன்!' இறுக்கமான முகத்துடன் உறுதியாகச் சொன்னான்.

மாரீசனுக்கு விரக்தியில் சிரிப்புதான் வந்தது. 'அட முட்டாளே! யமன் வீட்டுக்குப் போவதற்கு அத்தனை அவசரமா? வாழ்நாளெல்லாம் எந்தக் காமம் இவனது இன்பமாக இருந்ததோ, அதனாலேயே துன்பப்பட்டுச் சாகவேண்டும் என்பதுதான் விதி போலிருக்கிறது! போகட்டும்! இந்தப் பாவியின் கையால் சாவதைவிட புண்ணியவான்

ராமனின் கைகளால் கொல்லப்பட்டால் மோட்சம் பெறுவேன். அதுவே நல்லது!' என்று நினைத்துக்கொண்டான் மாரீசன்.

'சரி ராவணா. இனி, பேசிப் பயனில்லை! நான் என்ன செய்யவேண்டும் சொல், செய்து முடிக்கிறேன்!' என்றான்.

'ஆஹா! இப்போதுதான் நீ எனது பழைய மாரீசன்!' மகிழ்ச்சியுடன் கட்டியணைத்துக்கொண்டான் ராவணன். திட்டத்தை விவரித்தான்.

'மாரீசா! பஞ்சவடிப் பிரதேசத்தில் நீ ஓர் அற்புதமான அதிசயமிக்க மானாக மாறி உலவவேண்டும். அதாவது, யார் கண்டாலும் ஆசைப் படும் பொன்மானாக, உனது உடலில் பொன்னும் வெள்ளிப் புள்ளி களுமாக தகதகக்கவேண்டும்! சீதை உன்னைக் கண்டால் நிச்சயம் ஆசைப்படுவாள். பெண்களின் சுபாவப்படி உன்னைப் பிடித்துத் தர வேண்டும் என்று கணவனிடம் வற்புறுத்துவாள். ராமனும் மனைவி யின் விருப்பத்தை நிறைவேற்ற உன்னைத் துரத்துவான். நீ ராமனை போக்குக்காட்டி அலைக்கழித்து, வெகுதூரம் கூட்டிச்சென்ற பிறகு 'ஹே சீதா! ஹே லட்சுமணா!' என்று ராமனின் குரலிலேயே ஆபத்து நேர்ந்தது. போல சத்தமிடு. அதைக் கேட்டு லட்சுமணனும் ஓடிவரு வான். நான் அந்தச் சமயத்தைப் பயன்படுத்திக்கொண்டு சீதையைத் தூக்கிச் சென்றுவிடுகிறேன்!' என்று சொல்லி, திட்டம் அப்போதே நிறைவேறிவிட்டதுபோல மகிழ்ச்சியுடன் சிரித்தான்.

ராவணனின் அரக்கச் சிரிப்பு எட்டுத்திசைகளிலும் எதிரொலித்தது. விதி, அவனைப் பார்த்துச் சிரித்ததுதான் ராவணனுக்குக் கேட்க வில்லை!

------◆◉◆------

உமா சம்பத் 147

பொய்க் குரல் பொன்மான்

26

***ஒ**ரு கெட்டவன் நினைப்பதெல்லாம் நடந்து, ஆசைப் பட்டதெல்லாம் கிடைத்துவிட்டதென்றால் அதிர்ஷ் டம் என்று அர்த்தமில்லை. அது அழிவுக்காகவும் இருக்கலாம் என்பதை அவன் உணர்வதில்லை!*

விதியின் தூண்டிலில் தொங்கிக் கொண்டு இருக்கும் இரைதான் அதிர்ஷ்டம்!

ராவணன், தான் அந்த விதியின் தூண்டிலில் மாட்டிக்கொண்டோம் என்பதை அறியாமல், சீதை தன்னிடம் சிக்கிக்கொண்டாள் என்றே நினைத்தான்!

ஆமாம்! மாரீசனிடம் அவன் சொன்ன திட்டத் தின்படியே எல்லாமும் நடந்தது!

மாரீசன், இதுவரை உலகிலேயே இல்லாதபடி, ஓர் அழகிய மானாக உருமாறினான்.

பொன்மான்! தகதகக்கும் தங்கமான்!

பார்ப்பவர் யாராக இருந்தாலும் மயங்கும் மகோன்னத அழகுடன் வலம் வந்தது அந்தப் பொன்மான்! தங்கத்தால் இழைக்கப்பட்ட உடலில் வைரங்கள் பதித்தது போல, மானின் உடலில் விதவிதமான வர்ணங்களில் புள்ளிகள் ஜாலம் காட்டின. கண் கூசிப்போகும் பரவசத் துடன் அந்த மான், ராமனின் ஆசிரம வாசலில் சீதையின் பார்வையில் படும்படியாக உலவியது.

அங்குமிங்கும் ஓடிதுள்ளிக்குதித்து விளையாடியது. சிறிது நேரம் புல் மேய்ந்தது. சீதை பார்க்கும்போது, ஓரக்கண்ணால் அவளைப் பார்த்த படி ஒயிலாக நடந்தது. காட்டுக்கொடிகளைப் பற்றியிழுத்து அழகாக இளம்துளிர்களை மேய்ந்தது. தனது அழகிய கண்களால் 'என்னைத் தூக்கிக்கொள்!' என்பதுபோல சீதையைப் பார்த்தது.

சீதை, வெகுநேரம் வைத்தகண் வாங்காமல் அந்த மானையே ரசி ருந்தாள். மானின் அழகும் சுட்டித்தனமும் அவளை அதிசயப்பட வைத்தது. ஆனந்தம் தாங்கமுடியாமல் ராமனை அழைத்தாள்.

'பிரபோ! இங்கே வாருங்கள்! சீக்கிரம் வாருங்கள்! மைத்துனரையும் அழைத்து வாருங்கள். அவரும் இந்த அற்புதத்தைப் பார்க்கட்டும்!' என்று குரல் கொடுத்தாள்.

ராமனும் லட்சுமணனும் வந்து பார்த்து ஆச்சரியப்பட்டார்கள்!

'பூமியில் எங்கும் காணாத மானாக இருக்கிறதே! இந்தப் பகுதியில் இதுவரை பார்த்ததேயில்லையே!' - லட்சுமணனுக்குள் சந்தேகம் வந்தது.

'அண்ணா! இது யாராவது மாயாவி ராட்சதனாக இருக்கலாம்!' என்றான்.

ராமனுக்கும் அது சரியென்றே தோன்றியது.

'அடப் போங்கள்! மைத்துனருக்கு எல்லாமே சந்தேகம்தான்! தண்ட காரண்யத்தில் இத்தனை அரக்கர்கள் அழிந்தபின்னும் அவர்களுக்கு இங்கே வர தைரியம் உண்டாகுமா என்ன? பிரபோ! அது நிச்சயம் அதிசய மான்தான்! எனக்கு அதை வைத்து விளையாடவேண்டும் போல் இருக்கிறது. நமது ஆசிரமத்திலேயே கட்டி வளர்க்கலாம். அந்த மானை பிடித்துக்கொடுங்கள்!' - ஆசையுடன் கேட்டாள் சீதை.

ராமன் மறுமொழி சொல்லும்வரைகூடக் காத்திருக்கப் பொறுமை யில்லை சீதைக்கு. மானின்மேல் அவ்வளவு விருப்பமாகிவிட்டது அவளுக்கு!

'பிரபோ! இதைப்போன்ற வினோதமான மானை அயோத்தியில்கூட யாரும் பார்த்திருக்க மாட்டார்கள். வனவாச காலம் முடிந்து நாம் அயோத்திக்குச் செல்லும் காலம் நெருங்கிவிட்டது. இந்த மானையும் நம்முடன் கொண்டுசெல்வோம். தயவுசெய்து, பிடித்துத் தாருங்கள் பிரபோ!' என்று கெஞ்சினாள்.

'சீதை இதுவரை இத்தனை பிரியமாக எதையும் கேட்டதில்லை. மான் கிடைக்காது போனால் பாவம் ஏமாற்றம் கொள்வாள்! இந்தச் சிறிய விஷயத்திலாவது அவளது ஆசையை நிறைவேற்றுவோம்!' என்று நினைத்தான் ராமன்.

'லட்சுமணா! கவலை கொள்ளாதே! நீ சந்தேகித்தபடி அது ராட்சதனாக இருந்தால்தான் என்ன? அங்கேயே அவனைக் கொன்றுவிடுகிறேன். மற்றபடி மானாக இருந்தாலும் நொடியில் அதைப் பிடித்துக்கொண்டு வருகிறேன். நீ சீதையைக் கவனித்துக்கொள்!' என்று சொல்லிவிட்டு வில்லையும் அம்பையும் எடுத்துக்கொண்டு மானைத் துரத்திப் போனான்.

லட்சுமணன் மனத்தில் கவலையுடன் அண்ணன் சென்ற வழியையே பார்த்துக்கொண்டு நின்றான்.

மாரீசமான் ராவணன் சொன்னபடியே, ராமனுக்குப் போக்குகாட்டி அவனை ஆசிரமப் பிரதேசத்திலிருந்து வெகுதூரத்துக்கு கூட்டிச் சென்றது.

ராமனின் கையில் சுலபமாகச் சிக்கிக்கொள்வதுபோல மெல்ல நடக்கும். புல் மேய்ந்தபடி அசையாமல் நிற்கும். அருகில் வந்தாலோ துள்ளிக்குதித்து காற்றுவேகத்தில் ஓடும். சட்டென்று புதரில் மறையும். திடீரென்று வெளிப்படும். சுற்றிச்சுற்றி வேகநடையில் செல்லும். இப்படியாகவே போக்குக்காட்டியதில் நேரம் போய்க்கொண்டே யிருக்க, ராமன் சந்தேகத்துடன் இதற்குமேலும் காலம் தாழ்த்த வேண்டாம் என்று முடிவெடுத்தான்.

வில்லை வளைத்து, மானின்மீது அம்பைச் செலுத்தினான்.

மாரீசனுக்கு மரணம் நெருங்கிவிட்டது என்பது புரிந்து போனது. இறுதி யாகவும் கடமையைச் சரியாக செய்து முடித்துவிடுவாம் என்று அவன் நினைத்தபோது, ராமனின் அம்பு சரியாக இதயத்தில் வந்து செருகியது.

பொன்மான் வடிவத்திலிருந்து தனது சுயரூபத்துக்கு மாறிய மாரீசன், ராமனின் குரலிலேயே, 'அய்யோ சீதா! அய்யோ லட்சுமணா!' என்று அலறல் குரல் எழுப்பியபடி பூமியில் விழுந்தான்.

உடலிலிருந்து வழிந்த ரத்தம் பூமியை நனைக்க, ராமனின் பாதங் களைப் பற்றி வணங்கி 'பாக்கியம் பெற்றேன் ராமா!' என்றபடி இறந்து போனான்.

பொய்மானைப் பிடித்துத் தரச்சொல்லும் சீதையின் ஆவல்.

மாரீசன் தனது குரலில் அலறியது கண்டு ராமன் அதிர்ச்சிஅடைந்தான்.

‘அடடா! இந்தக் குரலைக் கேட்டு சீதை பயந்து போவாளே! எனக்குத் தான் ஏதோ ஆபத்து என தவித்துப் போவாளே!’ என்று எண்ணினான். ஆனாலும், ‘லட்சுமணன் பக்கத்திலிருக்கிறான். இந்த மோசத்தை அவன் நம்பமாட்டான். சீதையை அவன் பார்த்துக்கொள்வான்’ என்று ஆறுதலும் கொண்டான்.

ஆனால், ராமன் எண்ணியபடி ஆசிரமத்தில் நடக்கவில்லை. சீதை அப்படி நடக்க விடவில்லை.

மாரீசன் குரலை ராமன் குரலென்றே நம்பி ஏமாந்த சீதை துடிதுடித்துப் போனாள்.

‘லட்சுமணா! உனது அண்ணனுக்கு ஏதோ அபாயம் நேர்ந்து விட்டதுபோல் தெரிகிறது. உடனே, அவருக்குத் துணையாகச் செல். என்னவென்று பார். அவருக்கு உதவி செய்!’ என்று பரிதவித்தாள்.

லட்சுமணன் சிறிதும் பதறாமல் நின்றான். அரக்கர்களின் மாயங்களைப் பற்றியும் தனது அண்ணனின் வீரத்தைப் பற்றியும் அவன் நன்கு அறிந் திருந்ததால், சீதையைப் பத்திரமாகப் பார்த்துக்கொள்ளவேண்டும் என்பது மட்டுமே அவனது எண்ணமாக இருந்தது.

சீதைக்கு லட்சுமணனின் போக்கு புரியாமல் ஆத்திரம் ஏற்பட்டது.

‘லட்சுமணா! உனது காதுகள் செவிடாகிவிட்டனவா? உனது அண்ண னின் அபயக்குரல் கேட்கவில்லையா? நான் பதறுவது புரிய வில்லையா? ஏன் மரம்போல் நிற்கிறாய்? உடனே போ! ஐயோ! அரக்கர்களிடம் சிக்கி அவர் என்ன துன்பம் அனுபவிக்கிறாரோ தெரிய வில்லையே!’ என்று கதறினாள்.

‘தாயே, சீதாதேவி! பயப்படவேண்டாம். உனது கணவரான ராமனை யாராலும் ஒன்றும் செய்துவிட முடியாது. தண்டகாரண்யத்தில் ஆயிரக் கணக்கான அரக்கர்களைத் தனியே நின்று மாய்த்தவர் அவர். இது நிச்சயம் அண்ணனின் குரல் அல்ல! ஏதோ மாயாவியின் தந்திரம்! அதைக் கேட்டு ஏமாந்து போகவேண்டாம். என்னை நம்புங்கள். உங் களைப் பத்திரமாகப் பார்த்துக்கொள்ளுமாறு அண்ணன் ஆணை யிட்டுள்ளார். அதைப் புறக்கணித்து நான் இங்கிருந்து செல்ல முடியாது. என்னை மன்னியுங்கள். வெற்றிவீரனாக அண்ணன் இதோ திரும்பி வந்துவிடுவார். கவலையில்லாமல் இருங்கள்!’ தைரியம் சொன்னான்.

சீதைதான் கேட்பதாயில்லை. சராசரி பெண்களுடைய சுபாவம் அந்தச் சமயத்தில் அவளிடம் எட்டிப்பார்த்தது. லட்சுமணனை வார்த்தை களாலேயே வதைக்கத் தொடங்கினாள் அவள்.

'அண்ணனின் ஆணை என்று யாரை ஏமாற்றப்பார்க்கிறாய்? எங்க ளுடன் எதற்காக நீ வனத்துக்கு வந்தாய் என்பது இப்போது தெளிவாகி விட்டது. உனது கெட்ட நோக்கம் நிறைவேறாது. உனது அண்ண னுக்கு அபாயம் ஏற்பட்டு ஏதேனும் நேர்ந்தால், அதன்பின் உன்னோடு வாழ்வேன் என்றா நினைத்தாய்? அதன்பின், நிச்சயம் நான் உயிரோடு இருக்க மாட்டேன். பாவிகளே! பரதனால் காட்டுக்கு வந்தார். நீயோ அவரை மேலுலகத்துக்கே அனுப்பத் துணிந்துவிட்டாய். அடத் துரோகிகளே!' என்று சீறினாள். சரிந்து உட்கார்ந்து, 'ஓ'வென்று கதறி யழத் தொடங்கினாள்.

லட்சுமணன் சீதையின் திராவக வார்த்தைகளால் மனம் பொசுங்கியபடி காதுகளைப் பொத்திக்கொண்டான். அவனது கண்களிலிருந்து கரகரவெனக் கண்ணீர் வழிந்தது.

'தாயே! நீங்களா இப்படிப் பேசுவது? ஜனகர் மகளுக்கு இது தகுமா? இத்தனை தீயவனாக என்னை எண்ணியதற்குப் பதிலாக, தாங்களே என்னைக் கொன்றுபோடலாமே! எனக்குப் பயமாயிருக்கிறது தேவி! ஏதோ கெட்டகாலம் வருவதன் அறிகுறிதான், விதி உங்களை இப்படிப் பேசவிட்டு வேடிக்கை பார்க்கிறது!' என்று நடுங்கினான்.

'இறுதியாகச் சொல்கிறேன் லட்சுமணா! நீ உடனே எனது கணவரைத் தேடிச்செல். இல்லாவிட்டால், நான் இங்கேயே தீக்குளித்து இறப்பது நிச்சயம்!' என்றாள் சீதை.

அவ்வளவுதான்! இதற்கும்மேல் லட்சுமணன் எதுவும் சொல்லமுடி யாமல் புறப்படத் தயாரானான். அண்ணனது ஆணையை மீறுகிறோம் என்பதில், சொல்லமுடியாத அளவுக்கு வேதனையடைந்தான்.

'ஆகட்டும் தாயே! இதோ போகிறேன். இனி, விதி விட்ட பாடு!' என்றவன், ஆசிரமத்தின் நான்குபுறமும் மந்திரங்கள் உச்சரித்துக் கோடு கள் போட்டான். 'எக்காரணத்தை முன்னிட்டும் இந்தக் கோட்டைத் தாண்டி வராதீர்கள்!' என்று எச்சரித்துவிட்டுக் கிளம்பினான்.

27

கோடு தாண்டினாள் சீதை; கொண்டு போனான் ராவணன்!

சீதை நிலைகொள்ளாமல் தவித்தாள்.

ஆசிரமத்தின் உள்ளும் வெளியும் ஓயாமல் நடந்துகொண்டிருந்தாள்.

அனைத்தையும் தூரத்திலிருந்து பார்த்துக்கொண்டிருந்தான் ராவணன்!

சீதையைப் பார்த்ததுமே, அவளது அழகில் சிலையாகி திகைத்துப் போனான் ராவணன்! அகம்பனனும் சூர்ப்பனகையும் சொன்னதற்கும் மேலாகவே அவனை வசீகரித்து விட்டாள் சீதை!

அவளை அடைந்தே தீரவேண்டும் என்கிற வேட்கை, அவனுக்குள் 'தீ' போல் பற்றிக் கொண்டு தகித்தது!

லட்சுமணன் அங்கிருந்து செல்லும்வரை காத்திருந்தவன், அவன் போனதுமே மறைவிலிருந்து வெளிப்பட்டு தன்னை ஒரு துறவிபோல உருவம் மாற்றிக்கொண்டான்.

ஜடாமுடியும், காவியுடையும், கைகளில் கமண்டலமும் திரிதண்டமும் ஏந்தி ராமனின் ஆசிரமத்தை நோக்கிச் சென்றான்.

ஆசிரமத்தினுள்ளே பகவான் மகாதேவனைப் பிரார்த்தித்துக் கொண்டிருந்தாள் சீதை.

சீதையை நோக்கி உள்ளே செல்ல முற்பட்ட ராவணன் திடுக்கிட்டான்! ஆசிரமத்தைச் சுற்றி லட்சுமணன் போட்டு வைத்திருந்த மந்திரக் கோடுகளிலிருந்து, அக்னி ஜ்வாலையாக வெளிப்பட்டு அவனைச் சுட்டெரித்தது. பயந்து பின் வாங்கிய ராவணன், வாசலில் சென்று நின்றுகொண்டான். அங்கிருந்தபடியே குரல் கொடுத்தான்.

'தாயே! சந்நியாசி, பிட்சைக்கு வந்திருக்கிறேன். பசிக்கிறது. சாப்பிட ஏதாவது கொடுங்கள் அம்மா!'

சீதை பிட்சைக் குரல் கேட்டதும், எழுந்துசென்று கனிகளையும் கிழங்குகளையும் எடுத்துக்கொண்டு வாசலுக்கு வந்தாள்.

'சுவாமி! இதோ பெற்றுக்கொள்ளுங்கள்!' என்றபடி லட்சுமணன் போட்ட கோட்டுக்குள் நின்று நீட்டினாள்.

'அம்மா! நான் எந்த வீட்டுக்குள்ளும் ஆசிரம எல்லைக்குள்ளும் நின்று பிச்சை பெறுவதில்லை. எனவே, இங்கே நான் இருக்குமிடம் வந்து பிச்சையிடுங்கள்!' என்று கேட்டான் ராவணன்.

'இல்லை சுவாமி! இது என் மைத்துனர் போட்ட கோடு. இதைத் தாண்டி நான் வரமுடியாது!'

'தாயே! ஒரு கோட்டுக்குள் நின்று சந்நியாசிகள் பிச்சை வாங்குவது தகாது. பரவாயில்லை! நீங்கள் உங்கள் கொள்கைப்படி இருங்கள். நான் எனது தர்மப்படி நடந்து கொள்கிறேன்!' என்று புறப்பட்ட ராவணன் இரண்டடி நடந்ததுமே, 'ஐயோ! சாப்பிட்டு பலநாள்கள் ஆகிவிட்டன. இன்னும் சிறிது நேரத்தில் பசியினாலேயே இறந்துவிடுவேன் போலிருக்கிறதே!' என்றபடி மயக்கம் வந்ததுபோல தள்ளாடினான்.

பிட்சையிடாததுடன், ஒரு துறவியைச் சாகடித்த பாவமும் தன்னைச் சேருமே என்று அஞ்சிய சீதை நிலை மறந்து, 'ஐயோ, சுவாமி! இருங்கள். நான் வருகிறேன். இந்தக் கனிகளைச் சாப்பிட்டு முதலில் பசியாறுங்கள்!' என்றபடி, லட்சுமணக் கோடு தாண்டி ராவணன் அருகில் சென்றாள்.

சீதை தன்னை நெருங்கியதுமே சுயவடிவம் கொண்ட ராவணன், அவளது கைகளை இறுகப் பற்றிக்கொண்டான்.

'சீதையே! ஜனகன் மகளே! நான் ராவணன். இலங்கையின் அதிபதி. மூன்று உலகங்களும் அஞ்சும் மகாவீரன்! தேவர்களையே எனது காலடியில் அடிமைகளாக வைத்திருப்பவன். செல்வ சுகத்தில் அந்தக் குபேரனும் எனக்கு ஈடாக மாட்டான். எனது இத்தனை பெருமையும்

உன்னைக் கண்டதுமே பொடிப்பொடியாகிவிட்டன. உனது அழகுக்கு நிகராக இவ்வுலகில் எதுவுமேயில்லை. சௌந்தர்யப் பதுமையே! நீ இருக்கவேண்டிய இடம் இந்தக் கானகமல்ல! சொர்க்கபுரியான லங்காபுரிக்கு என்னுடன் வந்துவிடு. ராஜ்ஜியத்தைத் துறந்து காட்டில் திரியும் கணவனுடன் இருந்து என்ன சுகத்தை அடையப்போகிறாய்? வா, என்னோடு! எனது மனைவியாகி, லங்காபுரியின் மகாராணியாக சுகமாக இரு. புறப்படு!' என்றான்.

'அடப்பாவி! அரக்கர் புத்தியைக் காட்டிவிட்டாயே! மரியாதையாக என்னைவிட்டு ஓடிப் போய்விடு. எனது கணவர் கண்களில் பட்டால் நீ மடிவது நிச்சயம்! மைத்துனர் லட்சுமணன் கண்டாலோ, கைகளா லேயே உன்னை அடித்து நொறுக்கி சதைப்பிண்டமாக்கி விடுவார்! அயோக்கியனே! மரியாதையாக எனது கைகளை விடு! உயிரைக் காப்பாற்றிக் கொண்டு ஓடிப்போ!' - சீறினாள் சீதை.

ராவணன் பொறுமையிழந்தான். சீதையின் வார்த்தைகளைக் காதில் வாங்கும் நிலையில் அவனில்லை. ராம லட்சுமணர்கள் வரும்முன் அங்கிருந்து புறப்பட எண்ணியவன், சீதையைத் தூக்கிக்கொண்டு போய் தனது சுவர்ண ரதத்தில் ஏற்றி விண்ணில் விரைந்தான்.

சீதை அலறினாள்.

'பிரபோ! ராமா! என்னைக் காப்பாற்றுங்கள்! ஐயோ லட்சுமணா! பாவி நான்! உனது சொல்லைக் கேட்காமல் புண்படுத்தி விரட்டினேனே! எங்கே இருக்கிறாய் நீ? ஐயோ! ராவணன் என்னைத் தூக்கிச்செல் கிறானே! வந்து காப்பாற்றுங்கள்! யாராவது என்னைக் காப்பாற்றுங்கள்!'

ராவணன், சீதை கீழே குதிக்கமுடியாதபடி அவளை இறுகப் பற்றிக் கொண்டு ரதத்தை வேகமாகச் செலுத்தினான்.

'ஐயோ! மரங்களே, செடிகொடிகளே, பறவைகளே! இந்தக் கொடுமையை ராமனிடம் சொல்லுங்கள். பாழும் தெய்வங்களே! நீங்களுமா பார்த்துக்கொண்டிருக்கிறீர்கள்? யாராவது என்னை, இந்தக் கொடியவனிடமிருந்து காப்பாற்றுங்கள்!'

சீதையின் கதறல் ஒலி, மரத்தில் படுத்து உறங்கிக் கொண்டிருந்த கழுகரசன் ஜடாயுவின் காதுகளில் விழுந்தது.

'கடவுளே! இது சீதாதேவியின் குரலைப்போல அல்லவா இருக் கிறது?' - பதறிக்கொண்டு எழுந்தான் ஜடாயு.

வானில் சென்றுகொண்டிருந்த ராவணனது ரதத்தைப் பார்த்தான். காற்றுவேகத்தில் பறந்து அதைத் துரத்திச் சென்றான்.

சீதை, ஜடாயுவைக் கண்டாள். 'கழுகரசரே! வந்தீர்களா? எங்காவது நடக்குமா இந்தக் கொடுமை? கணவர் இல்லாத சமயமாகப் பார்த்து, பத்தினிப்பெண்ணைக் கடத்திச் செல்கிறான் ஒரு கயவன். ஆயுதங்கள் தரித்த இந்த அரக்கனிடமிருந்து உங்களால் என்னைக் காப்பாற்ற முடியாது. உடனே சென்று ராமனிடம் விஷயத்தைச் சொல்லுங்கள்!' என்று அழுதாள்.

சீதையின் கண்ணீர் கண்டு கொதித்துப்போனான் ஜடாயு.

'ஏய் ராவணா! உன்னை நான் அறிவேன். இலங்கையின் அரசனே! நீ இத்தகைய காரியத்தைச் செய்வது அநியாயம்! பெண்களைக் காப்பதல்லவா அரசனின் கடமை? அதைக் கைவிட்டு, இப்படியோர் பாவ காரியத்தைச் செய்கிறாயே! உனக்கு வெட்கமாயில்லை? மரியாதையாக, சீதையை இங்கேயே விட்டுச்செல்! ராமன் இல்லாத சமயத்தில் அவனது மனைவியைத் தூக்கிச்செல்கிறாயே; நீ ஒரு கோழை! தைரியமிருந்தால், ராமனோடு நேருக்கு நேர் நின்று போரிட்டுப் பார்! என்ன ஆனாலும் சரி. என் கண்ணெதிரே சீதையைத் தூக்கிச்செல்வதை நான் அனுமதிக்க மாட்டேன். இப்போதே உனது பத்துத் தலைகளையும் பழம்போல் கிள்ளி உருட்டி விடுகிறேன் பார்!' என்றபடி, தனது அகன்ற சிறகுகளால் ராவணனைத் தாக்கத் தொடங்கினான் ஜடாயு.

அதன்பிறகு நடுவானத்திலேயே நிகழ்ந்தது ஓர் அற்புதப்போர்!

ராவணன், ஜடாயுவைத் தாக்கினான். ஜடாயு தனது கூரிய மூக்கினால் அவனைக் கொத்தினான். கத்தி போன்ற நகங்களால் பிறாண்டி, ராவணனை ரணகளப்படுத்தினான். தாக்குதலில் ராவணனின் வைரக் கிரீடம் கழன்று கீழே விழுந்தது. ஆடைகள் கிழிந்தன. ராவணன் கொதிப்படைந்தான். ஜடாயுவின்மேல் அஸ்திரங்களை ஒன்றன்பின் ஒன்றாக எய்தான். அம்புகளால் பலமாக அடிபட்டபோதும், காயங்களால் வேதனைப்பட்டபோதும் ஆக்ரோஷமாக யுத்தம் செய்தான் ஜடாயு.

ராவணனுடைய வில்லை முறித்துப்போட்டான். சீதையைப் பற்றியிருந்த அரக்கனின் கைகளை ஒவ்வொன்றாகப் பிய்த்து எறிந்தான். ஆனாலும், ராவணனுக்குப் புதிது புதிதாகக் கைகள் முளைத்துக் கொண்டேயிருந்தன.

இம்மாதிரியாகவே யுத்தம் நீண்டநேரம் நடந்தது. கிழவயதின் காரணமாக சற்றே களைத்துப்போனான் ஜடாயு. அந்தத் தருணத்தில், தாங்கமுடியாத ஆத்திரத்துடன் ராவணன் தனது நீண்ட வாளையெடுத்து கழுகரசன் ஜடாயுவின் இரண்டு இறக்கைகளையும் வெட்டிப் போட்டான்.

ராவணன் சீதையைத் தூக்கிச்செல்வதைக் காணும் வானரங்களின் தவிப்பு.

ஜடாயு, நடு வானத்திலிருந்து தடாலென்று கீழே விழுந்தான். குற்றுயிரும் குலை உயிருமாக மண்ணில் கிடந்தான்.

சீதை, அதைக் காணச் சகிக்காமல் கண்ணீர்விட்டுக் கதறினாள்.

'ஐயோ, நல்லவரே! எனது கணவருக்கு மற்றொரு தந்தை போல வந்தீர்களே! இறுதியாக, இந்த அபலைப் பெண்ணுக்காக உங்கள் உயிரையே விட்டுவிட்டீர்களே!' என்று விம்மினாள்.

ராவணன் மேலும் மூர்க்கமாக சீதையை இறுகப் பற்றிக் கொண்டு விண்ணில் விரைந்து மறைந்தான்.

ரதம், பல மலைகளையும் ஆறுகளையும் காடுகளையும் நதிகளையும் தாண்டிச் சென்றது. வழியில் ஒரு மலையின்மீது ஐந்து குரங்குகள் வானத்தில் அவள் தூக்கிச்செல்லப்படுவதைப் பார்த்துக்கொண்டிருந்தன. சீதை தன்னுடைய சேலை முந்தானையைக் கிழித்து, அதில் தனது ஆபரணங்கள் சிலவற்றைக் கட்டி முடிச்சுப் போட்டுக் கீழே வீசினாள். ராமன் தன்னைத் தேடி வரும்போது வழிகாட்டுதலுக்கு உதவியாக இருக்கட்டுமென்றே அப்படிச் செய்தாள்.

அழுதுகொண்டே செல்லும் சீதையை அண்ணாந்து பார்த்தன அந்தக் குரங்குகள்!

கடல் தாண்டி, தனது ராஜ்ஜியமான லங்காபுரியை அடைந்தான் ராவணன். சீதையைத் தரதரவென்று தனது அந்தப்புரத்துக்கு இழுத்துப் போய் அங்கிருந்த கோரமான உருவம் கொண்ட அரக்கிகள் வசம் அவளை ஒப்படைத்தான்.

'இவளை ஜாக்கிரதையாகப் பார்த்துக்கொள்ளுங்கள். கவனமாகக் காவலிருங்கள். எனது உத்தரவில்லாமல் யாரும் இவளைச் சந்திக்கக் கூடாது. பார்க்க அனுமதிக்கவும் கூடாது. இது தவிர, சீதை எதை விரும்பிக் கேட்டாலும் - பொன்னோ, பொருளோ, ஆடை ஆபரணங் களோ எது கேட்டாலும் - கொடுத்து சந்தோஷப்படுத்துங்கள். எனக்கு எந்தவிதத்தில் பணிவும் மரியாதையும் காட்டுவீர்களோ, அத்தகைய கௌரவத்தை இவளுக்கும் கொடுங்கள். ஜாக்கிரதை!'

எச்சரித்துவிட்டு தனது மாளிகைக்குச் சென்றான்.

ராட்சசிகள் சீதையைச் சூழ்ந்துகொண்டார்கள்.

தவித்தான்; அழுதான்; தேடினான்!

28

*ராம*னை, கவலை சூழ்ந்துகொண்டது!

சீதைக்கும் லட்சுமணனுக்கும் எந்த அபாயமும் நேராது இருக்கவேண்டுமே என்று பயந்தவன், ஆசிரமத்தை நோக்கி வேகமாக விரைந்தான்.

அப்போது லட்சுமணன் எதிரே வருவதைப் பார்த்ததும் மேலும் திகிலடைந்தான்.

'லட்சுமணா! என்ன காரியம் செய்தாய்? சீதையைத் தனியே விட்டுவிட்டு வரலாமா? அரக்கர்கள் அவளைக் கொன்றுதின்னவே இப்படி ஓர் மோசடி நாடகத்தை நடத்தியிருக் கிறார்கள். இது புரியாமல் தவறு செய்து விட்டாயே லட்சுமணா! உனது பொறுப்பில் அல்லவா அவளை விட்டுவந்தேன்? அதைப் புறக்கணித்து ஏன் இங்கு வந்தாய்?' என்று கேட்டான்.

'அண்ணா! நான் சீதாதேவியாரிடம் எவ்வளவோ சொன்னேன்! அவர்கள்தான் கேட்கவில்லை. உங்களுக்கு ஆபத்து ஏற்பட்டுவிட்டதென்று பயந்து, அதன் காரணமாகவே தான் என்ன பேசுகிறோம் என்பதுகூட உணராமல் என்னை நிந்தித்துப் பேசிவிட்டார்கள். நீ போகாவிட்டால் உயிர் துறப்பேன் என்று அவர்கள் கூறியதா லேயே, வேறு வழியில்லாமல் வந்தேன்!' என்று புலம்பினான் லட்சுமணன்.

160 ராமாயணம்

‘பகவானே! சீதை பத்திரமாக இருக்கவேண்டும்! அவளுக்கு ஆபத்து ஒன்றும் நேர்ந்திருக்கக் கூடாது!’ என்றெண்ணியபடியே இருவரும் ஆசிரமத்துக்கு வந்து சேர்ந்தபோது, ஆசிரமம் ஆளரவமில்லாமல் காலியாக இருந்தது!

‘சீதா! சீதா!’ என்று குரலெழுப்பியபடி ராமனும் லட்சுமணனும் காடு முழுவதும் சுற்றிவந்து சீதையைத் தேடினார்கள். எங்கெங்கோ தேடிப் பார்த்தும் சீதை தென்படவில்லை.

‘மோசம் போய்விட்டோம் லட்சுமணா! சீதையை அரக்கர்கள் கொன்று தின்றிருப்பார்கள்! இனி நான் என்ன செய்வேன்? எந்த முகத்தோடு அயோத்திக்குத் திரும்புவேன்? ஜனக மகாராஜனுக்கு என்ன பதில் சொல்வேன்? கட்டிய மனைவியைக் காப்பாற்ற முடியாதவன் என்றல்லவா ஊர் என்னைப் பழிக்கும்! லட்சுமணா! இனி, என் உயிர் நிலைக்காது. சீதை போனபிறகு நான் உயிர் வாழமாட்டேன்! நீ அயோத்திக்குத் திரும்பிச் சென்றுவிடு! பரதனிடம் சொல். அவனையே ராஜ்ஜியம் ஆளும்படி நான் ஆணையிட்டதாகத் தெரிவித்துவிடு. சீதையை நினைத்தே செத்துப்போகிறேன்!’ வாய்விட்டுக் கதறியழுதான் ராமன்.

லட்சுமணனால், ராமனின் துக்கத்தைச் சகித்துக்கொள்ளமுடியவில்லை.

‘அண்ணா! நீங்களே இப்படிக் கலங்கிப்போவது நல்லதல்ல! சீதையின் உயிருக்கு ஆபத்து ஏதும் நேர்ந்திருக்காது என்றே எனது உள்ளுணர்வு சொல்கிறது! வாருங்கள் மேலும் தேடிப் பார்ப்போம். சீதையை நாம் கண்டடைவது நிச்சயம்! மனத்தைத் தேற்றிக்கொண்டு தைரியமாகப் புறப்படுங்கள்!’ - ராமனைக் கட்டியணைத்து தைரியம் சொன்னான்.

இருவருமாக, மீண்டும் சீதையைத் தேடிப் புறப்பட்டார்கள்.

தேடாத இடமில்லை! காடு, மலை, ஆறுகள், நதிகள், புதர்கள், தோப்புகள், குகைகள், அருவிகள், குளம் குட்டைகள் என்று ஓர் இடம் விடாமல் தேடினார்கள்.

எங்கும் இல்லை! எங்குமே இல்லை!

ராமன் இடிந்துபோனான். மனம் சோர்வடைந்தான். தன்னிலை இழந்தான்.

‘சீதா! சீதா! சீதா!’ என்றே முனகிக்கொண்டிருந்தான்.

சீதையும் அப்படித்தான்! அரக்கிகள் காவலுக்குள் வந்ததிலிருந்தே சுற்றுப்புறம் நோக்காமல், அவர்களது எந்த வார்த்தைகளையும் காதில் வாங்காமல் கண்மூடி ராமனின் பெயரைத்தான் ஜபித்துக்கொண்டிருந்தாள்.

நான்குபுறமும் கடலால் சூழப்பட்ட ஒரு பெரிய கோட்டைக்குள் சிறையிருக்கிறோம் என்பதெல்லாம் அவளுக்குத் தெரியவில்லை.

தனது பிரபுவான ராமன், எப்படியாவது தன்னைத் தேடிவந்து, ராவணனைக் கொன்றுவிட்டு அவளை மீட்டுச்செல்வான் என்கிற அசைக்கமுடியாத நம்பிக்கையுடன் காத்திருக்கத் தொடங்கினாள்.

கொடியவன் ராவணன் தன்னிடம் மூர்க்கத்தனமாக நடந்து கொள்ளவில்லை என்பதில் சற்றே நிம்மதியடைந்தாள்.

ஆனால், அரக்கிகள் அவளை நிம்மதியாக இருக்க விடவில்லை.

அவர்கள், சீதையை அரண்மனைக்குள் அழைத்துக்கொண்டு போனார்கள். லங்காபுரி ராஜனின் செல்வச் சிறப்புகளை சுட்டிக் காண்பித்தார்கள்.

லங்காபுரி, இந்திரனின் தேவலோகத்தையே மிஞ்சும்படியாகத்தான் இருந்தது! தங்கத்தால் இழைக்கப்பட்ட சுவர்ண மாளிகையில், கூரை முதற்கொண்டு கூடங்கள் வரை அங்கங்கே நவரத்தினங்களும் வைர வைடூரியங்களும் பொருத்தப்பட்டு கண்களைக் கூசவைத்தன. மனத்தை மயங்கவைத்தன. எங்கு பார்த்தாலும் பொன்னும் மணியும் கொட்டிக்கிடந்தன. பட்டாடைகளும் விதவிதமான ஆபரணங்களும் பார்க்குமிடமெல்லாம் இறைந்துகிடந்தன.

எத்தனை செல்வபோகங்கள் இருந்தால்தான் என்ன? சீதையின் மனம் அவற்றையெல்லாமா நாடும்? ராமன் உடனிருந்தால் வனவாசமும் சுவர்க்கம் என்று வாழ்ந்தவளல்லவா அவள்!

சீதையை ஏதோ சாதாரணப் பெண்போல நினைத்துவிட்டான் ராவணன். வெகு எளிதாக அவளது மனத்தை மாற்றிவிடலாம் என்ற நினைப்புடன், மீண்டும் சீதையிடம் வந்து பேசத் தொடங்கினான்.

'எனது செல்வச் சிறப்புகளையெல்லாம் பார்த்தாயல்லவா! இவை அனைத்தையும் உன்னுடையதாகவே அனுபவிக்கலாம். உன்னை வலுக்கட்டாயமாக அடைவதில் எனக்கு விருப்பமில்லை! நீயாகவே, காதலுடன் என்னைச் சேரவேண்டும்! மனம் விரும்பி என்னை ஏற்றுக்கொள்ளவேண்டும். அழகுப் பதுமையே! வெட்கத்தை விட்டுக்

கேட்கிறேன்! என்னை ஏற்றுக்கொள். எனது ராஜ்ஜியத்தையே உனது காலடியில் வைக்கிறேன். என் விருப்பத்தை நிறைவேற்று!' என்று கெஞ்சினான்.

சீதைக்கு, பதில் சொல்லவும் விருப்பமில்லை.

'சீதா! எனது பேச்சைக் கேள்! காட்டுக்குத் துரத்தப்பட்ட கணவனோடு இருந்து என்ன சுகத்தை அடைந்தாய்? உன் அழகுக்குத் தகுதியானவன் நான் ஒருவன்தான்! உலகம் என்ன சொல்லும் என்ற கவலையா? பயப்படாதே! இது ஒன்றும் பெரிய பாவம் இல்லை! வீணாக உனது கணவனை நினைத்து இளமையை வீணடித்துக்கொள்ளாதே! அவன் இங்கு வர முடியாது! வரவே முடியாது! எனது வாழ்நாளில், யாரையும் நான் இப்படிக் கெஞ்சியது கிடையாது. அப்படியானால் எந்த அளவுக்கு உன்மீது காதல் கொண்டிருக்கிறேன் என்பதைப் புரிந்துகொள்!'

சீதை சம்மதித்து விடுவாள் என்றே நம்பினான்.

'ராவணா! உனது சுயதம்பட்டம் எனக்குச் சிரிப்பைத்தான் வரவழைக்கிறது! தண்டகாரண்யத்தில் நீ வைத்திருந்த பதினாலாயிரம் அரக்கப் படையினரையும் தன்னந்தனியே கொன்றுகுவித்த மாவீரர் எனது கணவர். நீயோ அவரில்லாத சமயம் பார்த்து திருடன்போல் வந்து என்னைத் தூக்கி வந்தவன். உன்னைப் போன்ற ஒரு கோழையை எந்தப் பெண்ணாவது ஏற்பாளா? எத்தனை செல்வசுகம் இருந்தென்ன! இதையெல்லாம் நீ அனுபவிக்கப் போவதில்லை. ஒன்றை நினைவில் வைத்துக்கொள். தேவாசுரர்களால் கொல்லப்படக் கூடாது என்றுதான் வரம் பெற்றுள்ளாய்! ஆனால், என்னைத் தூக்கிவந்ததன்மூலம் ராமனைப் பகைத்துக்கொண்டாய்! எளிய மானிடனால் உனது உயிருக்கு நீயே அபாயத்தைத் தேடிக்கொண்டாய்! அவரால் உனக்கு மரணம் நிச்சயம்! ராமனிடமிருந்து நீ தப்பிக்கவே முடியாது. நீயும் உனது லங்காபுரியும் அழிந்துபோவது உறுதி!'

மனத்தில் இருந்ததைக் கொட்டிமுடித்து அமைதியானாள் சீதை!

'இந்த உன் முடிவை நான் ஏற்கமாட்டேன்! உனக்கு பன்னிரண்டு மாதகாலம் அவகாசம் தருகிறேன். அதற்குள்ளாக நீ எனக்கு இணங்கிப் போகவேண்டும். இல்லாவிட்டால் நான், உன்னைக் கொன்றுதின்பது உறுதி. எப்படியானாலும் நீ ராமனுக்குக் கிடைக்கமாட்டாய்! இது நிச்சயம்!'

சீதையைப் பயமுறுத்துவதற்காகவே இப்படிச் சொன்னான் ராவணன்.

உமாசம்பத் 163

அரக்கிகளை அழைத்து ஆணையிட்டான்.

'இவளை இங்கிருந்து அழைத்துச்சென்று அசோகவனத்தில் தனிமையில் சிறை வைத்துவிடுங்கள். எப்போதும் சுற்றிக் காவலிருங்கள். நல்லவிதமாகச் சொல்வீர்களோ பயமுறுத்துவீர்களோ எனக்குத் தெரியாது. இவளது மனத்தை மாற்றி நமது வழிக்குக் கொண்டுவருவது உங்கள் சாமர்த்தியம். சீதையின் பிடிவாதத்தையும் திமிரையும் அழிக்க முயற்சி செய்யுங்கள். கொடிய வனவிலங்குகளையே நாம் பிடித்துப் பழக்குவதில்லையா? அதுபோல இவளையும் திருத்துங்கள்!'

ஆசை நிறைவேறாத கோபத்துடன் அங்கிருந்து விலகினான் ராவணன்.

அவனது உத்தரவின்படி, சீதை அசோகவனத்துக்குக் கொண்டு செல்லப்பட்டாள்.

அசோகவனம் ஒரு பழத்தோட்டம்! ஏராளமான பறவைகளும் விதவிதமான பூக்களும் கொத்துக் கொத்தாகக் கனிகள் தொங்கும் மரங்களுமாக அசோகவனம் ரம்மியமாகத்தான் இருந்தது.

அந்த அழகிய சூழலுக்குப் பொருந்தாத கோரமுகம் கொண்ட ராட்சசிகளுக்கு மத்தியில், சீதை துயரமே வடிவாகத் தனிமையில் கிடந்தாள்.

மடிந்தான் ஜடாயு

29

காட்டில் சீதையைத் தேடித் திரிந்து கொண்டிருந்த ராம லட்சுமணர்கள், ஓரிடத்தில் சீதையின் ஆபரண முத்துகள் சில சிதறிக்கிடப்பதைக் கண்டார்கள். சற்றுத்தள்ளி வைரக் கிரீடம் ஒன்றையும், உடைந்து விழுந்துகிடந்த வில்லையும் பார்த்தார்கள்.

அதைப் பார்த்து ராமன் பதறினான்: 'பார்த்தாயா லட்சுமணா! இது சீதையின் நகைகளிலிருந்து தெறித்து விழுந்த முத்துகள்தான்! இங்கே ரத்தம் கொட்டிக் கிடப்பதைப் பார். அந்த அரக்கர்கள் இங்கேதான் சீதையை வதைத்துத் தின்றிருக்கிறார்கள். ஐயோ! எனது உயிருக்குயிரான சீதை அந்த அரக்கர்களிடம் என்ன பாடுபட்டாளோ!' என்று புலம்பி மூர்ச்சிக்கும் நிலைக்கு ஆளானான்.

'அண்ணா! இங்கே பாருங்கள்! ஏதோ பறவையின் இறகுகள் ஏராளமாகச் சிதறிக் கிடக்கின்றனவே! வில்கள் உடைபட்டிருப்பதைப் பார்த்தால் யுத்தம் நிகழ்ந்தது போலல்லவா தெரிகிறது! ஐயோ, இதென்ன கொடுமை! ஏதோ பெரிய பட்சியின் இரண்டு சிறகுகளுமல்லவா வெட்டிப் போடப்பட்டிருக்கிறது! இங்கே என்ன நடந்திருக்கிறதென்றே புரியவில்லையே!'

குழம்பிப்போனவனாக திரும்பிய லட்சுமணன், அப்போதுதான் சற்று தூரத்தில் ஜடாயு விழுந்து கிடப்பதைப் பார்த்தான்.

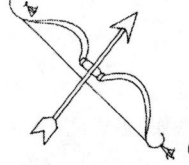

'அண்ணா! அங்கே பார் ஜடாயு! அடக் கடவுளே! வெட்டப் பட்டிருக்கும் சிறகுகள் அவருடையதா? இதைச் செய்த பாவி எவன்?' என்று பதறினான்.

ராமனும் லட்சுமணனும் ஜடாயுவை நெருங்கினார்கள். ரத்த வெள்ளத்தில் உயிர்போகும் தறுவாயில் இருந்தான் ஜடாயு.

'நல்லவேளை! ராமா! லட்சுமணா! உங்களைப் பார்த்து விட்டேன். ஆசிரமத்தில் காணாமல் நீ தேடி அலைகின்ற உனது சீதாதேவியை, அரக்கன் ராவணன் தூக்கிச் சென்றுவிட்டான். அவனைத் தடுக்க என்னால் முடிந்தவரை போராடிப் பார்த்தேன். வயதின் காரணமாக நான் களைப்படைந்த சமயம் பார்த்து, ராவணன் எனது இறக்கைகளை வெட்டி வீழ்த்திவிட்டான். சீதையை ஆகாயமார்க்கமாகத் தூக்கிச் சென்றதை இறுதியாகப் பார்த்தேன். உனக்கு விஷயம் சொல்வதற்காகவே உயிரைப் பிடித்துவைத்திருந்தேன்!' என்றவன், தனது இறுதி மூச்சை ராமனின் மடியிலேயே விட்டான்.

'ஐயோ! நான் எத்தனை அதிர்ஷ்டம் கெட்டவன் லட்சுமணா! காட்டுக்கு வந்தபிறகு சீதையைப் பறிகொடுத்தேன். தசரதருக்குப் பிறகு, மற்றொரு தந்தையாகக் கிடைத்த ஜடாயுவையும் பறிகொடுத்து விட்டேனே!' என்று கதறினான் ராமன்.

ஜடாயுவைத் தங்களது தந்தையாகவே கருதி அவனுக்கு உத்திரக் கிரியைகள் செய்து முடித்தார்கள்.

'இப்போது சீதை உயிரோடு இருக்கிறாள் என்பது உறுதியாகி விட்டது. அவளை அரக்கன் ராவணன் கடத்திப்போனான் என்பது தெரிந்து விட்டது. அவன் சீதையை எங்கு கொண்டுபோனான்? எந்தத் திசையில் சென்றான்? அவனை எப்படித் தேடிப்பிடிப்பது?

எதுவுமே புரியாமல் ராம லட்சுமணர்கள் கானகத்தினுள் கால் போனபோக்கில் சென்றுகொண்டிருந்தார்கள்.

அப்போது எதிர்ப்பட்டது ஓர் அபாயம்!

தலையுமில்லாத கால்களுமில்லாத அரக்கன் ஒருவன், பெரிய வயிறும் நீண்ட கைகளுமாக வழிமறித்து அமர்ந்திருந்தான். வயிற்றிலே ஒரு வாய், மார்பில் ஒரு கண். பார்க்கவே வெகு கோரமாக இருந்தான்!

அவனது கைகள் எவ்வளவு தூரமும் நீளுமென்பதால் உட்கார்ந்த இடத்திலிருந்தே இரு கைகளையும் நீட்டி, தனது கைகளுக்குள் சிக்கிக் கொள்ளும் மிருகங்களைக் கொன்று தின்றுவந்தான்.

அவனது கைகளில் இப்போது ராமனும் லட்சுமணனும்!

உடும்புப்பிடியாகப் பிடித்திருந்த அவனது கைகளிலிருந்து எப்படித் தப்பிப்பது என்பது புரியாமல் திகைத்தார்கள்.

ராமன், லட்சுமணனிடம் கூறினான்.

'லட்சுமணா! நாம் இருவரும் அரக்கனது கைகளை ஆளுக்கொன்றாக வெட்டித்தள்ளுவோம்!'

அதன்படியே செய்துமுடித்தார்கள். கைகள் அறுபட்டுப் போன அரக்கன், செயலற்று பீப்பாய் போல உருண்டான். உருண்டபடியே பேசினான் :

'உத்தமர்களே! நீங்கள்தான் ராம லட்சுமணர்களாக இருக்கவேண்டும்! என் பெயர் கபந்தன்! நான் செய்த ஒரு பாவத்தால் இந்த உருவம் பெற்று வாழ்ந்துவந்தேன். நீங்கள் வந்து எனது கைகளை வெட்டி விட்டீர்கள். எனது உடலையும் தகனம் செய்தீர்கள் என்றால், நான் சுய உருவம் பெறுவேன்! இந்திரன் எனக்குக் கொடுத்த சாப விமோசனம் இது' என்று கூறினான்.

அவன் கேட்டபடியே ராம லட்சுமணர்கள் கபந்தனை எரித்தார்கள். அதிலிருந்து அழகிய உருவத்துடன் வெளிப்பட்டு விண்ணுலகம் செல்லத் தயாரான கபந்தன், 'ராமா! நீ நிச்சயம் சீதையை அடைவாய்! நீங்கள் இங்கிருந்து மிக அழகான பகுதியான பம்பா நதி தீரத்துக்குச் செல்லுங்கள். அங்கே ரிஷ்யமுக மலையில் சுக்ரீவன் என்கிற வானர அரசன் இருக்கிறான். அவன் தனது அண்ணனாகிய வாலியால் ராஜ்ஜியத்தை விட்டு விரட்டப்பட்டு துன்பப்பட்டுக் கொண்டிருக்கிறான். நீங்கள் அவனைச் சந்தித்து நட்பு கொண்டால் உங்கள் காரியம் நிறைவேறும்!' என்று சொல்லி சுவர்க்கத்துக்குச் சென்றான்.

கபந்தன் சொன்னபடியே பம்பைக்குச் செல்லும் வழியில் மதங்க முனிவரின் ஆசிரமம் தென்பட்டது. ஆசிரமத்தில் மதங்க ரிஷி இல்லை. அங்கு, மிகவும் வயதான ஒரு தொண்டுக் கிழவியைக் கண்டார்கள்.

அவள் சபரி!

சபரி, மதங்க ரிஷியின் சிஷ்யை! சந்நியாசிக் கோலம் கொண்டவள்! அவள் மகாஞானியும்கூட! ராமன் இறைவன் அவதாரம் என்பதை அறிந்த சபரி, ராம தரிசனத்துக்காகவே காத்திருந்தாள். ராமனின் பாதம்

வணங்கி பரமபதத்தை அடையவே அவள் இன்னும் உயிர் வைத்திருந்தாள்.

ராமனைக் கண்டதும் பிறவிப்பயன் பெற்றவளாகப் பூரித்துப் போனாள் சபரி. இருவரையும் அன்போடு வரவேற்று உபசரித்தாள்.

ஏராளமான கனிவகைகளை அவர்கள்முன் கொண்டுவந்து குவித்தாள்.

அந்தக் கனிகளை முதலில் அவளே சுவைத்துப் பார்த்து, 'இது நன்றாக இருக்கிறது! ம்ஹூம்! இது வேண்டாம். புளிக்கிறது! அடடா! இது மிகவும் சுவையாக உள்ளதே! முதலில் இதைச் சாப்பிடு ராமா! என்னப்பா? இப்படிச் சாப்பிட்டால் எப்படி? நிறைவாகச் சாப்பிடு. வயிற்றுக்கு இது போதாதில்லையா? என்ன சாப்பிடுகிறாயோ போ! நன்றாகச் சாப்பிடு ராமா!' என்று சொல்லிச் சொல்லி உண்ணக் கொடுத்துக்கொண்டேஇருந்தாள்.

ராமனும் கண்களில் கண்ணீர் துளிர்க்க, சபரியின் உருவத்தில் தனது தாய் கௌசல்யாவையே கண்டான். சபரி தந்த எச்சில் பழங்களை அமுதுபோல் சாப்பிட்டு மகிழ்ந்தான்.

சீதையைப் பிரிந்த நாள்முதல் லட்சுமணனின் கட்டாயத்தால், ஒரு பழம், அதிலும் பாதி என்று சாப்பிட்டுவந்த ராமன் சபரியின் பாசத்தால் நிறைவாகச் சாப்பிட்டது லட்சுமணனுக்குத் திருப்தியாக இருந்தது.

சபரி, லட்சுமணனையும் விடவில்லை. அவனையும் சாப்பிடச் சொல்லி ஊட்டிவிட்டு, அவர்கள் உண்பதை ஆனந்தக் கண்ணீருடன் கண்டு ரசித்தாள்.

'ராமா! வருந்தாதே! சத்தியவந்தனான நீ உலகுக்கே உதாரணபுருஷ னாகத் திகழப்போகிறவன்! சராசரி மனிதர்போல் சஞ்சலம் கொள் ளாதே! சீதையை நீ மீண்டும் அடைவது உறுதி! ரிஷ்யமுகம் சென்று சுக்ரீவன் என்கிற வானர ராஜனைப் பார். அவனால்தான் உனது காரியம் நிறைவேறும்!' என்றாள்.

பின்பு, இருவரையும் பம்பா நதிக்கரைக்கு அழைத்துச்சென்று சுற்றிக் காட்டி அந்த இடத்தின் மகிமைகளையெல்லாம் விளக்கினாள். அந்த இடத்திலேயே தீ மூட்டி அதனுள் புகுந்தாள். ராமனைக் கண்ணார தரிசித்துக்கொண்டே உடலை விட்டு மேலுலகம் போனாள்.

சபரியைச் சந்தித்த பிறகு, ராம லட்சுமணர்கள் ஆன்மபலம் அடைந்த வர்களாக தைரியம் பெற்றார்கள்.

‘லட்சுமணா! சீதையைக் காண்போம்; அவளை மீட்பதில் வெற்றியடைவோம் என்கிற நம்பிக்கை எனக்குத் தோன்ற ஆரம்பித்திருக்கிறது! கபந்தனும் சபரியும் சொன்னபடி, முதலில் சுக்ரீவனைச் சந்திக்க வழிதேடுவோம்!’ என்றான் ராமன்.

ராம லட்சுமணர்கள் இருவரும் விரைவாகவே ரிஷ்யமுகம் வந்து சேர்ந்தார்கள். ஆனால் சுக்ரீவன் யார்? அவன் எங்கிருக்கிறான் என்பது தான் தெரியவில்லை! ரிஷ்யமுக பகுதி முழுவதும் அவனைத் தேடி அலைந்துகொண்டிருந்தார்கள்.

அவர்கள் தேடிக்கொண்டிருந்த சுக்ரீவன் அருகில்தான் இருந்தான்!

ராம லட்சுமணர்களுக்குத் தெரியாமல் மறைந்திருந்து அவர்களை கண்காணித்துக்கொண்டு இருந்தான்!

ராமனும் லட்சுமணனும் வில்லும் அம்புகளும் தரித்து இங்குமங்கும் எதையோ தேடித் திரிந்துகொண்டிருந்தது சுக்ரீவனுக்கு பயத்தை ஏற்படுத்தியது!

பாவம்! அவன் நிலைமை அப்படி! எதைக் கண்டாலும், யாரைக் கண்டாலும் பயந்தோடி ஒளியும்படியான நிலைமையில்தான் அவன் அப்போது இருந்தான்.

அதற்குக் காரணம் வாலி!

அறிமுகமில்லாதவர்கள் யார் அந்தப் பகுதியில் தென்பட்டாலும், வாலிதான் மாறுவேடத்தில் வந்து விட்டானோ, அல்லது வந்திருப்பவர்கள் வாலியினுடைய ஆட்களோ தன்னைப் பிடித்து வாலியிடம் ஒப்படைப்பதற்காக வந்திருக்கிறார்களோ என்றெல்லாம் நடுங்கியே, தினம் தினம் செத்துப் பிழைத்துக் கொண்டிருந்தான் சுக்ரீவன்!

சரி! யார் இந்த வாலி? சுக்ரீவன் எதற்காக வாலியைக் கண்டு பயப்படவேண்டும்? வாலியின் கண்களில் படாமல் ஏன் அவன் மறைந்து திரியவேண்டும்?

பாவம்! சுக்ரீவனின் துயரம் ஒரு பரிதாப சரித்திரம்!

எத்தனை நல்லவனானாலும், தீர யோசிக்காமல் அவசரப்பட்டு ஒரு முடிவுக்கு வந்தால் அது பெரும்சிக்கலில் கொண்டு போய்விடும் என்பதற்கு உதாரணம்தான் சுக்ரீவன்!

சுக்ரீவன் மிகவும் நல்லவன்! தன்னுடைய அண்ணன் வாலியின்மீது பாசமும் மரியாதையும் வைத்திருந்தவன்! அவன்மீது மிகுந்த பக்தி செலுத்தியவன்!

ஏன், அவன் அண்ணன் வாலியும் அப்படித்தான்! தம்பி சுக்ரீவனை தனது பிள்ளையாகவே கருதி அன்பு காட்டி வந்தான்.

இந்த இறுக்கமான பாசப்பிணைப்பு மாயாவி என்கிற அசுரனால் உடைந்துபோனது!

ஒருநாள் இரவில்தான் ஆரம்பித்தது அது!

சுக்ரீவனை விரட்டிய வாலி!

30

கிஷ்கிந்தை நகரம், வானரர்கள் சாம்ராஜ்ஜியம்!

அரசனான வாலி தனது அரண்மனைக்குள் படுத்து உறங்கிக்கொண்டு இருந்தான்.

திடீரென்றுதான் அந்தச் சத்தம் கேட்டது!

'ஏய், வாலி! எழுந்து வா வெளியே! உனது எதிரி மாயாவி வந்திருக்கிறேன்! வா, வந்து என்னோடு போரிடு! நீ வீரனாக இருந்தால் இப்போதே வெளியே வா!'

யுத்தக்குரல் கொடுத்தவன் மாயாவி என்கிற அசுரன்! அவனுக்கும் வாலிக்கும் பழைய விரோதம் பாக்கியிருந்தது!

தூக்கத்திலிருந்து விழித்த வாலி கோபத்துடன் வெளியே வந்தான்.

'அடேய், மாயாவியே! இதோ வருகிறேன். இன்று உன்னைக் கொல்லாமல் விடமாட்டேன்!' என்று கர்ஜித்து அவனை நோக்கி ஓடினான்.

அரக்கனின் ஆர்ப்பாட்டக்குரல் கேட்டு வந்த வாலியின் தம்பியான சுக்ரீவனும், அண்ணன் வாலியைத் தொடர்ந்து ஓடினான்.

இருவரையும் கண்ட மாயாவி, அவர்களைப் பின்தொடரச் செய்து, ஓடிப்போய் குகை ஒன்றினுள் புகுந்துகொண்டான்.

அவனைப் பின்பற்றி குகையினுள் நுழைய முற்பட்ட வாலி, தன்னைத் தொடரமுயன்ற சுக்ரீவனைத் தடுத்து நிறுத்தினான்.

'சுக்ரீவா! நீ என்னுடன் வரத் தேவையில்லை. நான் ஒருவனாகவே அந்த மாயாவியைக் கொன்றுவிட்டு வருகிறேன். அதுவரை நீ இங்கே வாசலிலேயே காவலிரு!'

கட்டளையிட்ட வாலி, அந்த இருண்ட குகையினுள் நுழைந்தான்.

சிறிது நேரத்திலேயே உள்ளே யுத்தம் ஆரம்பித்துவிட்டது தெரிந்தது. பலத்த கூக்குரல்களும், ஒருவரையொருவர் தாக்கிக் கொள்ளும் சத்தமும் வாசலில் நின்ற சுக்ரீவனுக்குக் கேட்டது.

ஒருநாள் இரண்டுநாளல்ல... பல நாள்கள் அந்த யுத்தம் தொடர்ந்து நடந்தது! சுக்ரீவனும் எங்கும் நகராமல் அங்கேயே பயத்துடன் காத்திருந்தான்.

திடீரென்று ஒருநாள், உள்ளிருந்து யாரோ அலறும் மரணஓலம் குகை யில் பயங்கரமாக எதிரொலித்து வெளியே கேட்டது. அது வாலியின் குரல் போலவே இருந்தது! அது மட்டுமல்ல! கூடவே, குகையினுள் இருந்து ரத்தம் வெள்ளமாக வெளிப்பட்டு வந்து சுக்ரீவனுடைய கால்களை நனைத்தது!

சுக்ரீவன் நடுங்கிப்போனான். ஐயோ! பாவிகள் வாலியைக் கொன்று விட்டார்கள் போலிருக்கிறதே! மரண ஓலம் அவனுடையதுதானா? 'அண்ணா! அண்ணா!' என்று குரல் கொடுத்துப் பார்த்தான். பதி லில்லை. வாலி இறந்து போய்விட்டான் என்றே கருதினான் சுக்ரீவன். மாயாவி ஒருவனால் மட்டுமே வாலியைக் கொன்றிருக்க முடியாது. குகையினுள் முன்பே பல அரக்கர்கள் தயாராக வந்து ஒளிந்திருக்க வேண்டும். அனைவரும் சேர்ந்துதான் வாலியைக் கொன்றிருக்க வேண்டும் என்ற முடிவுக்கு வந்தான்.

இப்போது என்ன செய்வது என்றே தெரியவில்லை. அத்தனை அரக்கர் களும் வெளியே வந்தால் தன்னையும் கொன்று போடுவது நிச்சயம். எனவே, அவர்கள் யாரும் வெளியே வராதபடி ஏதேனும் செய்ய வேண்டும்! யோசித்த சுக்ரீவன், ஒரு மிகப்பெரிய பாறாங்கல்லை சிறிது சிறிதாகச் சிரமப்பட்டு உருட்டிவந்து குகையின் வாசலை மூடினான். வாலி இறந்துபோன துயரத்தோடு கிஷ்கிந்தைக்குச் சென்றான்

வாலி இறந்த செய்தியை அவன் யாருக்கும் சொல்லவில்லை. மாயாவியைத் துரத்திக்கொண்டுபோன வாலியைத் தன்னால் பின்தொடர முடியவில்லை என்று மட்டும் சொன்னான். எப்போதும்

போலவே யுவராஜனாகவே கிஷ்கிந்தையின் ராஜாங்கக் காரியங் களைக் கவனித்து வந்தான்.

நாள்கள் போய்க்கொண்டேயிருந்தன. வாலி திரும்பி வரவேயில்லை! கிஷ்கிந்தையின் அமைச்சர்களும் மற்ற வானரப் பிரஜைகளும் சுக்ரீவனை வந்து சந்தித்தனர்.

'யுவராஜா சுக்ரீவரே! மாயாவி அரக்கனைத் துரத்திப்போன மகாராஜா வாலி, இதுவரையிலும் வந்து சேரவில்லை. அவர் என்ன ஆனார் என்கிற தகவலும் தெரியவில்லை. கிஷ்கிந்தை ராஜ்ஜியம் அரசனில்லா மல் அபாயத்தில் கிடக்கிறது. வெகுகாலம் மன்னனில்லாமல் போனால் ராஜ்ஜியம் பாழாகிப் போகும். இனி, வாலி திரும்பி வருவார் என்கிற நம்பிக்கை வானர மக்களுக்கு இல்லை. எனவே, நீங்களே பட்டாபிஷேகம் செய்துகொண்டு கிஷ்கிந்தையை ஆளவேண்டும். வானர மக்களைக் காக்கவேண்டும். அதுவே அனைவரது விருப்ப மும்!' என்று வேண்டினர்.

சுக்ரீவனுக்கு ராஜ்ஜியத்தின்மேல் ஆசையில்லை என்றாலும், மற்றவர்கள் வற்புறுத்தலுக்காக ஒப்புக்கொண்டான். கிஷ்கிந்தைக்கு மன்னனாக முடிசூட்டிக்கொண்டான். நல்லமுறையில் ஆட்சி நடத்தினான்.

வாலிக்கும் மாயாவிக்கும் நடந்த குகைச்சண்டையில் சுக்ரீவன் நினைத்தது ஒருபாதி சரியாகவும், மறுபாதி தவறாகவும் போனது! குகையினுள் பல அரக்கர்கள் பதுங்கியிருந்து தாக்குகிறார்கள் என்று யூகித்தது சரி! வாலி அவர்கள் கையால் மாண்டுபோனான் என்று எண்ணியதுதான் தவறாகப் போய்விட்டது!

குகையினுள் தன்னுடன் மோதிய அத்தனை அரக்கர்களையும் மாயாவி யையும் பலநாள்கள் போராடிக் கொன்று, தீர்த்த வாலி வெற்றிக்களிப் புடன் குகை வாசலுக்கு வந்தான். அது பெரிய பாறாங்கல்லால் அடைபட்டிருப்பதைக் கண்டான். 'சுக்ரீவா! சுக்ரீவா!' என்று பலமுறை குரல் கொடுத்துப் பார்த்தான். பதிலில்லாமல் போகவே, மிகுந்த ஆத்திரத்துடன் தனது பலமனைத்தும் திரட்டி பாறாங்கல்லைப் பொடிப் பொடியாக்கிவிட்டு குகையிலிருந்து வெளிப்பட்டான்.

நேராக கிஷ்கிந்தைக்கு வந்த வாலி, அங்கு சுக்ரீவன் முடிசூட்டிக் கொண்டு அரசனாக இருப்பதைப் பார்த்து அடங்காத கோபம் கொண்டான்.

'சுக்ரீவா! உடன்பிறந்த துரோகியே! ராஜ்ஜியத்தின்மீது கொண்ட ஆசை யால் குகையை மூடிவிட்டு ஓடிவந்துவிட்டாயல்லவா? என்னை

அரக்கர்கள் அப்படியே கொன்று போடட்டும் என்றுதானே நினைத் தாய்? ச்சீ! நீயெல்லாம் சகோதரனா?' என்று சுக்ரீவனை அறைந்து தள்ளினான்.

சுக்ரீவன் இதை எதிர்பார்க்கவில்லை. வாலி இப்படி நினைத்துக் கொள்ளக்கூடும் என்பது அவனது சிந்தனைக்கு எட்டவேயில்லை! 'அண்ணா! நீ நினைப்பதுபோல நான் துரோகியல்ல. அரக்கர்கள் உன்னைக் கொன்றுவிட்டார்கள் என்று நினைத்து, அவர்கள் வெளியே வந்தால் கிஷ்கிந்தையை அழித்துவிடுவார்களே என்றுதான் குகையை மூடிவிட்டு ஓடிவந்துவிட்டேன். எனக்கு ராஜ்ஜியத்தின்மீது எந்த ஆசையும் கிடையாது. உறுதியாகச் சொல்கிறேன். இதோ, நீ திரும்பி வந்துவிட்டாய்! அரசனாக மீண்டும் நீயே பொறுப்பேற்றுக்கொள். முன்போலவே நான் உனது அடிமையாகப் பணியாற்றுகிறேன்! என்னை நம்பு!' என்று வாலியின் கால்களில் விழுந்து கெஞ்சினான்.

கோபத்தால் அறிவிழந்த வாலி, சுக்ரீவனை நம்ப மறுத்தான். அவனை பரம விரோதியாகவே வெறுத்தான்.

'அடேய், சுக்ரீவா! நான் உயிரோடு திரும்பிவருவேன் என்று நீ எதிர் பார்க்கவில்லை அல்லவா? இப்போது வந்துவிட்டேன் என்பதால் தானே பசப்பல் வார்த்தை பேசுகிறாய். வேண்டாம்! என் எதிரே நின்று கோபத்தைத் தூண்டாதே. உன்னைக் கொல்லவேண்டும் என்றே என் மனம் துடிதுடிக்கிறது. இன்னும் ஒரு வார்த்தை பேசினாலும், மனம் மாறி இப்போதே உன்னைக் கொன்றுவிடுவேன். மரியாதையாக என் கண்களிலேயே படாமல் நகரத்தைவிட்டு ஓடிப் போய்விடு. இனி யொருமுறை கிஷ்கிந்தைக்கு வந்தாலோ, எனது கண்களில் பட்டாலோ அப்போதே உன்னைக் கொன்றுவிடுவேன். இது சத்தியம்!'

சுக்ரீவனை கட்டிய துணியுடன் அடித்து விரட்டிவிட்டான் வாலி. அத்துடன், சுக்ரீவனுடைய மனைவியையும் கைப்பற்றிக்கொண்டான். அத்துடன் விட்டானில்லை. சுக்ரீவனை எங்கு கண்டாலும் கொன்று விடும்படி தனது வீரர்களுக்குக் கட்டளைஇட்டிருந்தான்.

சுக்ரீவன்தான் பாவம்! இந்த முடிவைக் கேட்டதுமே தனது உயிரின்மீது பயம்கொண்டு காடும் மலையுமாக ஒளிந்து திரிந்து அலைந்து கொண்டிருந்தான்.

சுக்ரீவன் பக்கம் நியாயமிருப்பதை உணர்ந்தவர்கள் - நான்கே நான்கு வானரர்கள்தான்!

அந்த நான்கு பேரில் ஒருவன், சுக்ரீவனுடைய அமைச்சனாக இருந்த அனுமான்! ★

ராம-சுக்ரீவ நட்பு!

31

அனுமான், மிகச் சிறந்த அறிவாளி!

எந்தச் சூழ்நிலையையும் அலசி ஆராய்ந்து பார்த்து சமாளிப்பதில் வல்லவன். மனிதர்களை யும் மிகச் சரியாக எடைபோடத் தெரிந்தவன்.

ராம லட்சுமணர்களை அவனும் பார்த்துக் கொண்டுதான் இருந்தான். அவர்கள் விரோதிகள் என்பதுபோல் அனுமானுக்குத் தோன்ற வில்லை. அதையே சுக்ரீவனிடமும் கூறினான்.

'சுக்ரீவா, பயப்படாதே! அவர்கள் நிச்சயமாக வாலி அனுப்பிய ஆட்களாக இருக்கமுடியாது. வாலியின் நண்பர்களை நானும் அறிவேன். இவர்கள் வேறு யாரோதான்! என்றாலும், அவர்கள் யாரென்பதை நான் சென்று அறிந்து வருகிறேன்! அதுவரை நீ இங்கேயே இரு!' என்று சொல்லிவிட்டு ராம லட்சுமணர்களிடம் விரைந் தான்.

ஒரு பிராமண சந்நியாசி, போல தனது உரு வத்தை மாற்றிக் கொண்ட அனுமான், ராம லட்சுமணர்களிடம் சென்று பேசினான். ஏனோ தெரியவில்லை! முதல் பார்வையிலேயே அனுமானுக்கு அவர்களை மிகவும் பிடித்துப் போனது! உள்ளத்தில் அன்பு நிறைந்து பக்தி ஏற்பட்டது!

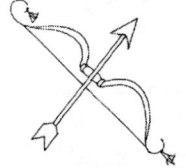

இருவரையும் பார்த்து கைகூப்பி வணங்கியவன், 'அண்ணல்களே! உங்களைப் பார்த்தால் தேவர்களைப்போலத் தோன்றுகிறீர்கள்! ஆனால் அவர்களைப்போல மூடாத கண் இமைகள் உங்களுக்கில்லை. தவக்கோலம் கொண்டிருக்கிறீர்கள். ஏனோ கொடிய ஆயுதங்களையும் தரித்திருக்கிறீர்கள்! ஞானிகள்போல் தென்படுகிறீர்கள். ஆனால், ஞானிகள் கவலை கொள்வதில்லை! உங்கள் முகத்திலோ ஆழ்ந்த கவலைக்குறிகள் தென்படுகின்றன. எதையோ தொலைத்துவிட்டுத் தேடுபவர்கள்போல, அங்கும் இங்கும் அலைந்து கொண்டிருக்கிறீர் கள்! யார் நீங்கள்? எதற்காக வந்திருக்கிறீர்கள்?' என்று கேட்டான்.

நொடிநாழிகையில் அனைத்தையும் அலசிப்பேசும் அனுமானின் அறிவுத்திறனைக் கண்டு வியந்த ராமன் புன்னகை பூத்தான். அந்தப் புன்னகையில் மயங்கிப்போனான் அனுமான்!

'ஐயனே! தங்களது புன்னகையின் பொருள் எனக்கு விளங்கவில்லை! எனினும், தங்களிடம் எதையும் மறைக்கவும் எனக்குத் தோன்ற வில்லை! இந்த வனத்தில் சுக்ரீவன் என்கிற வனராஜன், தனது அண்ணன் வாலி என்பவனால் துரத்தப்பட்டு மறைந்து திரிகிறான். நான் அவனது மந்திரி. என் பெயர் அனுமான். வாயுவின் மைந்தன். சுக்ரீவனது ஆணைப்படி உங்களைப் பற்றி அறிந்துகொள்ளவே நான் பிராமண சந்நியாசி வேடத்தில் வந்தேன்!' என்று உண்மையைக் கூறியவன் தனது சுய உருவத்துக்கு வந்து வணங்கினான்.

'லட்சுமணா! அனுமானின் பேச்சைக் கேட்டாயல்லவா? இத்தகைய இனிய மொழியும் அறிவுத்திறனும் கொண்ட இவனை, அமைச்ச னாகப் பெற்ற சுக்ரீவன் மிகவும் கொடுத்து வைத்தவன். நாம் யாரைத் தேடிவந்தோமோ அவர் சார்பாகவே அனுமான் வந்திருப்பதால், நம்மைப்பற்றி இவனிடம் சொல்வது அவசியம்!' என்றான் ராமன்.

அண்ணனின் ஆணைப்படி, தாங்கள் தசரத புத்திரர்கள் என்பதில் ஆரம்பித்து, கைகேயியின் வரத்தால் ராஜ்ஜியத்தை விட்டு நீங்கி வனத்துக்கு வந்ததையும், அங்கு சீதையை ராவணன் தூக்கிச் சென்றது வரையிலுமான அனைத்துச் சம்பவங்களையும் விவரித்துக்கூறி கடைசியாக சுக்ரீவனை சந்தித்தால் காரியம் வெற்றியாகும் என்று கபந்தன் கூறியதால், அவனைத் தேடி இங்கு வந்ததாகச் சொல்லி முடித்தான்.

அனுமானும், சுக்ரீவனுக்கும் வாலிக்கும் ஏற்பட்ட பகையைப் பற்றி விளக்கிக்கூறி, 'சுக்ரீவன், அண்ணன் வாலியால் ராஜ்ஜியத்தை விட்டுத் துரத்தப்பட்டு மனைவியை இழந்தான். இனி, உங்கள் நட்பின்

பலனால் இரண்டையும் அவன் அடைவது நிச்சயம் என்றே எனக்குத் தோன்றுகிறது. அதுபோல் சுக்ரீவனது நட்பால் உங்களுக்கும் ஜெயமே உண்டாகும்!' என்று நம்பிக்கையுடன் தெரிவித்தான்.

சுக்ரீவன் இருக்குமிடத்துக்கு வானரர்கள் மட்டுமே வெகு சுலபமாகச் செல்லமுடியும் என்பதால் அனுமான், ராமனையும் லட்சுமணனையும் தனது தோள்களின்மீது தூக்கிக்கொண்டுபோய் சுக்ரீவனிடம் சேர்த்தான்.

சுக்ரீவனும் ராமனும் சந்தித்துப் பேசிக்கொண்டனர். ஆச்சரியம் கொண்டனர்!

இருவரது துயரத்தில்தான் எத்தனை ஒற்றுமை! இருவருமே ராஜ்ஜியத்தை விட்டு வெளியேற்றப்பட்டனர்! சுக்ரீவனின் மனைவியை வாலி அபகரித்துக் கொண்டான்! ராமனின் மனைவியை ராவணன் கடத்திக் கொண்டு போனான். இருவரது மனவேதனையும் ஒன்றுபோலவே இருந்ததால், பரஸ்பரம் உணர்ந்துகொள்ள முடிந்ததால் ராம - சுக்ரீவன் நட்பு பலமானது.

'நண்பனே சுக்ரீவா, கவலைப்படாதே! உனது வேதனையைப் போக்குவது எனது கடமை. உனக்குப் பகைவன் என்றால், அவன் எனக்கும் பகைவனே! வாலியைக் கொன்று, ராஜ்ஜியத்தையும் உனது மனைவியையும் மீட்டுத் தருவேன். எனது அம்புக்கு வாலி பலியாவது நிச்சயம்!' - வாக்களித்தான் ராமன்.

சுக்ரீவன் மகிழ்ச்சியடைந்தான். அவனும் ராமனுக்கு தைரியம் அளித்தான்.

'ராமா! நிச்சயம் நானும் உனது கவலையைப் போக்கப் பாடுபடுவேன். சீதை இருக்குமிடத்தை எப்படியாவது கண்டுபிடிப்போம். அது நம்மால் முடியாத காரியமில்லை. உன்னைக் கண்டபிறகு, சில நாள்களுக்கு முன்பு நடந்த நிகழ்ச்சி நினைவுக்கு வருகிறது.

ஒருநாள் நாங்கள் மலைமேல் இருந்தபோது, ஒரு பெண்ணை அரக்கன் ஒருவன் தூக்கிச்செல்வதைப் பார்த்தோம். அந்தப் பெண் கதறி அழுதுகொண்டிருந்தாள். எங்களைப் பார்த்ததும் தனது சேலைத் துணியைக் கிழித்து சில ஆபரணங்களை அதில் போட்டு முடிச்சிட்டு கீழே போட்டாள். அவள் சீதையாகத்தான் இருக்கவேண்டும். அந்த ஆபரணங்களை எடுத்துவரச் சொல்கிறேன். அது உனது சீதையின் ஆபரணங்களா என்று பார்!'

சுக்ரீவன் சொன்னதுமே தாங்கமுடியாத ஆவல் கொண்டான் ராமன்.

சுக்ரீவன் தந்த சீதையின் ஆபரணங்களைக் கண்டு கலங்கும் ராமனது சோகம்.

‘சீக்கிரம் சுக்ரீவா! உடனே, அதைக் கொண்டுவரச் சொல்!’ என்று பரபரத்தான்.

அனுமான் அந்தத் துணிமூட்டையைக் கொண்டுவந்தான்.

கிழிபட்ட சேலைத்துணியைப் பார்த்ததுமே, ராமனது கண்களில் கண்ணீர் பொங்கி வழிந்தது. அரக்கனிடம் சிக்கித் தவிக்கும் சீதையின் நிலை அவனைத் தவிக்க வைத்தது.

‘லட்சுமணா! இதைப் பிரித்துப் பார். இவை சீதையின் ஆபரணங்களா என பார்த்துச்சொல்!’ என்றான்.

லட்சுமணன் அந்தத் துணிமூட்டையைப் பிரித்துப் பார்த்தான். சீதையின் மற்ற நகைகளை அவனால் அடையாளம் காண முடிய வில்லை. ஆனால், அதிலிருந்த காலாழிகள் மட்டும் சீதையுடையவை என்பதை இனம் கண்டுகொண்டான்.

‘அண்ணா! அனைத்தும் சீதையின் ஆபரணங்களா எனத் தெரிய வில்லை! ஆனால், வனத்தில் நாம் நடந்து செல்லும்போது நீங்கள் முன்னால் செல்வீர்கள். அண்ணியார் தங்களைப் பின்தொடர்வார். அவர்கள் பின்னால் நான் வரும்போது சீதையின் கால்களை நான் கண்டதுண்டு. எனவே, இந்தக் காலாழிகள் மட்டும் சீதையின் காலாழிகள்தான் என்பதை உறுதியாகச் சொல்வேன்!’ என்றான்.

லட்சுமணன் உறுதியாகச் சொன்னதுமே, அந்த ஆபரண மூட்டையை வாங்கித் தனது மார்பின்மேல் பொத்திக் கொண்டு அளவில்லாத துயரம் கொண்டான் ராமன். சுக்ரீவனும் அனுமானும் தாங்களும் மிகுந்த வருத்தம் கொண்டார்கள்.

சுக்ரீவன், ராமனுக்கு ஆறுதல் கூறினான்.

‘ராமா! விதியின் விளையாட்டை நாம் திடமாக எதிர்கொள்ள வேண்டிய நேரமிது! துயரம் கொள்ளாதே! என்னைப் பார்த்தாயல்லவா? நானும் உன்னைப்போல ராஜ்ஜியத்தை விட்டுத் துரத்தப்பட்டு, மனைவியைப் பறிகொடுத்தவன்தான். என்றாலும், துக்கத்தை அடக்கிக்கொண்டு தைரியத்தைக் காத்துவருகிறேன்! ஒரு வானரன் என்னாலேயே தைரிய மாக இருக்கமுடியுமென்றால், உனக்கு இது முடியாத காரியமா?’

சுக்ரீவன் சொன்ன தேறுதலினால் துக்கம் அடங்கிய ராமன், அடங்காத கோபம் கொண்டான்.

சீதையைத் தூக்கிப்போன ராவணனை, நிச்சயம் நரகத்துக்கு அனுப்பி வைப்பேன். கூடவே அவனுக்குத் துணையாக வரும் அத்தனை

ராட்சதர்களையும் யமன் வாய்க்குக் கொடுத்தே தீருவேன்!' என்று சபதமிட்டான்.

'இனியும் காலம் தாழ்த்தக் கூடாது. உடனடியாக ராமகாரியத்தில் இறங்க வேண்டியதுதான்!' என்று தீர்மானித்துக் கொண்டான் சுக்ரீவன்.

ஆனால் அதில் ஒரு சிக்கல் இருந்தது. ராமனுக்கு தான் உதவவேண்டு மானால், ஆள்பலம் வேண்டும்! படைபலம்வேண்டும்! அதற்கு கிஷ்கிந்தையின் வானர வீரர்கள் தன்வசம் வரவேண்டும். வாலி இருக்கும்வரை அது நடக்காது. எனவே, முதல் வேலையாக வானர ராஜ்ஜியத்தை தான் அடைந்தால்தான் இருவருடைய காரியமும் வெற்றியாகும்.

ஆனால், 'முதலில் என் காரியத்தை முடித்துக்கொடு!' என்று எப்படி ராமனிடம் கேட்பது? அவன் தன்னைத் தவறாகப் புரிந்துகொண்டால் என்ன செய்வது?' - மனதுக்குள் தயங்கினான் சுக்ரீவன்.

'சுக்ரீவா! என்ன யோசிக்கிறாய்? எதுவானாலும் தயங்காமல் சொல்! உன்னுடைய நட்பைப் பெற்றதில் நான் மிகுந்த மகிழ்ச்சியடை கிறேன். உனது கஷ்டத்தை எனதாகவே கருதுகிறேன். முதலில், உனது காரியத்தை முடிப்போம். பிறகு, நீ எனக்கு உதவி செய். முன்பு நான் சொன்னதுபோலவே உனது பகைவனான வாலியை எனது அம்பு துளைத்தே தீரும்!' என்றான்.

சுக்ரீவன் நினைத்தபடியேதான் ராமனும் கூறினான். ஆனாலும், சுக்ரீவ னுக்கு மனதுக்குள் பயமாகவே இருந்தது.

வாலியின் வீரத்தையும் அவனது வலிமையையும் பக்கத்திலிருந்து பார்த்தவன் சுக்ரீவன். பத்து யானை பலம் கொண்ட வாலியை, எளிய ராஜகுமாரனான ராமன் வெல்லமுடியுமா? சந்தேகம் எழுந்தது!

ஆனால், அதற்காக ராமனின் பலத்தை சோதித்துப் பார்க்கவா முடியும்? இது நட்பையே அவமதிப்பது போலல்லவா ஆகும்!

குழம்பிப்போன சுக்ரீவன், முதலில் வாலியின் பலத்தை ராமனுக்கு விவரித்துவிடுவது நல்லது என்கிற எண்ணத்துடன் பேசினான் :

'ராமா! உன்னுடைய வீரம் மிகச் சிறந்தது! ஆனாலும், வாலியின் பராக்ரமத்தைப் பற்றியும் உன்னிடம் தெரிவித்து விடுகிறேன். வாலி, மலைப்பாறைகளையே எளிய பந்துபோல எறிந்து விளையாடுபவன். எத்தனை பெரிய மரமானாலும் புல்லைப் பிடுங்குவது போல பிடுங்கி எறிந்துவிடுவான். அசாதாரண பலசாலி அவன்!

இவ்வளவு வலிமை பெற்றவனுக்கு மேலும் பலம் சேர்ப்பது அவன் மார்பில் அணிந்துள்ள தங்கச் சங்கிலி! அது இந்திரன் வாலிக்குக் கொடுத்த வரத்தின் சின்னம்! அதன்படி, அந்தத் தங்கச் சங்கிலியை அணிந்துகொண்டு வாலி யாருடன் சண்டையிட்டாலும் எதிராளியின் பலத்தில் பாதியானது வாலிக்கே சென்று சேரும். ஆகையால், யாராலும் அவனை நேருக்கு நேர் யுத்தம் செய்து கொல்லமுடியாது! இதனால்தான் அவனுக்குப் பயந்து காடு மலையெல்லாம் திரிந்து கடைசியாக, வாலி வரவே முடியாத இந்த ரிஷ்யமுகத்துக்கு வந்து சேர்ந்தேன்!' என்றான்.

அப்போது லட்சுமணன் தனது சந்தேகத்தைக் கேட்டான்.

'வாலி இங்கு மட்டும் வரமாட்டான் என்பதற்குக் காரணம் என்ன?'

'அது அவன் பெற்ற ஒரு சாபத்தின் விளைவுதான்! ஒருவிதத்தில், அதுவும் வாலியின் பலத்தைச் சொல்லும் நிகழ்ச்சிதான் இளையவரே! சொல்கிறேன் கேளுங்கள்! ஒருமுறை, காட்டெருமை உருவம் கொண்ட துந்துபி என்கிற அரக்கன், அவன் பெற்ற வரத்தினால் ஆயிரம் காட்டெருமை பலம் கொண்டவனாக அலைந்தான். ஆணவம் கொண்ட துந்துபி, தனது வல்லமையை நிரூபிப்பதற்காக சமுத்திர ராஜனைப் போய் சண்டைக்கு அழைத்தான். 'துந்துபி! உனக்குச் சமமானவனோடு அல்லவா நீ சண்டையிடவேண்டும்? நான் உனக்குச் சமானமல்ல. எனவே, நீ இமவானோடு சென்று சண்டையிட்டுப் பார்!' என்று அனுப்பிவைத்தான். துந்துபி வடக்கே சென்று இமவானை சண்டைக்கு அழைத்து இமயமலையைத் தனது கொம்புகளால் முட்டி மோதினான். பயந்துபோன இமவானும் 'துந்துபி! உன்னை எதிர்க்க என்னால் ஆகாது! உனக்குச் சமமான எதிரியுடன் நீ சண்டையிட வேண்டுமானால், கிஷ்கிந்தைக்குப் போய் வானர வீரனான வாலியுடன் யுத்தம் செய்!' என்று அனுப்பிவிட்டான்.

அதன்படியே கிஷ்கிந்தைக்கு வந்த துந்துபி, வாலியை சண்டைக்கு அழைத்து கர்ஜனை செய்தான். வாலி எதையும் பொறுத்துக்கொள் வான். வலிய வந்து சவால் விடுபவனை மன்னிக்கவே மாட்டான். கோபத்தோடு வந்து துந்துபியுடன் மோதிய வாலி, எருமை முகத்துடன் வந்த அந்த அரக்கனின் கொம்புகளை முறித்துப்போட்டு நொடி நாழிகையில் கொன்றுதீர்த்தான்.

அத்துடன் அவன் நிறுத்தியிருக்கலாம்! செய்யவில்லை. செத்து விழுந்த அந்த அரக்கனை, உற்சாக மிகுதியால் சுழற்றித் தூக்கியெறிந் தான் வாலி. அந்தச் சடலம் வெகுதூரம் சென்று விழுந்தது. அப்படித்

தூக்கியெறியப்பட்ட அரக்கனின் உடலிலிருந்து தெறித்த ரத்தத்துளி களும் சதைத் துணுக்குகளும் மதங்க முனிவரின் ஆசிரமத்தின்மேல் சென்று விழுந்தன.

இதனால் கோபமடைந்த மதங்க ரிஷி, 'கர்வத்தின் காரணமாக சவத்தைத் தூக்கியெறிந்து ஆசிரமத்தை அசுத்தப்படுத்திய வாலி, இனி இந்த ஆசிரமப் பிரதேசத்தின் எல்லைக்குள் அடியெடுத்து வைத்தால் அவனது தலை சுக்குநூறாகச் சிதறிப் போகும்!' என்று சாபமிட்டு விட்டார்.

இதையறிந்த வாலி பயந்துபோய், அதற்குப் பிறகு இங்கு வருவ தில்லை!' என்று சொல்லிமுடித்தான்.

இப்படி அடுக்கடுக்காக வாலியின் பராக்ரமத்தைப் பற்றி சுக்ரீவன் ஏன் விவரிக்கிறான் என்பதை லட்சுமணன் புரிந்துகொண்டான்.

'சுக்ரீவனே! உனது மனத்தைப் புரிந்துகொண்டேன்! வேண்டுமானால் ராமனின் பலத்தையும் நீ பார்க்கலாம்!' என்றான்.

லட்சுமணன் இப்படி நேரிடையாகச் சொன்னதும் பதறிப் போனான் சுக்ரீவன்.

'ராமனின் வீரத்தில் எனக்குச் சந்தேகமில்லை. ஆனாலும், வாலியின் அளவுக்கு மீறிய பலம்தான் என்னைப் பயமுறுத்துகிறது!'

நட்பின்மீது கொண்ட பக்தி! வாலியின்மீது கொண்ட அச்சம்! இரண்டு மாக சுக்ரீவனைத் தவிக்கவிடுகின்றன என்பதைப் புரிந்துகொண்ட ராமன், சுக்ரீவனின் சந்தேகத்தைப் போக்கத் தீர்மானித்தான்.

வாலி தூக்கி எறிந்து விழுந்து கிடந்த துந்துபியின் உடலை, தனது கட்டைவிரலால் நெம்பி உதைத்தான். அந்தச் சடலம் பலமைல் காததூரம் சென்று விழுந்தது!

அத்துடன் நிறுத்தாமல், ராமன் தனது கோதண்டத்தில் அம்பைப் பூட்டி இழுத்து சுக்ரீவன் சுட்டிக் காட்டிய, ஒன்றன் பின் ஒன்றாக நின்ற ஏழு மராமரங்களையும் துளைத்துச் செல்லுமாறு செலுத்தினான். அம்பு அத்தனை மராமரங்களையும் துளைத்துவிட்டு ராமனின் அம்பறாத் தூணியிலேயே வந்துசேர்ந்தது.

அதைக்கண்ட சுக்ரீவன் மிகுந்த மகிழ்ச்சி கொண்டான். வாலியின் வைரம் பாய்ந்த உடலும் இதுபோலவே ராமனால் துளைக்கப்படும்

என்று நம்பிக்கை கொண்டான். ஆனந்தக் கண்ணீருடன் ராமனை அணைத்துக்கொண்டான்.

'ராமா! உனது பராக்ரமத்தை கண்களால் காணும் பாக்கியம் பெற்றேன்! வாலி அழிவது உறுதி! உனது நட்பைப் பெற்றதால், எனது துயரம் தொலைந்தது!' என்று பரவசம் கொண்டான்.

'வா, சுக்ரீவா! இப்போதே கிஷ்கிந்தைக்குச் செல்வோம்!' என்றான் ராமன்.

மறைவிலிருந்து ஒரு அம்பு

32

***கி**ஷ்கிந்தா நகரத்துக்குள் உற்சாகமாக நுழைந்த சுக்ரீவன், அரண்மனையில் வாலிக்குக் கேட்கும்படியாக கர்ஜனை செய்தான்!*

'வாலி! உன்னால் அடித்து விரட்டப்பட்ட பரிதாப சுக்ரீவன், இப்போது பலத்தோடு வந்திருக்கிறேன்! வா, வந்து சண்டையிடு!' என்று சவால் விடுத்தான்.

அந்தப்புரத்தில் மனைவி தாரையோடு சந்தோஷமாகப் பேசிக்கொண்டிருந்த வாலி, சுக்ரீவனின் குரல் கேட்டு எரிச்சலடைந்தான். ராஜ்ஜியத்தை விட்டே துரத்தப்பட்டு ஓடி ஒளிந்தவன், தைரியமாக வந்து சண்டைக்கு அழைக்கிறானே என்கிற கோபத்துடன் யுத்தம் செய்யப் புறப்பட்டான்.

ஆனால் வாலியின் மனைவியான தாரை, மனத்தில் மெல்லிய சந்தேகத்துடன் தனது கணவனைத் தடுத்தாள்.

'வானர அரசரே, ஆத்திரம் வேண்டாம்! சற்றுப் பொறுங்கள்! இப்போது கோபத்தைவிட்டு நிதானம் கொள்வதே முக்கியம்! ராஜ்ஜியத்தை விட்டு விரட்டப்பட்டு உயிருக்குப் பயந்து ஓடி ஒளிந்துகொண்டவர் உங்கள் தம்பி. அவர் திடீரென்று தைரியம் பெற்றவராக வந்து உங்களை யுத்தத்துக்கு அழைக்கிறாரென்றால் இதில் ஏதோ அபாயம் இருப்பதாகவே நான் உணர்கிறேன்.

நமது மகன் அங்கதன், ஒற்றர்கள் மூலம் அறிந்த செய்தி ஒன்றை என்னிடம் சொன்னான். அயோத்தியிலிருந்து ராமன் என்கிற வீரத் திருமகன் இங்கு வந்திருக்கிறானாம். அவன் மிகுந்த சத்தியவான் என்றும், தர்மம் தவறாதவன் என்றும் மக்கள் புகழுகிறார்களாம். அந்த ராமனின் நட்பை உங்கள் தம்பியானவர் பெற்றிருக்கிறார் என்று சொல்கிறார்கள். அந்தத் தைரியத்தில்தான் சுக்ரீவன் இங்கு வந்திருக் கிறார் என்று எண்ணுகிறேன்.

அன்பரே, அதுமட்டுமல்ல! உங்கள் தம்பியும் நல்லவர்தான்! குகையை மூடிய விஷயத்தில் அவர் சொன்னதிலும் உண்மை இருக்கலாம் அல்லவா? உடன்பிறந்தவர் என்பது நெருங்கிய உறவல்லவா? எதற் காக அவரைப் பகைவனாகக் கருதவேண்டும்? சுக்ரீவனை மன்னித்து அழைத்துப்பேசுங்கள்! எல்லாவற்றையும் மறந்து அவரும் பழையபடி பாசத்துடனும் பக்தியுடனும் உங்களுடனே இருப்பார்! இதுவே நல்லது!' என்றாள்.

ஆனால், வாலிக்கு தாரை சொல்வதில் துளியும் இஷ்டமில்லை. கோபம் அவன் சிந்தனையை மழுங்கடித்திருந்தது.

'புரியாமல் பேசுகிறாய் தாரா! காலில் விழுந்து மன்னிப்புக் கேட்டால் கருணை காட்டலாம். அவன் எதிரியாக யுத்தத்துக்கு அல்லவா அழைக்கிறான்? அந்த முட்டாளின் முழக்கத்தைக் கேட்டுக்கொண்டு என்னால் சும்மாயிருக்க முடியாது. ராமனைப் பற்றி நானும் கேள்விப்பட்டேன்! அவன் தர்மவான். அநியாயத்துக்குத் துணை போகமாட்டான். கவலைப்படாமல் இரு! சுக்ரீவனை நான் கொல்லப் போவதில்லை. அவன் ஆணவத்தை அடக்கி, மறுபடியும் காட்டுக்கே துரத்திவிட்டு வந்துவிடுகிறேன்!' என்று புறப்பட்டான்.

சுக்ரீவன் இருக்கும் இடத்துக்கு வந்தான்.

தொடங்கியது யுத்தம். இருவரும் பாய்ந்து சண்டையிட்டுக் கொண் டார்கள். மாறி மாறி கைகளால் குத்திக்கொண்டார்கள். ஒருவர்மேல் ஒருவர் தாவிக்குதித்து அடித்து உதைத்து விழுந்து எழுந்தார்கள்.

சண்டை உக்கிரமாக நடந்தது!

சற்று தூரத்தில், ஒரு மரத்தின் மறைவில் வில்லைப் பிடித்துத் தயாராக இருந்த ராமன் திகைத்துப்போனான்!

சண்டையிடும் இரு வானரர்களில் யார் சுக்ரீவன்? யார் வாலி? என்பது தெரியவில்லை. இருவரும் ஒன்றுபோலவே இருந்தார்கள்.

உருவத்தில், பருமனில், உயரத்தில் எதிலுமே வித்தியாசம் தெரிய வில்லை. விடுவிக்க எடுத்த அம்பை பிரயோகிக்காமல் நிறுத்திக் கொண்டான்.

யுத்தத்தில் வாலியினால் பலமாகத் தாக்கப்பட்டுக் கொண்டிருந்தான் சுக்ரீவன். உடல் முழுவதும் அடிபட்டு ரத்தம் வழிந்தது. 'ஏன் இன்னும் ராமன் வாலியைத் தாக்கவில்லை? எதற்காகத் தாமதிக்கிறான்?' காரணம் புரியாமல் குழம்பிய சுக்ரீவன், ஒரு கட்டத்தில் அடி தாளாமல் உயிருக்குப் பயந்து பின்வாங்கி ஓடினான்.

'ஓடிப் போ, கோழையே! இந்தமுறை உயிர்ப்பிச்சை தந்தேன்! இன்னொருமுறை வந்தால், உனது உயிரை யமனிடம் கொடுத்து விடுவேன்!' என்று கொக்கரித்தான் வாலி.

மனம் நொந்தவனாக ரிஷ்யமுக மலைக்கே சென்று பதுங்கிக் கொண் டான் சுக்ரீவன். ராமன், அவனைப் பின்தொடர்ந்து சென்று சந்தித்தான்.

உடலில் வலியும் மனத்தில் வேதனையுமாகப் பேசினான் சுக்ரீவன்.

'எனக்கு ஏன் இந்த அவமானத்தை உண்டாக்கினாய் என்று எனக்குப் புரியவில்லை ராமா! வாலியைக் கொல்ல விருப்பம் இல்லை என்றால், அதை நீ முன்பே சொல்லிஇருக்கலாமே! நான் எனது வழியிலேயே போயிருப்பேனே! வீணாக என்னை வதைபட விட்டுவிட்டாயே!' என்று கண்கலங்கினான்.

'சுக்ரீவா! கோபம் கொள்ளாதே! வாலியும் நீயும் சண்டையிடும்போது, யார் வாலி? யார் சுக்ரீவன் என்று எனக்கு வித்தியாசம் தெரியவில்லை! உருவத்தோற்றத்தில் உயரம், பருமன், நடை உடை பாவனை எல்லாவற்றிலும் இருவருக்கும் ஒரேமாதிரியாகவே இருக்கிறீர்கள்! தவறுதலாக எனது அம்பு உன்மீது பாய்ந்துவிட்டால், காப்பாற்ற வந்தவனே கல்லறைக்கு வழிகாட்டிய களங்கமல்லவா என்னைச் சேரும்? அதனால்தான் நான் சும்மாயிருக்க நேர்ந்தது!' என்றான்.

ராமனின் விளக்கத்தால் சமாதானமானான் சுக்ரீவன்.

மறுநாள், சுக்ரீவனுக்கு தைரியம் சொல்லி மீண்டும் அனுப்பி வைத் தான். சுக்ரீவன் புறப்படுமுன், 'லட்சுமணா! அதோ, அந்தப் பூங் கொடியை எடுத்து சுக்ரீவனின் கழுத்தில் மாலையாகப் போட்டு அனுப்பு! இதனால், பகைவன் வாலியையும் நமது நண்பன் சுக்ரீவனை யும் இனம் கண்டு கொள்ள முடியும்!' என்றான் ராமன்.

லட்சுமணன் அதன்படியே செய்து சுக்ரீவனை அனுப்பி வைத்தான்.

'சுக்ரீவா! நம்பிக்கையுடன் செல்! இன்று வாலிவதம் நிகழ்ந்தே தீரும்!' - உறுதியுடன் சொன்னான் ராமன்.

மீண்டும் கிஷ்கிந்தை! மறுபடியும் சுக்ரீவனின் அறைகூவல்! பல மடங்கு கோபத்துடன் புறப்பட்ட வாலியை இம்முறையும் தடுத்துப் பார்த்தாள் தாரை! எப்போதும்போல அவன் கேட்கவில்லை!

அண்ணன் தம்பிக்குள் மறுபடியும் கடுமையான யுத்தம்!

இம்முறை கைகளால் அடித்துக்கொண்டது மட்டுமின்றி, மரங்களைப் பிடுங்கியும் தாக்கிக்கொண்டனர். ரத்தம் ஆறாகப் பெருகி ஓடியது! போகப்போக சண்டை உக்ரம் அடைந்தது. இருவரும் சளைக்காமல் மோதிக்கொண்டனர். கொஞ்சம் கொஞ்சமாக சுக்ரீவனின் பலம் குறையத் தொடங்கியது. அவன் துவண்டுபோகத் தொடங்கினான். வாலியின் கை ஓங்க ஆரம்பித்தது. சுக்ரீவன் இனி தாக்குப்பிடிக்க மாட்டான் என்கிற நிலையில், ராமன் தனது வில்லை வளைத்து அம்பைச் செலுத்தினான்.

ராமபாணம் நேராகச் சென்று வாலியின் மார்பைத் துளைத்தது. ரத்தம் பீய்ச்சியடித்தது.

வஜ்ரதேகம் கொண்டவனும் வலிமை மிக்கவனும் இணையில்லாத வீரனுமான வாலி, வெட்டிச் சாய்க்கப்பட்ட ஒரு பெரிய ஆலமரம் போல பரிதாபமாக மண்ணில் வீழ்ந்தான்.

வாலி, இதை எதிர்பார்க்கவில்லை. மிகுந்த அதிர்ச்சியுடன் யார் தன்னை வீழ்த்தியது என்பதைத் தெரிந்துகொள்ள நாலாபுறமும் பார்வையைச் சுழலவிட்டான்.

அவன்முன் வந்து நின்றார்கள் ராம லட்சுமணர்கள்.

வாலி, அவனைத் தெரிந்துகொண்டான். ஆச்சரியம் அடைந்தான். கோபத்துடன் கேட்டான்.

'தசரத புத்திரனே! நீயா என்மீது பாணம் எய்தவன்? வீரனாகிய நீயா இப்படி மறைந்திருந்து என்னைத் தாக்கினாய்? ஏன் இப்படிச் செய்தாய் ராமா? நான் உனக்கு எந்தத் தீங்கும் செய்ததில்லையே! இன்னொருவனோடு சண்டையிட்டுக் கொண்டிருக்கும்போது நீ ஏன் இதைச் செய்தாய்? இது தர்மம்தானா ராமா? உன்னைப்போய் சத்தியசந்தன், தர்மம் தவறாதவன் என்றெல்லாம் மக்கள் புகழுகிறார்களே! எல்லாம் பொய்தானா? சொல்! ஏன் இப்படிச் செய்தாய்?'

வாலி வதக் காட்சி.

'சுக்ரீவன் எனது நண்பன்! அவனுக்கு நீ தீங்கிழைத்தாய்! நண்பனின் துயரத்தைப் போக்குவதே நட்பின் கடமை! உனது பகைவனை ஒழித்து ராஜ்ஜியத்தையும் மனைவியையும் மீட்டுத் தருவேன்! என்று சுக்ரீவனுக்கு வாக்குக் கொடுத்தேன். அதையே நிறைவேற்றினேன்!'

'ராமா! உனது மனைவியை ராவணன் தூக்கிப் போய்விட்டான் என்று கேள்விப்பட்டேன்! மனைவியை மீட்கும் காரியத்துக்காகவே நீ சுக்ரீவனிடம் நட்பு கொண்டிருக்கவேண்டும்! இதையே நீ என்னிடம் சொல்லியிருந்தால், நான் சுலபமாக ஒரே நாளில் அதைச் செய்து முடித்திருப்பேன்! ராவணனை பத்துதலைப் பூச்சியாகப் பாவித்து எனது மகன் அங்கதன் விளையாட, தொட்டிலில் கட்டித் தொங்கவிட்டவன் நான். அவன், சீதையை உலகத்தின் எந்த மூலையில் ஒளித்து வைத் திருந்தாலும் கண்டுபிடித்து உன்னிடம் ஒப்படைத்திருப்பேனே! கடைசியில், சுக்ரீவனுக்காக என்னைக் கொன்றுவிட்டாயே!'

'ஒரு தீயவனை அழிக்க இன்னொரு தீயவனிடம் உதவி கேட்பது தர்மம் இல்லையே வாலி! நீயும், ராவணனும் ஒரே மாதிரியான குற்றவாளிகள்தான்! நீ உனது தம்பி மனைவியை அபகரித்துக் கொண்டாய்! அவன் எனது சீதையைக் கடத்திப் போனான்! அடுத்தவன் மனைவியை அபகரிக்கும் அனைவருக்கும் ஒரே மாதிரியான தண்டனைதான்! இன்று நீ; நாளை ராவணன்!'

'இத்தனை தர்ம நியாயம் பேசுபவன், என்னுடன் நேருக்கு நேர் நின்று யுத்தம் செய்திருக்கலாமே!'

'ஆம்! செய்திருக்கலாம்! ஆனால் நீ தர்மயுத்தம் செய்பவனல்லவே! இந்திரனிடம் பெற்ற வரத்தின்படி, எதிரிகளின் பலத்தில் பாதியைப் பெற்றுக்கொண்டு இதுநாள்வரையும் அதர்ம யுத்தம்தானே செய்து வந்தாய்? ஆகவேதான், நானும் மறைந்திருந்து உன்னைத் தாக்கும்படி ஆனது!'

அணையப்போகும் விளக்கு சுடர்விட்டுப் பிரகாசிப்பது போல, அந்த நேரம் வாலியின் மனத்தில் சத்தியத்தின் உள்ளொளி பரவியது. தனது அகந்தை, ஆணவம், அர்த்தமற்ற கோபம், தகாத நடத்தை அனைத்தை யும் உணர்ந்தான். கடைசிநேரத்தில் அதற்காக வருந்தினான்.

'ஆம் ராமா! நீ சொன்னதெல்லாம் சரிதான்! தெரிந்தோ தெரியாமலோ ஒருவன் செய்யும் பாவங்களுக்கான தண்டனை சரியான தருணத்தில் வழங்கப்படுமென்பது உறுதியாகி விட்டது. போகட்டும்! இனி நடந்ததைப்பற்றிப் பேசிப் பயனில்லை!' - மரண அவஸ்தையுடன் பேசிய வாலி, பக்கத்தில் நின்றிருந்த சுக்ரீவனைப் பார்த்தான்.

'தம்பி, சுக்ரீவா! அருகில் வா! நீயும் நானும் ஒற்றுமையாகவே ராஜ்ஜியத்தை ஆண்டிருக்கலாம். விதியின் விளையாட்டில் நான்தான் மதிமயங்கிப் போய்விட்டேன். தயவுசெய்து என்னை மன்னித்துவிடு. அநியாயமாக உன்னைத் தண்டித்துவிட்டேன். அதை இப்போது உணர்கிறேன்!' என்றான்.

அண்ணன் வாலியை மரணப்படுக்கையில் கண்டதுமே, குற்ற உணர்வில் மனம் உடைந்துபோய் அழுதான் சுக்ரீவன்.

'உடன்பிறந்தவனையே கொன்ற பாவியாகிவிட்டேன் அண்ணா! நீதான் என்னை மன்னிக்கவேண்டும்! இப்போதும் எனக்கு ராஜ்ஜியத்தின்மீது ஆசையில்லை. உனது மகன் அங்கதனுக்கே முடிசூட்டிவிட்டு கிஷ்கிந்தையை விட்டே வெளியேறிவிடுகிறேன்!' என்று கதறினான்.

'இல்லை சுக்ரீவா! அது வேண்டாம்! அப்படிச் செய்யாதே! நீயே ராஜ்ஜியத்தை ஏற்றுக்கொள். அங்கதனுக்கு யுவராஜனாகப் பட்டம் கட்டிவிடு. உன்னிடம் நான் வேண்டிக் கேட்டுக் கொள்வது ஒன்றே ஒன்றுதான்! எனது பிரிய மகன் அங்கதனை, உனது மகனாகவே எண்ணி தந்தையாகவே இருந்து வழிநடத்து! அவனைக் கைவிட்டு விடாதே! அதேபோல் எனது மனைவி தாரையையும் பார்த்துக்கொள். அவள் மிகச் சிறந்த அறிவாளி! நடக்கக்கூடியதை முன்பே சொல்லும் தீர்க்கதரிசி! நான்தான் அவள் அறிவுரையைக் கேட்காமல் போனேன். ஆகவே, அவள் சொல்லும் யோசனைகளைக் கேட்டுக்கொள்!' என்றவன், அங்கதனை அழைத்து சுக்ரீவனின் கைகளில் ஒப்படைத்து நிம்மதியடைந்தான். அடுத்த கணம், அவன் உயிர் பிரிந்தது.

தாரை ஓடிவந்து வாலியின்மீது விழுந்து அழுது புரண்டாள், கதறினாள். அனைவரும், அவளையும் அங்கதனையும் சமாதானம் செய்து தேற்றினர்.

வாலியின் உத்திரக்கிரியைகள் வெகு சிறப்பாக நடத்தப்பட்டன. அடுத்தபடியாக சுக்ரீவனுக்கு பட்டாபிஷேகமும் நடந்து முடிந்தது. வாலியின் மகன் அங்கதன், யுவராஜனாகப் பொறுப்பேற்றுக் கொண்டான்.

இந்தச் சமயத்தில் மழைக்காலம் தொடங்கியது.

மழையால் வெள்ளம் பெருகி நிரம்பி வழிந்து, எங்கும் செல்லமுடியாத நிலை ஏற்பட்டது. இதனால் சீதையைத் தேடும் காரியம் தடைபட்டுப்

போனது. மழைக்காலம் முடியும்வரை காத்திருக்கலாம் என லட்சுமணன் சொல்ல, ராமனும் அதை ஏற்றுக்கொண்டு பொறுத் திருந்தான்.

மழைக்காலம் முடியும்வரை கிஷ்கிந்தையிலேயே வந்து தங்குமாறு ராம லட்சுமணர்களை அழைத்தான் சுக்ரீவன். வனவாசம் முடியும் நாள்வரை, எந்த நகரத்துக்குள்ளும் ராஜ்ஜியத்துக்குள்ளும் பிரவேசிப்ப தில்லை என விரதம் கொண்டிருப்பதால், தாங்கள் ரிஷ்யமுக மலைக் குகையிலேயே தங்கிக்கொள்வதாகச் சொல்லியனுப்பினான் ராமன்.

33

சுகத்தில் மூழ்கிய சுக்ரீவன்!

எத்தனை துயரமானாலும், காலம் அதை மறக்கடிக்கச் செய்துவிடுகிறது! எவ்வளவு பெரிய இழப்பையும் மறதியினால் அது ஈடுகட்டிவிடுகிறது!

கிஷ்கிந்தையில் சுக்ரீவனும் மற்ற வானரர்களும் தாரையும்கூட, வாலி இறந்த துக்கத்திலிருந்து மீண்டு சுகபோகமாக சந்தோஷமாக இருந்தனர். எப்போதும் மதுபானமும் பெண்களோடு கொண் டாட்டமுமாக சுக்ரீவன் தன்னிலை மறந்து மூழ்கிப்போனான்.

அனுமான் மட்டுமே ராம காரியத்தை மறக் காதவனாகக் காத்திருந்தான். ராமனுக்கு வாக் களித்ததைப்பற்றி அரசன் சுக்ரீவனிடம் நினைவு படுத்த சமயம் பார்த்திருந்தான்.

சுக்ரீவனைச் சந்திக்க அவனது அந்தப்புரம் சென்றான். மது மயக்கத்திலேயே அனுமானை வரவேற்றான் சுக்ரீவன்.

'சுக்ரீவா! கிஷ்கிந்தா ராஜ்ஜியம் கைக்குக் கிடைத்த சந்தோஷத்தில் சுகபோகங்களில் மூழ்கிவிட்டாய்! அதற்குக் காரணமான, நமது நண்பர்களை மறந்துவிட்டாய். ராமன் நமக்கு உதவுவதற்காக எத்தனை பெரிய அபாயத்தை யும், பழியையும் ஏற்றான்! எவ்வளவு சீக்கிரமாக காரியத்தை முடித்துக்கொடுத்தான்? அதுபோல நாமும் ராம காரியத்துக்காக வேகமாகக்

காரியமாற்ற வேண்டாமா? சீதையைத் தேடவேண்டிய பெரும் பொறுப்பை இனியும் தள்ளிப் போடக்கூடாது! உடனே ஆகவேண்டியதைச் செய்!' என்று அறிவுரை சொன்னான்.

சுக்ரீவனும், அனுமான் சொன்னதைப் புரிந்துகொண்டான். 'சரியான சமயத்தில் வந்து என்னைத் தூண்டினாய்! நன்றி அனுமான்!' என்று சொல்லி, கிஷ்கிந்தையின் தளபதியை அழைத்தான்.

'வானரர் தளபதியே! பூலோகத்தில் ஒரு இடம் பாக்கியில்லாமல் அனைத்து இடங்களுக்கும் சென்று சீதையைத் தேடிப் பார்க்க வேண்டும்! ஆகவே, நமது வானரர்கள் எங்கிருந்தாலும் கிஷ்கிந்தைக்கு உடனே வந்துசேரவேண்டும் என்று கட்டளை பிறப்பியுங்கள்!' என்று உத்தரவிட்டான்.

மீண்டும் அந்தப்புரம் சென்று மது, மங்கையில் மூழ்கிப் போனான்!

மழையில் நனைந்து மீண்ட காடு, குளித்துவந்த குமரிபோலப் புத்துணர்ச்சியோடும் பொலிவோடும் காணப்பட்டது. எங்கு திரும்பினாலும், எதைப் பார்த்தாலும் ராமனுக்கு சீதையின் நினைவே தூண்டப்பட்டது.

'பாவம் சீதை! அங்கே அரக்கனிடம் சிக்கி என்ன வேதனை அனுபவிக்கிறாளோ? நானோ வானர ராஜனை நம்பி, ஒன்றும் செய்யாமல் முடங்கிக் கிடக்கிறேன். அவனோ, மதுபான சுகத்திலும் மங்கைகளின் அணைப்பிலும் மதிமயங்கி எனக்குத் தந்த வாக்குறுதியை மறந்துவிட்டான் போலிருக்கிறது! அல்லது என்னை ஏமாற்றிவிடலாம் என்று எண்ணுகிறானா?' - நினைக்க நினைக்கத் துயரம் பெருக்கெடுத்து ராமனுக்கு சுக்ரீவன்மேல் கோபம் மூண்டது.

லட்சுமணனிடம் சொன்னான்.

'லட்சுமணா! நன்றி மறந்த சுக்ரீவன், மழைக்காலம் முடிந்தும்கூட எது ஒன்றையும் செய்யாமல் குடியும் கொண்டாட்டமுமாகக் கிடக்கிறான். எனக்குத் தந்த வாக்குறுதியை முற்றிலும் மறந்துவிட்டான். அவனுக்குச் சரியான பாடம் கற்பிக்க வேண்டும்! நீ உடனே செல்! வாலியின் உயிரைக் குடித்த அம்பு, ராமனிடம் இன்னும் பத்திரமாக இருக்கிறதென்று ஞாபகப்படுத்து. செய்நன்றியை மறந்தவனை ராமபாணம் சும்மா விடாது என்று சொல்!' என்றான்.

அண்ணனுக்கும் மேலாக, அடக்கிவைக்கப்பட்டிருந்த கோபத்துடன் புறப்பட்டான் லட்சுமணன்.

உமா சம்பத் 193

தம்பி லட்சுமணனது சுபாவத்தை அறிந்திருந்த ராமன் மீண்டும் லட்சுமணனை அழைத்து, 'லட்சுமணா! சுக்ரீவன் பொறுப்பற்றவனாக நடந்துகொண்டாலும் நாம் அவனை நண்பனாக ஏற்றுக்கொண்டு விட்டோம். எனவே, அவன் வேதனைப்படும்படியான வார்த்தை களை வீசாமல் தவறை உணர்ந்துகொள்ளும்விதமாகப் பேசு!' என்று அனுப்பிவைத்தான்.

ஆனாலும், குமுறும் கோபத்துடன்தான் கிஷ்கிந்தைக்குள் நுழைந்தான் லட்சுமணன்.

லட்சுமணனின் கோபத்தோற்றமே வானர வீரர்களைப் பயம் கொள்ள வைத்தது. ஓடிப்போய் சுக்ரீவனிடம் சொன்னார்கள்.

சுக்ரீவன், மதுபோதையில் சுயநினைவு இழந்துகிடந்தான். வானரர்கள் சொன்னது அவன் மண்டையில் ஏறவில்லை!

இதைக்கண்ட அங்கதன், தானே விரைந்துசென்று லட்சுமணனை அன்புடன் எதிர்கொண்டு வரவேற்றான்.

தகப்பனை இழந்த பிள்ளையைக் கண்டதும், லட்சுமணன் சற்றுக் கோபம் தணிந்தான்.

'அங்கதா! வானரராஜன் சுக்ரீவனிடம் சென்று நான் அவனைக் காண வந்துள்ளேன் என்று தெரிவித்து வா!' என்றான்.

இதற்குள்ளாகவே அனுமான் ஒருவழியாக சுக்ரீவனை சுயநிலைக்கு மீட்டு, லட்சுமணன் கோபத்துடன் வந்திருக்கும் செய்தியைத் தெரியப் படுத்தினான்!

சுக்ரீவன் மிகவும் பயந்துபோனான்.

'எனது நண்பர்களுக்கு நான் எந்தக் கெடுதலும் செய்யவில்லையே! அவர்களுக்கு என்மீது ஏன் கோபம் வந்தது?' நடுங்கிக்கொண்டே கேட்டான்.

'அரசனே! தீராத சுகபோகங்களில் மூழ்கி, ராமனுக்குக் கொடுத்த வாக்குறுதியை மறந்துபோனாய்! மழைக்காலம் முடிந்து வெகுநாள் களாகிவிட்டன. ஆனாலும், ராமகாரியத்தில் இறங்காமல் காலம் கடத்திவிட்டாய். இது தவறானதே. ஆகவே, தேடி வந்திருக்கும் லட்சு மணனிடம் மன்னிப்புக் கேட்டுக்கொண்டு ராமனுக்குக் கொடுத்த வாக்குறுதியை நிறைவேற்றுங்கள்!' என்று சொன்னான்.

சுக்ரீவனுக்கும் முன்பாக தாரை சென்று லட்சுமணனைச் சமாதானப் படுத்தினாள். மிகப் பக்குவமாகப் பேசினாள் அவள்.

'இளையவரே! சுக்ரீவன், உங்கள் இருவர்மீதும் மிகுந்த பக்தி செலுத்து பவன். அவன் தெரிந்து எந்தத் தவறும் செய்யவில்லை. வாலிக்குப் பயந்து நெடுங்காலம் மலைகளிலும் குகைகளிலும் பதுங்கி வாழ்ந்து கஷ்டப்பட்டவன். தரித்திரத்திலேயே வாழ்ந்தவன். அதனால் நீங்கள் பெற்றுத்தந்த ராஜ்ஜிய சுகத்தின் போகத்தில் சற்று மதி மயங்கிப் போய் விட்டான். ஆனால், அவன் எப்போதும் உங்களுக்குத் தந்த வாக் குறுதியை மறந்து போய்விடவில்லை. செயலிழந்தும் நின்றுவிட வில்லை. பல இடங்களில் இருக்கும் தனது வீரர்களிடம் இங்குவந்து சேரும்படி உத்தரவிட்டுள்ளான். அநேகமாக அவர்கள் இன்றோ நாளையோ வந்து விடுவார்கள். பிறகு சீதையைத் தேடும் பணியும், ராவணனை எதிர்க்கும் காரியமும் நல்லபடியாக நடக்கும்!' என்று சொல்லி, லட்சுமணனது கோபத்தைத் தணித்து சுக்ரீவனிடம் அழைத்துச்சென்றாள்.

சுக்ரீவன் எழுந்துநின்று லட்சுமணனைப் பணிவுடன் வரவேற்றான்.

'இளையவரே! நான் ஏதாவது தவறு செய்திருந்தால் என்னை மன்னி யுங்கள். ராமனின் கருணையினால் அல்லவா இந்த ராஜ்ஜியம் எனக்குக் கிடைத்தது? அந்த உதவியை நான் மறப்பேனா? ராமனின் வீரத்தை நான் அறிவேன்! எனது உதவி இல்லையென்றாலும் அவர் தனது காரியத்தில் வெற்றி பெறுவது உறுதி!

ஆகவே, அவரது அடிபணிந்து வானர சேனையுடன் ராமன் பின் செல் வதை எனது பாக்கியமாகவே கருதுகிறேன். அதை நிச்சயம் செய் வேன். சிறிது காலதாமதம் ஆகிவிட்டது. அதற்காக என்னை மன்னித்துவிடுங்கள்!' என்று வேண்டினான்.

சுக்ரீவனின் பணிவு கண்டு லட்சுமணன் மகிழ்ச்சி கொண்டான்.

'வானர அரசரே! நடந்ததைப் பற்றிப் பேசவேண்டாம். உங்கள் நல்ல உள்ளத்தை நாங்கள் அறிவோம்! உமது ஏற்பாடுகளைப் பற்றி ராமனிடமே வந்துசொல்லி அவனது துயரத்தைத் தீர்த்துவையுங்கள்!' என்றான்.

சீதையைத் தேடும் வானரப்படை

34

சுக்ரீவனும் அனுமானும் லட்சுமணனுடன் புறப்பட்டுச்சென்று ராமனைச் சந்தித்தனர். காலதாமதத்துக்கு மன்னிப்புக் கேட்டு, நடந்துவரும் ஏற்பாடுகளைப்பற்றித் தெளிவாக விளக்கி, ராமனின் மனத்துக்கு சாந்தம் ஏற்படுத்தினான் சுக்ரீவன்.

இரண்டொரு நாளிலேயே பல்வேறு காடுகள் மலைகளிலிருந்து, வானரர்களும் கரடிகளும் சுக்ரீவனின் உத்தரவின்படி தங்கள் சேனையுடன் மாபெரும் கூட்டமாக வந்துசேர்ந்தார்கள்.

சுக்ரீவன் அந்தப் பெரும்சேனையைச் சுட்டிக் காட்டி, ராமனிடம் சொன்னான்:

'ராமா! இதோ இந்தப் பெரும்சேனை முழுவதும் இனி உனது சேனை! இந்த வானரர்களும் கரடிகளும் அபூர்வ வல்லமை கொண்டவர்கள். இவர்கள் உனது காரியத்தை நிறைவேற்றவே ஆவலுடன் திரண்டு வந்திருக்கிறார்கள். இவர்களை உனது ஆட்களாகவே எண்ணி, அவர்கள் செய்ய வேண்டியதைச் சொல்லி உத்தரவிடலாம்!'

ராமன் அன்புடன் சுக்ரீவனை அணைத்துக் கொண்டான்.

'சுக்ரீவா! நீதான் அரசன். ஆணையிட வேண்டியவன் நீதானே தவிர, நானில்லை! நம்முடைய முதல் காரியம் சீதை உயிருடன் இருக்கிறாளா?

எங்கே இருக்கிறாள்? அவளைக் கடத்திச் சென்ற ராவணன் எங்கே பதுங்கியிருக்கிறான்? என்பதைக் கண்டுபிடிப்பதே! லட்சுமணனைப் போன்ற இன்னொரு சகோதரனாக நீ எனக்குக் கிடைத்திருக்கிறாய். எல்லாம் அறிந்த நீயே செய்யவேண்டியதைச் செய்!' என்றான்.

ராமன் இப்படிச் சொன்னதாலேயே, தன்மீது சுமத்தப்பட்ட பொறுப்பு கூடிவிட்டதை சுக்ரீவன் உணர்ந்துகொண்டான். தனது மந்திரிகளுடனும் சேனைத் தலைவர்களுடனும் கலந்து ஆலோசித்து, மொத்தச் சேனையையும் நான்கு பாகமாகப் பிரித்தான். ஒவ்வொரு படைக்கும் ஒரு தலைவரையும் உப தலைவரையும் நியமித்தான். மொத்தப் படைப்பிரிவினரையும் பார்த்துக் கண்டிப்பான குரலில் உத்தர விட்டான்.

'நமது படையினர் அனைவருமே மகாதிறமைசாலிகள் என்பதை நான் அறிவேன். நீங்கள் என்ன செய்வீர்களோ, ஏது செய்வீர்களோ எனக்குத் தெரியாது! எப்படியாவது சீதையைக் கண்டுபிடித்தாகவேண்டும்! அவள் எங்கே ஒளித்து வைக்கப்பட்டிருந்தாலும் உங்களால் கண்டு பிடிக்கமுடியும். உங்களுக்குக் கொடுக்கப்பட்ட கால அவகாசம் ஒரு மாதம் மட்டும்தான். புறப்படுங்கள், வெற்றியோடு திரும்பி வாருங்கள்!'

வானர சேனை வீர கோஷமிட்டுக் கிளம்பியது. 'ராவணனைக் கொன்று, சீதையை மீட்போம்!' என்று உற்சாகமாக கர்ஜித்து நான்கு திசைகளிலும் பிரிந்துசென்றது. தெற்கு திசை நோக்கிப் பயணமான படைக்கு அங்கதன் தலைவனாக நியமிக்கப்பட்டான். அவனுக்கு உதவியாக அனுமானும் சென்றான்.

அனுமானின் திறமையும் பலமும், ராமனுக்கும் சுக்ரீவனுக்கும் தெரிந்திருந்ததால் அவனை அருகில் அழைத்து நம்பிக்கையுடன் பேசினார்கள்.

'வாயு மைந்தன் அனுமானே! இந்தக் காரியத்தைச் சாதிக்கப் போகிற வன் நீதான் என்று எனது உள்ளுணர்வு சொல்கிறது! உனது தந்தையின் வேகமும் ஆற்றலும் கொண்டவன் நீ! நீயே இக்காரியத்தைச் சாதிக்கமுடியும்! உனது பலம், பராக்ரமம், அறிவு அனைத்தையும் பயன்படுத்தி சீதையைக் கண்டு வா!' என்று வாழ்த்தினான் சுக்ரீவன்.

'அனுமான்!' அன்புடன் அழைத்தான் ராமன்.

கைகட்டிப் பணிவுடன் வந்துநின்ற அனுமான், 'சொல்லுங்கள் ஐயனே!' என்றான்.

ராமன் தனது மோதிரத்தைக் கழற்றி அனுமானிடம் தந்தான்.

'இந்த மோதிரத்தைப் பத்திரமாக வைத்துக்கொள். சீதையை நீ கண்டுபிடிக்கும்போது இதை அவளிடம் தந்தால், உன்னைப் பற்றிச் சந்தேகம் கொள்ளாமல் நீ எனது தூதன் என்பதைக் கண்டுகொள்வாள். சீதையை என்னுடன் சேர்த்துவைப்பது உனது பொறுப்பு அனுமான்!' கண் கசிந்தபடி சொன்னான் ராமன்.

மோதிரத்தைப் பெற்றுக்கொண்ட அனுமான், அதைக் கண்களில் ஒற்றிக்கொண்டு கச்சையில் வைத்துப் பத்திரப்படுத்தினான். இருவரையும் வணங்கி விடைபெற்றுப் புறப்பட்டான்.

மாதம் ஒன்று மிக விரைவாகச் சென்றுவிட்டது.

வானரப் படைகளில் கிழக்கும் மேற்கும் வடக்கும் சென்றவர்கள், பூமியைச் சல்லடை போட்டுத் தேடிவிட்டு சீதையைக் காணாமல் திரும்பி வந்தனர்.

'அரசரே! காடுகள், மலைகள், நகரங்கள், கிராமங்கள் என்று அத்தனை இடங்களிலும், இண்டு இடுக்கு விடாமல் தேடிப் பார்த்துவிட்டோம். சீதையை எங்கும் காணவில்லை. அந்தப் பாக்கியம் தென்திசையில் சென்றிருக்கும் அனுமானது படையினருக்கே கிடைக்கும் என்று திட்ட மாக நம்புகிறோம். ஏனெனில், ராவணனுடைய புஷ்பக விமானம் தென் திசைப் பக்கமாகத்தானே சென்றது?' என்றார்கள்.

வானரர்களின் முயற்சிகளில் திருப்தியடைந்த ராமன், அனுமான் கொண்டுவரப்போகும் நல்ல செய்திக்காக நம்பிக்கையுடன் காத் திருந்தான்.

அனுமானும் அங்கதனும் தென்திசைக்குச் சென்று, அங்கு விந்திய மலைக்காடுகளிலும் குகைகளிலும் புகுந்து புறப்பட்டு ஒரு இடம் விடாமல் தேடினார்கள்.

வானரர்கள் புறப்பட்டபோது இருந்த உற்சாகம், சீதையைக் கண்டு பிடிக்க முடியாத நிலையில் குறைந்துகொண்டே வந்தது. அவ்வப் போது வருத்தப்பட்டுச் சோர்வடைபவர்களை, அனுமானும் அங்கத னும் தைரியம் தந்து வழிநடத்தினார்கள். சுக்ரீவன் குறிப்பிட்ட காலக் கெடுவில் நாள்கள் கழிந்துகொண்டே வந்தன. வானரர்கள் சீதையைத் தேடியபடியே வெகுதூரம் வந்துவிட்டார்கள்.

பசி தாகம், களைப்பால் வானரர்கள் மிகவும் சோர்வடைந்தனர். அப்போது அவர்கள் ஒரு பெரிய குகையைக் கண்டார்கள்! அந்தக்

குகையிலிருந்து பலவகையான பறவைகளும் மகிழ்ச்சியுடன் வெளியே வந்துகொண்டிருந்தன. கூடவே, குகைக்குள்ளிருந்து மிகுந்த வாசனையோடு குளிர்காற்றும் வீசியது! ‘இந்தக் குகைக்குள் நிச்சயம் தண்ணீர் இருக்கும்!’ என்று உணர்ந்தவர்களாக வானரர்கள் அனைவரும் குகைக்குள் நுழைந்தனர்.

குகையினுள் இருள் மண்டிக் கிடந்தது! ஒருவர்பின் ஒருவராக வானரர் கள் கை கோத்துக்கொண்டு சென்றனர். சிறிது தூரம் சென்றதுமே அதிசயப்படும்படியாக திடீர் வெளிச்சத்தின் நடுவே ஒரு பெரிய நகரத்தைக் கண்டார்கள். தகதகக்கும் தங்க நகரம்!

மாட மாளிகைகள், கோபுரங்கள், அரண்மனைகள் அனைத்தும் தங்கத்தால் இழைக்கப்பட்ட அற்புதப் பட்டணமாகக் காணப்பட்டது. சுற்றிலும் அருமையான பழத்தோட்டம்! குளிர்ந்த நீரோடைகள் எல்லாம் மலைப்பை ஏற்படுத்தின. ஆனால் ஆளரவமே இல்லை!

வானரர்கள் திகிலடைந்தவர்களாக நகர்ந்தார்கள்.

ஓரிடத்தில் வயதான ஒரு பெண் துறவி மட்டும் தனியே அமர்ந்து ஜபம் செய்து கொண்டிருந்தாள்.

அனுமான் அவளைப் பணிவுடன் நெருங்கி, ‘தாயே! வணக்கம். நாங்கள் வானரர்கள். பசியும் தாகமும் களைப்புமாக சுற்றித் திரிந்த போது, இந்தக் குகையைக் கண்டு நுழைந்தோம். அதிசயப்படும்வித மாக இங்கே பெரிய நகரமே இருக்கிறது. பழத்தோட்டங்கள், நல்ல ஓடைகள் போன்றவையும் தென்படுகின்றன. ஆனால் இந்தப் பட்டணத்தில் யாரும் வசிப்பதாகத் தெரியவில்லை. எல்லாம் இருந்தும் சாப்பிட்டுப் பசியாறவும் தண்ணீர் அருந்தவும்கூடப் பயமாயிருக்கிறது தாயே! நீங்கள்தான் இதைப்பற்றிக் கூறவேண்டும்!’ என்று கேட்டான்.

‘வானரர்களே! இந்த நகரம், தேவர்களுள் ஒருவரான மயனால் நிர்மாணிக்கப்பட்டது. அவன்தான் இங்கே நெடுங்காலம் வசித்து வந்தான். பின், பகையின் காரணமாக இந்திரனால் கொல்லப்பட்டான். அதன்பிறகு இந்திரன் இதை ஹேமை என்கிற அப்ஸர கன்னிகைக்குக் கொடுத்தான். அவள் இப்போது மேலுலகம் சென்றிருக்கிறாள். நான் அவளது தோழி. இங்கு நீங்கள் பயப்படாமல் உங்கள் பசியைப் போக்கிக் கொள்ளலாம். எந்த அபாயமும் இல்லை!’ என்று தைரியம் அளித்தாள்.

வானரர்கள் குதூகலம் கொண்டார்கள். ஆசைதீர சாப்பிட்டு மனம் நிறைவடைந்தார்கள்.

அனுமான், அந்தப் பெண் துறவியிடம் நன்றிசொல்லி விடை பெறுவதற்காகச் சென்றான்.

'தாயே! உங்கள் கருணைக்கு மிக்க நன்றி! நாங்கள் புறப்படுகிறோம், விடை கொடுங்கள்!' என்றான்.

பெண் துறவி சொன்ன பதில், அனைவரையும் அதிர்ச்சி அடையச் செய்தது!

'வானரர்களே! இனி நீங்கள் இங்கிருந்து வெளியே செல்வது முடியாத காரியம்! இந்தக் குகையின் சக்தி உங்களுக்குத் தெரியவில்லை! ஒரு முறை ஹேமையின் குகைக்குள் வந்தவர்கள் மீண்டும் வெளியேறவே முடியாது! அப்படி வெளியேற முயற்சித்தால் மாண்டுபோவார்கள்' என்றாள்.

அனுமான் திடுக்கிட்டுப் போனான். மற்ற வானரர்கள் பயந்து போனார்கள். 'சுக்ரீவன் இட்ட உத்தரவை நிறைவேற்ற முடியாமல், ராம காரியம் தடைபட்டுப்போனதே!' என்று அழத்தொடங்கினார்கள்.

சேதி சொன்ன சம்பாதி கழுகு

35

***'ராம காரியம்!'* என்கிற வார்த்தை காதில் விழவும், பெண் துறவி அனுமானிடம் ஆர்வத்துடன் கேட்டாள்:**

'ராம காரியமா! என்ன அது? எனக்கு விரிவாகச் சொல்லுங்கள்!'

அனுமான், ராம சரிதத்தை நடந்த வரையிலும் விளக்கமாகச் சொன்னான்.

'வானரர்களே, கவலைப்படாதீர்கள்! தெய்வீக காரியத்தில் ஈடுபட்டிருக்கும் நல்லவர்களான உங்களைக் காப்பது என் பொறுப்பு. என் தபோ பலத்தால் அனைவரையும் இங்கிருந்து வெளி யேற்றுகிறேன். எல்லோரும் கண்களை மூடிக் கொள்ளுங்கள்!' என்றாள்.

அதுபோலவே, அனைவரும் கண்களை மூடி மீண்டும் திறந்து பார்த்தபோது தாங்கள் கடற் கரையில் இருப்பதைக் கண்டார்கள்.

ஆனால், அவர்களால் மகிழ்ச்சிகொள்ள முடிய வில்லை. வெளியே வந்து பார்த்தபோது வசந்த காலம் ஆரம்பமாகி இருந்தது!

எல்லோரும் பதறிப்போனார்கள்.

அங்கதன் புலம்பினான்.

'ஐயோ! நான் என்ன செய்வேன்? குகைக்குள் தேடித்திரிந்து, அலைந்ததில் காலம் போய்

விட்டது. இதுவரை நாம், சீதையைப் பற்றி எந்தவொரு தகவலும் தெரிந்துகொள்ளவில்லை. இப்படியே கிஷ்கிந்தைக்குப் போனால், சுக்ரீவன் எனக்கு மரண தண்டனை அளிப்பது நிச்சயம். ஏற்கெனவே எனது சிற்றப்பனுக்கு என்மீது பாசம் கிடையாது. இப்போது இதுதான் சந்தர்ப்பமென்று அவன் என்னை ஒழித்துவிடுவது நிச்சயம்! அங்கே போய் உயிர்போவதைவிட நான் இங்கேயே விரதமிருந்து உயிர் துறப்பேன்!' என்றான்.

'அங்கதன் சொன்னபடியே செய்வோம்' என்றனர் சிலர்.

'வேண்டாம்! எதற்காக நாம் உயிர் துறக்கவேண்டும்? மீண்டும் அந்தப் பெண் துறவியிருக்கும் குகைக்கே சென்று சுகமாக உயிர் வாழ்வோம். அங்கு நமக்குத் தேவையானது எல்லாம் இருக்கிறது. சுக்ரீவனோ வேறு யாருமோ அங்கு வரவே முடியாது. நமது ஆயுளை அங்கேயே கழித்துவிடுவோம்!' என்றனர் வேறு சிலர்.

அனுமான் அதை மறுத்துப் பேசினான்.

'ஏன் இப்படி முறையில்லாமல் யோசிக்கிறீர்கள்? நமது குடும்பங்கள் கிஷ்கிந்தையில் இருக்கும்போது, அவர்களை விட்டுப் பிரிந்து நாம் குகைக்குள் இருந்து என்ன சந்தோஷம் பெற்றுவிட முடியும்? அதுவும் தவிர, அங்கதன் பயப்படுவது போல சுக்ரீவன் ஒன்றும் மோசமான வனல்ல! எனவே, நாம் திரும்பிச் சென்று சுக்ரீவனிடமே வேறு என்ன செய்யலாம் என்று ஆலோசனை கேட்போம்!' என்றான்.

அங்கதன் இதை மறுத்தான்.

'இல்லையில்லை! சுக்ரீவனைப் பற்றி அனுமானுக்குத் தெரிய வில்லை. சீதையை எங்களால் கண்டுபிடிக்க முடியவில்லை என்று தோல்வியுடன் போய் நின்றால், இதையே காரணமாக வைத்து என் தந்தையைக் கொன்றதுபோல என்னையும் அவன் நிச்சயம் கொன்று விடுவான். எனது தாயைப் பற்றித்தான் கவலைப்படுகிறேன். எனக் காகவே உயிர் வாழ்ந்து வரும் அவள், நான் இறந்தது தெரிந்தால் அவளும் மாண்டுவிடுவாள். ஆனாலும், வேறுவழியில்லை. நான் இங்கேயே உயிர் நீத்துவிடுகிறேன்!' என்று சொல்லி, தர்ப்பைப் புல்லைப் பரப்பி உபவாச சங்கல்பம் செய்து கொண்டு உட்கார்ந்தான்.

மற்ற வானரர்களும் அவனைப் பின்பற்றி, தாங்களும் உயிர்த் தியாகம் செய்ய முற்பட்டு விரதத்தில் அமர்ந்தனர்.

இத்தனை வானரர்களும் ஒரே நேரத்தில் உயிர்விடத் தீர்மானித்ததைக் கேட்டு மிகுந்த சந்தோஷத்துடன் பார்த்துக் கொண்டிருந்தது ஒரு கழுகு!

ஒரு மலையின்மீது அமர்ந்திருந்த அந்தக் கழுகின் பெயர் சம்பாதி!

சம்பாதி என்கிற இந்தக் கழுகரசன், இறகுகள் இல்லாததால் உணவு தேடிக்கொள்ள முடியாதவனாக பட்டினியால் துன்பப்பட்டான்.

ஒரே இடத்தில் இத்தனை வானரர்கள் இறந்துபோனால் சுலபமாக தனது உணவுப் பிரச்னை தீர்ந்து, கொஞ்ச காலத்துக்கு நிம்மதியாக இருக்கலாம் என்று நினைத்துக்கொண்டான்.

அவர்கள் இறந்து போவதற்காகக் காத்திருந்தான்.

அப்போது வானரர்கள் மரணத்தை எதிர்பார்த்து, தங்கள் துக்கத்தை ஒருவருக்கொருவர் சொல்லிப் புலம்பிக்கொண்டனர்.

'இத்தனையும் கைகேயி தேவியினால் அல்லவா நேர்ந்தது! அவளால் அல்லவா தசரதன் இறந்துபோனான்? தசரதன் வாக்கைக் காப்பாற்றுவதற்காக அல்லவா ராமன் காட்டுக்கு வரவேண்டி வந்தது. அதனால் அல்லவா ராவணன் சீதையைத் தூக்கிப்போனான். பாவம்! வீரன் ஜடாயுவும் சீதையைக் காப்பாற்றுவதற்காகவே தனது உயிரைத் துறந்தான். அவன் மட்டும் இன்னும் சிறிது நேரம் ராவணனுடன் போராடியிருந்தால், அதற்குள் ராமன் வந்திருப்பான். சீதையைக் காப்பாற்றியிருப்பான். ஆனால், விதி சதி செய்துவிட்டது! அது கடைசி யில் நமது மரணத்தில் கொண்டுவந்து நிறுத்திவிட்டது!' என்று பேசிக்கொண்டார்கள்.

இது சம்பாதியின் காதில் விழுந்தது.

'என்ன! எனது தம்பி ஜடாயு இறந்து போனானா?' அதிர்ச்சி யடைந்தான் சம்பாதி.

சம்பாதியும் ஜடாயுவும் சகோதரர்கள். ஒருநாள் இருவரும் போட்டி போட்டுக்கொண்டு வானத்தில் உயரப் பறந்தார்கள். சூரியனை நெருங்க நெருங்க, வெப்பம் தாளாமல் ஜடாயு பொசுங்கிவிடுவான் என்று தோன்றியதும், சம்பாதி ஜடாயுவின் மேலாகப் பறந்து தனது இறக்கைகளால் மூடி அவனைக் காப்பாற்றினான். ஜடாயு பிழைத்துக்கொண்டான். ஆனால், சம்பாதியின் இறகுகள் கருகிப் போய்விட்டன. பறக்க முடியாமல் மலையின்மீது விழுந்துவிட்டான் சம்பாதி. அன்றுமுதல் ஒரே இடத்தில் தங்கி, கைக்கு எட்டும் உணவு களை மட்டுமே உண்டு காலம் கழித்துவந்தான் சம்பாதி. பலநாள்கள் உணவு சரியாகக் கிடைக்காமல், பட்டினியுடன் கிடந்து உயிரும் போகாமல் வேதனைப்பட்டுக் கொண்டிருந்தான்.

இன்று வானரர்கள் தனது தம்பியைப் பற்றிப் பேசியதும், ‘வானரர்களே! எனது தம்பி ஜடாயுவைப்பற்றிப் பேசியது யார்? அவன் ஏன் இறந்தான்? எப்படி இறந்தான்? விளக்கமாகச் சொல்லுங்கள்!’ என்று கேட்டான்.

வானரர்கள் அவனைப் பத்திரமாக மலைமேலிருந்து இறக்கி வந்து அமரவைத்து, மொத்தக் கதையையும் சொன்னார்கள்.

‘சம்பாதி, நீயே சொல்! ராமனின் துயரத்தைத் தீர்க்க எங்களால் ஒன்றும் செய்யமுடியவில்லை. சீதை எங்கிருக்கிறாள் எனத் தெரியாமல் கிஷ்கிந்தைக்குத் திரும்புவதைவிட இங்கேயே அனைவரும் மாண்டுபோகலாம் என முடிவெடுத்தது சரிதானே?’ என்று கேட்டான் அங்கதன்.

‘வானரர்களே வருந்தாதீர்கள்! புண்ணியனான ராமனின் கதை எனது உள்ளத்தை மிகவும் உருக்கிவிட்டது. ராம காரியத்துக்காகவே எனது தம்பி ஜடாயு உயிர்விட்டான் என்பதில் நான் மிகுந்த பெருமை அடைகிறேன். உங்களுக்குக் கவலை வேண்டாம். நீங்கள் உயிர் விடவும் வேண்டாம். வயதானாலும் எனது கண்களின் பார்வைத்திறன் மங்கிப் போய்விடவில்லை! இங்கிருந்தே சீதை எங்கிருக்கிறாள் என்பதை நான் கண்டுபிடித்துச் சொல்கிறேன்!’ என்ற சம்பாதி, தென் திசை முழுவதையும் தனது பார்வையால் அலசினான். இலங்கையில் சீதை சிறைவைக்கப்பட்டிருப்பதைக் கண்டு கொண்டான்!

அங்கதனிடமும் அனுமானிடமும் இலங்கையைப் பற்றியும், ராவணனின் செல்வாக்குச் சிறப்புகள் பற்றியும், அரக்கிகள் மத்தியில் சீதை சிறைவைக்கப்பட்டுக் காவல் காக்கப்படுவதையும் தெளிவாக விவரித்தான்.

அப்போது ஓர் அற்புதம் நிகழ்ந்தது!

ராம காரியத்துக்கு உதவியதால், சம்பாதியின் உடலில் இளம் சிறகுகள் முளைத்துக் கிளம்பின!

சம்பாதி, சிலிர்ப்புடன் ராமன் இருந்த திசை நோக்கி வணங்கி விட்டு, ஜடாயுவுக்கு கடலில் ஜலக்கிரியைகள் செய்து முடித்து வானரர்களிடம் விடைபெற்றுக்கொண்டு பறந்தான்.

ராவண ராஜ்ஜியம் இருக்கும் இடமும், சீதை சிறை வைக்கப் பட்டிருக்கும் செய்தியும் இப்போது தெரிந்து விட்டது!

ஆனாலும் வானரர்களுக்கு, இதில் ஒரு சிக்கல் இருந்தது!

இதையெல்லாம் கழுகரசன் சம்பாதிதான் கண்டு சொன்னானே தவிர, வானரர்கள் யாரும் கண்களால் காணவில்லை!

'நாமே பார்த்து நிச்சயம் செய்துகொள்ளாமல், யாரோ சொன்னதை நம்பி எப்படி ராமனிடமும் சுக்ரீவனிடமும் சென்று சொல்லமுடியும்?'

அனுமான் கேட்ட கேள்வி, அத்தனைபேருமே ஏற்றுக் கொள்ளும்படியாகத்தான் இருந்தது.

'ஆமாம்! ஆமாம்! நாமே சென்று பார்த்தால்தான் உண்மை விளங்கும். அப்போதுதான் திட்டவட்டமாக கிஷ்கிந்தைக்குச் சென்று சொல்ல முடியும்!' - எல்லோரும் ஒப்புக்கொண்டார்கள்.

'சரி! அப்படி இலங்கைக்குச் செல்லவேண்டுமானால், இந்தக் கடலை தாண்டிச் செல்லவேண்டுமே!'

வானரர்கள் மீண்டும் கவலையில் மூழ்கினார்கள்.

அப்போது குறுக்கிட்ட ஜாம்பவான், 'அதற்கு மிகத் தகுதியான நபர், அதோ யோசனையுடன் அமைதியாக அமர்ந்திருக்கிறானே அனுமான்! அவன்தான்! அவன் ஒருவன்தான் இதைச் சாதிக்கமுடியும்! வாயு புத்திரனான அவனுக்குள்ள திறமை அவனுக்கே தெரியாது! வாருங்கள், நாம் அதை அவனுக்கு உணர்த்துவோம்!'

அனைவரையும் அழைத்துக்கொண்டு அனுமானிடம் சென்றான் ஜாம்பவான்.

கடல் தாண்டினான் அனுமான்!

36

ஜாம்பவான், அனுமானிடம் பேசத்தொடங்கினான்:

'அனுமான்! ஏன் அமைதியாக இருக்கிறாய்? என்ன யோசிக்கிறாய்?'

'ராம காரியத்தைச் சரியாக முடிக்க வேண்டுமே என்கிற யோசனைதான்! இலங்கைக்குச் செல்ல வேண்டுமானால் இவ்வளவு பெரிய கடலைத் தாண்டவேண்டுமே என்று நினைத்தேன்! மலைப் பாக இருக்கிறது ஜாம்பவான்! நீங்கள் ஏதாவது வழி யோசித்தீர்களா?' - ஆர்வத்துடன் கேட் டான் அனுமான்.

'அனுமான்! நீயா இப்படிப் பேசுகிறாய்? முதலில் உன்னை நீ உணர்ந்து கொள்! சிறு வயதில், சூரியனைப் பழம் என்று நினைத்து அதைப் பிடிப்பதற்காக வானத்தில் பறந்தாய். அத்தனை வல்லமை மிக்கவன் நீ! அப்போது அதைப் பார்த்த தேவராஜனான இந்திரன், உன்னைத் தனது வஜ்ராயுதத்தால் தாக்கிவிட்டான். நீ அடி பட்டு மலையின்மீது விழுந்தாய். அதனால் உனது வலது கன்னம் உடைந்தது.

இதனால் உனது தந்தையான வாயுபகவான் கோபமடைந்து தனது இயக்கத்தையே நிறுத்திக் கொண்டார். உலகமே ஸ்தம்பித்துப் போனது! ஜீவராசிகள் எல்லாம் சுவாசிக்க முடியாமல் தத்தளித்தன. தேவர்கள் அனைவரும் வாயு பகவானிடம் வந்து கெஞ்சினார்கள். சமாதானப்

படுத்த முயன்றார்கள். அப்போது பிரம்மாவும் இந்திரனும் உனக்கு வரம் தந்தார்கள்.

அதன்படி உனக்கு எந்த ஆயுதங்களாலும் அழிவில்லை அனுமான்! மரணமும், நீ வேண்டும்போதுதான் வரும்! அதுவரையில் உன்னை அணுகாது! இப்படி சிரஞ்சீவித் தன்மை பெற்றவன் நீ! மேலும் நீ வாயுவின் மகன் என்பதால், இயல்பாகவே தந்தையின் வேகமும் பராக்ரமும் பெற்றிருக்கிறாய்!

ஆகவே அனுமானே, இந்த ராமகாரியத்தை முடிக்கக்கூடியவன் உன்னைத் தவிர யாருமில்லை! நாங்கள் உன்னைத்தான் நம்பியுள்ளோம். தெய்வீக சக்தியைக் கொண்டவனே! தாமதிக்காதே! ஒரே தாவில் இந்தக் கடலைத் தாண்டி இலங்கைக்குப் புறப்படு! அநியாயத்தைப் பொடிப்பொடியாகத் தகர்த்திடு!' என்று வேண்டினான்.

ஜாம்பவான் சொல்லச் சொல்லவே, மறந்துகிடந்த தனது தெய்வீக சக்திகளை உணர்ந்தவனான அனுமான், உற்சாகத்துடன் எழுந்து நின்றான்.

வானரர்கள் பார்த்துக்கொண்டிருக்கும்போதே கடலைத் தாண்டக்கூடியவனாக விஸ்வரூபம் கொண்டு வானத்தைத் தொட்டுவிடுவது போல் உயர்ந்தான்.

'அங்கதா! ஜாம்பவானே! கவலை வேண்டாம்! நீங்கள் விரும்பிய படியே இதோ இப்போதே குதித்துக் கிளம்பி ஆகாயத்தில் பறந்து இலங்கையை அடைவேன். அன்னை சீதாதேவியைக் கண்டே தீருவேன்! வெற்றி நிச்சயம்! நான் திரும்பி வரும்வரை சந்தேகமில்லாமல் எல்லோரும் இங்கேயே காத்திருங்கள்!' என்றவன், குதித்துக் கிளம்புவதற்கு வசதியாக பக்கத்தில் இருந்த மலைமீது ஏறினான்.

'ராம்!ராம்!ராம்!' என்றபடி ராமபிரானை மனத்தில் ஜபித்தபடி தனது சக்தி முழுவதும் திரட்டி, மலையை ஓங்கி ஒரு மிதிமிதித்து குதித்துக் கிளம்பினான். வானத்தில் பறந்தான்.

அவன் பறந்த வேகத்தில், மலையிலிருந்த மரங்களும் வேரோடு பிடுங்கப்பட்டு சிறிது தூரம் அவனுடனேயே பயணித்துக் கடலில் விழுந்தன. அனுமான், பறவைபோல் வானத்தில் பறந்த காட்சி கண்டு வானரர்கள் சிலிர்த்துப் போனார்கள். 'ராமனுக்கு ஜே! ராமனுக்கு ஜே!' என்று கோஷமிட்டு மகிழ்ந்தார்கள்.

அனுமான் ஆகாயத்தில் பறந்தது, சிறகுகள் கொண்ட பெரிய மலை யொன்று பறப்பதுபோல் இருந்தது! அவன் செல்லும் வேகத்தில்

காற்றும் அலறியது. இன்னும் சற்று நேரத்தில் இலங்கையை அடைந்துவிடலாம் என்று அனுமான் எண்ணியபோது, அடுக்கடுக்காக பல சோதனைகள் வந்து குறுக்கிட்டன.

அனுமான் பறந்துசென்ற பாதையில், கடலுக்குள்ளிருந்து வெளிப் பட்டு வழிமறிப்பதுபோல் வந்துநின்றது ஒரு பெரிய மலை!

'மகனே, நான் மைனாக பர்வதம்! இந்திரன் தனது வஜ்ராயுதத்தால் மலைகளை அடித்துத் துன்புறுத்தியபோது, உனது தந்தை வாயுவின் உதவியால் வானத்தில் பறந்துவந்து கடலுக்குள் ஒளிந்துகொண்டேன். எனக்கு அடைக்கலம் கொடுத்த கடலரசன், ராமனிடம் மிகுந்த பக்தி கொண்டவன். ராமனின் வம்சத்தார்களால்தானே கடலானது மிகப் பெரிதாகப் பரவியது. அதனால் உனக்கு உதவுமாறு அவன் எனக்குக் கட்டளையிட்டான். ராம காரியத்துக்காகச் செல்லும் நீ, என்மீது இறங்கி இளைப்பாறிச் சென்றால் நானும் கடலரசனும் மிகவும் மகிழ்வோம்!' என்றது மைனாக மலை.

'மைனாக பர்வதமே! மன்னித்துக்கொள். ராம காரியத்துக்காக விரைந்துகொண்டிருக்கும் இந்த நிலையில், நான் உன்மீது தங்கி இளைப்பாறினால் வீண் காலதாமதம் ஏற்படும். அதற்கு இடம்தர இப்போது எனக்கு விருப்பமில்லை. உனது உபசரிப்புக்கு மிக்க நன்றி! கடலரசனுக்கும் எனது வணக்கத்தைத் தெரிவித்துவிடு!' என்ற அனு மான், மலையை அன்புடன் தடவிக்கொடுத்து நிற்காமல் விரைந்தான்.

இப்படியொரு அன்புத்தொல்லைக்கு மறுத்து முன்னேறினால், அடுத்ததாக வழிமறித்தது அபாயத் தொல்லை!

சரஸா என்கிற நாகமாதா, பெரிய ராட்சஸ வடிவம் எடுத்து அனு மானை வழிமறித்தாள்.

'வெகுநாள்களாக உணவின்றிக் காத்திருக்கிறேன். வா! என் வாய்க்குள் வந்துவிடு!' என்றாள் நாகமாதா. தனது வாயையும் மிகப் பெரிதாகத் திறந்தாள்.

'அம்மா! நான் ராமகாரியமாகச் சென்றுகொண்டிருக்கிறேன். என்னைத் தடுக்காதே!' என்றான் அனுமான்.

'முடியாது! நீ எனது வாய்க்குள் வந்துதான் தீரவேண்டும்! அப்படி யில்லாமல், என்னைக் கடந்துசெல்லவே முடியாது!' என்றாள் மாதா.

அனுமான் நொடிநாழிகை யோசித்து தனது உருவத்தை மேலும் பெரியதாக்கிக்கொண்டே போனான். நாகமாதாவும் தனது அரக்க

வடிவம் கொண்ட வாயை அகலமாகத் திறந்து கொண்டே போனாள். உடனே சட்டென, கடுகுபோலத் தனது உருவத்தைச் சிறியதாக்கிக் கொண்ட அனுமான் அவளது அகன்ற வாய்க்குள் புகுந்து உடனே வெளிப்பட்டு, தனது வடிவத்தை மீண்டும் பெரியதாக்கிக் கொண்டான்.

'போதுமா தாயே! நீ கேட்டபடி உனது வாய்க்குள் புகுந்து வந்து விட்டேன்!' என்று சிரித்தான் அனுமான்.

'அனுமானே! தேவர்கள் உன்னைச் சோதிக்கவே இப்படி என்னை அனுப்பிவைத்தார்கள். நீ போகும் ராமகாரியம் வெற்றி பெறும்! ஜெயமே அடைவாய்! சென்று வா!' என்று ஆசீர்வதித்து அனுப்பினாள்.

தொல்லைகள் இதோடு முடிந்ததா என்றால் அதுதான் இல்லை!

அனுமான் இன்னும் சற்றுத் தொலைவு சென்றதும், யாரோ தன்னைப் பிடித்திழுப்பதுபோல உணர்ந்தான். அதனால் அவனது வேகம் குறைந்தது. மேலும் முன்னேற முடியாமல் தவித்தான். இதை யார் செய்வது என்று கீழே குனிந்து பார்த்தான்.

தன்னைத் தடுக்கும் சக்தி எதுவென்று கண்டுகொண்டான்.

கடலில் இருந்த ஒரு பெரும் பூதம் ஒன்று, வானத்தில் பறந்த அனுமானின் நிழலைப் பிடித்திழுத்து வேகத்தைத் தடுத்தது.

'ஏய், வானரமே! எனக்கு பொறுக்கமுடியாத பசி! இப்போதே உன்னை விழுங்கப்போகிறேன்! வா!' என்று வாயைப் பிளந்தது.

மேலும் மேலும் தடங்கல்களால் கோபமடைந்த அனுமான், அந்தப் பூதத்தின் வாய்க்குள் வேகமாகப் புகுந்தான். உள்ளே சென்றவன் தனது நகங்களால் பூதத்தின் இதயத்தைக் கிழித்துப் போட்டு, வயிற்றைப் பிளந்துகொண்டு வெளியே வந்தான். பூதம் உயிரற்ற சடலமாகக் கடலில் மூழ்கியது.

அடுக்கடுக்கான சோதனைகள் அத்தனையும் சமாளித்து, கடலைத் தாண்டிப்பறந்து இலங்கை சமுத்திரக்கரையை வந்தடைந்தான் அனுமான்.

தென்னையும் வாழையும் நிறைந்து, வளமான பிரதேசமாகத் தென் பட்டது இலங்கை. கடற்கரைச் சோலைகளும் மலைகளும் ஆறுகளும் அந்தத் தீவை அழகுபடுத்தியிருந்தன.

திரிகூட மலையின்மேல் ராவணனின் நகரம். கோட்டையும் கோட்டைக்குள் நகரமுமாக பாதுகாப்பாக நிர்மாணிக்கப்பட்டிருந்தது.

வளப்பமான காடுகள், அழகழகான மாளிகைகள் மதில்சுவர்கள், அகழிகள், அரக்கர் படையின் காவல் எல்லாம் அனுமானது கண்ணில்பட்டது.

அனைத்தையும் பார்க்கும்போது அனுமானுக்கு மனத்தில் கவலை எழுந்தது.

'கோட்டை, கொத்தளம், படை, பாதுகாப்பு என்று பத்திரமாக இருக்கும் இந்த ராவணனை எப்படி எதிர்த்து ஜெயிப்பது? விஸ்வரூபம் எடுத்து நான் தாண்டிய கடலை, சாதாரண வானரர்களால் எப்படிக் கடந்துவர முடியும்? பயங்கரமான ஆயுதங்கள் தரித்த அரக்கர்களால் இடைவிடாமல் காக்கப்படும் இந்த நகரத்தைத் தகர்ப்பது கடினமாக இருக்கும் போலிருக்கிறதே! என்றெல்லாம் யோசித்தான்.

அடுத்த நாழிகையே அந்த எண்ணத்தை உதறினான்.

'முதலில் சீதாதேவி உயிரோடு இருக்கிறாளா என்று பார்க்கவேண்டும்! அவரைத் தேடிக்கண்டுபிடித்து சந்திக்கவேண்டும். மற்றதை பிறகு பார்த்துக்கொள்ளலாம்.' என்று நினைத்தான்.

சீதையைத் தேடுவதற்கு வசதியாக, தனது உருவத்தை மரங்களில் திரியும் சிறுகுரங்கு வடிவமாக மாற்றிக் கொண்டான்.

இலங்கை நகரத்துக்குள் நுழைய இடதுகால் எடுத்து வைத்தான்!

வீடு வீடாக ஒரு தேடல்

அனுமான் லங்கைக்குள் நுழைந்ததுமே, அவனுக் கென்று ஓர் அபாயம் தயாராகக் காத்திருந்தது!

ராவணனின் லங்கா நகரத்தின் காவல் தேவதை யான லங்காதேவி, பயங்கர வடிவத்துடன் அனுமானுக்கு எதிரில் வந்து நின்றாள்.

கோபத்துடன் தனது உருண்ட விழிகளை உருட்டி, 'குரங்கே! யார் நீ?' என்று கர்ஜித்தாள்.

'ஆமாம்! நான் சாதாரண குரங்குதான்! இந்த நகரத்தைச் சுற்றிப்பார்த்துவிட்டுப் போகலாம் என்று வந்தேன். பார்த்துவிட்டுப் போய்விடு கிறேன்!' - கேலியாகப் பதில் சொன்னான் அனுமான்.

லங்காதேவி மிகுந்த கோபத்துடன், 'திமிர் பிடித்த குரங்கே!' என்று சொல்லி அனுமானை ஓங்கி அறைந்தாள்.

அனுமான் சும்மாயிருப்பானா என்ன! இடது கை முஷ்டியைக் குவித்து லங்காதேவியை பலமாக ஒரு குத்து விட்டான். பயங்கரமான உருவத்தைக் கொண்ட அந்தக் காவல் தேவதை அனுமானின் வேகத்தைத் தாங்கமுடியாதவளாக கிறுகிறு வென சுருண்டுபோய் தரையில் விழுந்தாள். திருதிருவென விழித்தாள்!

பிறகு சமாளித்தவளாக எழுந்து நின்று, அனுமா னிடம் கூறினாள்:

உமா சம்பத் 211

‘லங்கையைப் பாதுகாக்க பிரம்மதேவனால் அனுப்பப்பட்டவள் நான். ஒரு வானரத்தால் அடிபட்டு என்று நான் விழுகிறேனோ அன்றோடு எனது கடமை முடியும் என்றும் லங்கையின் வீழ்ச்சி ஆரம்பிக்கும் என்றும் பிரம்மதேவன் சொல்லி அனுப்பினார். அந்த வாக்கு நிறைவேறும் காலம் வந்துவிட்டது’ என்று சொல்லி, அனுமானுக்கு வழிவிட்டு ஒதுங்கி நின்றாள்.

ராவணனின் நகரமானது இந்திரனுடைய தேவலோகம்போல் ஜொலித்தது.

நேர்த்தியான தெருக்கள், அலங்காரத் தோரணங்கள், இருபுறமும் அழகழ கான மாடமாளிகைகள், வீடுகளின் முன்பு விதவிதமான கொடிகள், மரங்கள், பூச்செடிகள் என ஒவ்வொன்றும் கண்ணைக் கவர்ந்தது.

அனுமான், ஒவ்வொரு மாளிகையாகப் பார்த்துக்கொண்டே சென்றான்.

எல்லா வீடுகளிலுமே பொன்னும் பொருளுமாக நிரம்பி வழிந்து செல்வச் சுபிட்சம் தாண்டவமாடியது. சிலர் தேவலோகத்துப் பெண்கள்போல் இருந்தனர். சில பெண்கள் ராட்சஸிகள். அவர் களிலும் சிலபேர் அழகாக நளினமாக இருந்தனர். ஒரு சிலர் கோர வடிவமாகக் காணப்பட்டனர். நிறைய பெண்கள் ஆடிக்கொண்டும் பாடிக்கொண்டும் விளையாடிக் கொண்டும் இருந்தனர்.

ராமனையே நினைத்துக்கொண்டு கவலையே உருவாக, துயரத்தில் இருக்கக்கூடிய பெண்ணாக அங்கு யாருமே தென்படவில்லை. அவர்களுள் சீதையைக் காணவில்லை!

அடுத்ததாக அனுமான் ராவணனின் அரண்மனைக்குள் நுழைந்தான்.

ஒவ்வொரு அறையாகப் புகுந்து நிதானமாகத் தேடினான். சீதை அங்கும் இல்லை. அடுத்து ராவணனின் அந்தப்புரத்துக்குள் நுழைந் தான். அங்கு கணக்கில்லாத அழகிய பெண்கள் ஆடைகள் குலைந்து, அலங்காரப் பதுமைகளாக தூங்கிக்கொண்டிருந்தார்கள். அவர்களது முகத்திலே திருப்தி நிலவியது.

‘சேச்சே! இங்கே சீதாதேவி இருக்க மாட்டாள் என்பது நிச்சயம்! அவள் ஒருபோதும் ராவணனுக்கு வசமாகி இருக்கமாட்டாள்’ என்று தீர் மானித்த அனுமான், மேலும் பார்த்துக்கொண்டே சென்றான்.

படாடோபமான ஓர் அறையில், மிகச் சிறப்பான பஞ்சணையில் நெடிய உயரத்துடன், பலத்துடன், புஜபல பராக்ரமத்துடன் வீரனான அரக்கன்

ஒருவன் தூங்கிக் கொண்டிருப்பதைக் கண்டான். அவனது வடிவத்தில் கம்பீர அழகும் பொலிவும் தென்பட்டதால், இவன்தான் ராவணனாக இருக்கவேண்டும் என்று எண்ணிக்கொண்டான் அனுமான்.

அங்கிருந்து சற்றுத் தள்ளி மற்றொரு அழகிய பஞ்சணையின் மீது ராவணனின் மனைவியும் பட்டமகிஷியுமான மண்டோதரை படுத்து உறங்கிக்கொண்டிருந்தாள். அவளது குணவதியான முக லட்சணமும், அழகும், அடக்கமான தோற்றமும் 'இவள்தான் சீதையோ!' என்கிற நினைப்பை அனுமானுக்குள் தோற்றுவித்தது.

அடுத்த நாழிகையே அந்த நினைப்பை உதறினான் அனுமான். 'அச்சே! இதென்ன மடத்தனமான எண்ணம்! ராமனைப் பிரிந்த சீதை இப்படி அலங்கார ஆபரணங்களோடா இருப்பாள்? அதுவும் மற்றொரு ஆணுடன் ஒரே அறையில் சுகமாகத் தூங்குவாளா என்ன? இப்படி நினைத்ததே மாபெரும் குற்றம்!' என்று எண்ணி அங்கிருந்து விலகினான்.

'நகரத்தில் எல்லா வீதிகளிலும், வீடுகளிலும், ராவணனின் அந்தப்புரத்திலும்கூட ஒரு இடம் பாக்கியில்லாமல் தேடியாகி விட்டது. எங்கும் சீதையைக் காணவில்லை. ஒருவேளை தனக்குச் சம்மதிக்கவில்லை என்று சீதையைக் கொன்று விட்டானோ இந்தப் பாவி? இருக்காது! அன்னை சீதாதேவிக்கு ஒன்றும் நேர்ந்திருக்காது!'

சந்தேகமும் சமாதானமுமாக அனுமான் மேலும் சமையலறை, பர்ண சாலை, சங்கீதசாலை, தோட்டத்துக் கொடிவீடு, பந்தல்கள், கொட்டகைகள் என்று அங்குலம் அங்குலமாகத் தேடிமுடித்து துயரமானான்.

அப்போதுதான் சற்று தூரத்தில் மதில்களால் சூழப்பட்ட ஒரு நந்தவனத்தைக் கண்டான்!

'ஆ! இதோ நான் தேடாத ஒரு இடம்! அநேகமாக சீதை இங்குதான் இருக்கவேண்டும்! நிச்சயம் நான் இங்கு சீதையைக் காண்பேன்!' என்று மனத்தில் நம்பிக்கையுடன் எல்லாக் கடவுள்களையும் பிரார்த்தனை செய்துகொண்டு அந்த வனத்தை நெருங்கினான். சுவரின்மீது தாவி ஏறினான்! அங்கே அழகான ஒரு வனத்தைக் கண்டான்.

அது, சீதை சிறைவைக்கப்பட்டிருந்த அசோகவனம்!

சீதையைக் கண்டான்;
துன்பம் கொண்டான்!

38

அசோகவனத்தைக் கண்ட அனுமான் பிரமித்துப் போனான்!

அந்தமாதிரி ஒரு நந்தவனத்தை அவன் இதுவரையிலும் பார்த்ததேயில்லை! தங்கப் படிக்கட்டுகள் அமைக்கப்பட்ட அழகிய குளங்கள், வெள்ளியினால் உருவாக்கப்பட்ட செயற்கைக் குன்றுகள், அவைகளில் எப்போதும் கொட்டிக்கொண்டிருக்கும் குளிர்ந்த அருவிகள், சலசலத்து ஓடும் எழில் ஓடைகள், அங்கங்கே விதவிதமான ரத்தின மண்டபங்கள், அவற்றில் கலையுணர்வுடன் உயர்தர வேலைப்பாடுகள், பூச்செடிகளாலேயே அலங்கரிக்கப்பட்ட கொடி வீடுகள், அவற்றில் தொங்கும் தங்க ஊஞ்சல்கள் என அசோகவனம் மனத்தை வசீகரித்தது.

இத்தனை கலாரசிகனான அரக்கன், தீய குணங்கள் கொண்டவனாகவும் இருக்கிறானே என்றெண்ணிப் பெருமூச்சுவிட்டான் அனுமான்.

அருகிலிருந்த பெரிய மரத்தின்மீது மறைவாக உட்கார்ந்து கொண்டான்.

சீதை உயிருடன் இருந்தால், தனது துயரத்துக்கு சிறு ஆறுதலாக ஒருநாளில் ஒருமுறையாவது இந்த நந்தவனத்துக்கு வருவாள். அப்போது அவளைப் பார்த்துவிடலாம் என்று நினைத்தான்.

அசோகவனம் என்றால் சோகத்துக்கு இடமில்லாத வனம் என்று அர்த்தம்!

ஆனால், அங்குதான் சோகமே உருவாக அரக்கிகளின் காவலில் இருந்தாள் சீதை!

அனுமான் அமர்ந்திருந்த மரத்தின் கீழ்தான் சீதை இருந்தாள். அவளைச் சுற்றிக் காவலிருந்த அரக்கிகள் ஆழ்ந்த உறக்கத்தில் இருந்தனர்.

அவர்களின் குறட்டை சத்தத்தினால் கவனம் ஈர்க்கப்பட்ட அனுமான், கீழே குனிந்து பார்த்தான்.

கோரமான வடிவம் கொண்ட ராட்சசிகள் சிலர், உட்கார்ந்து கொண்டும் சாய்ந்துகொண்டும், படுத்துக்கொண்டும் நளினமற்று தூங்கிக்கொண டிருந்தனர். அந்தக் கொடிய அரக்கிகளின் நடுவே, தூசி படிந்த ஓவியம் போல சீதையைக் கண்டான் அனுமான். ஆச்சரியம் கொண்டான்!

'யார் இது? அரக்கியர் நடுவே மானிட மங்கைபோலத் தெரிகிறதே!' என்று உற்றுப்பார்த்தான்.

தெய்வீக ஒளி வீசிய அவளது முகத்தில், துயரம் படிந்திருந்தது! அடிக்கடி பெருமூச்செறிந்துகொண்டு சோகமே வடிவாக தலை குனிந்து அமர்ந்திருந்தாள். துக்கத்தாலும், உணவில்லாமலும் இளைத்துக் காணப்பட்டாள். அழுக்குப் படிந்த ஆடையும், பிரித்துப் பின்னலிடப்படாத கூந்தலும், ஆபரணங்கள் ஏதும் அணியாமலும் மேகம் மறைத்த சந்திரனைப்போல மங்கிக்கிடந்தாள்.

அனுமானுக்கு வேறு சாட்சியே தேவை இருக்கவில்லை.

அவளது தெய்வீகத் தோற்றமும் பொலிவும் தேஜஸூம் யாரும் சொல்லத் தேவையில்லாமலே அவள்தான் சீதை என்பதை அனுமானுக்கு உறுதிசெய்தன.

'ஆஹா! தேவி சீதையைக் கண்டுவிட்டேன்!' என்று மகிழ்ச்சி கொண்டான் அனுமான். கூடவே, சீதையின் நிலையைக் கண்டு துன்பமும் கொண்டான்.

பாவம்! அன்னை சீதா இங்கே கொடிய அரக்கிகளுக்கு மத்தியில் தவித்துக்கொண்டிருக்க, இவளைக் காணாமல் ராம லட்சுமணர்கள் அங்கே அலைந்து கொண்டிருக்கிறார்கள். இத்தனை துயரத்துக்கும் காரணம் அந்தக் கொடிய அரக்கனல்லவா?' என்று நினைத்து ராவணனின்மீது கோபம் கொண்டான் அனுமான்.

அப்போது, நினைத்த தருணம் எதிரே வந்துநிற்கும் பூதம்போல அனுமான் ராவணனைப் பற்றி நினைத்தபோது, மிகச் சரியாக அசோகவனத்துக்குள் நுழைந்தான் ராவணன்.

அவன் வருவதைப் பார்த்ததுமே புயலில் சிக்கிய கொடிபோல நடுங்கினாள் சீதை!

ராவணன், இன்னொரு மன்மதன்போல அலங்கார சொரூபனாக, சீதையின் எதிரே வந்துநின்றான்.

'அழகியே! என்னிடம் கூச்சப்படவோ பயப்படவோ தேவையில்லை. ஏன் என்னைவிட்டு விலகியே நிற்கிறாய்? நான் உன் அடிமை! உனது அன்புக்காக உன் காலடியில் தவமிருப்பவன்! ஏன் வீணாக துக்கப்பட்டு உடலை வருத்திக்கொள்கிறாய்? உனது அழகுக்கு நிகரான பெண்கள் மூவுலகிலேயும் இல்லை. நல்ல ஆடைகள் உடுத்தாமல், ஆபரணங்கள் அணியாமல் கூந்தலை அலங்கரித்துக் கொள்ளாமல் இப்படியா கிடப்பது?

சொல்வதைக் கேள்! உன்னைக் கண்டபிறகு எனது அந்தப்புரத்தில் இருக்கும் எந்தப் பெண்ணையுமே எனக்குப் பிடிக்காமல் போய் விட்டது. நாளெல்லாம் உனது நினைவாலேயே மனம் நொந்து போகிறேன். இனியும் தாமதிக்காதே! வா, தேவி! இப்போதே சம்மதத் துடனும் சந்தோஷத்துடனும் என்னுடன் புறப்படு!'

ராவணன், ஆசையும் காதலுமாக சீதையிடம் கெஞ்சினான்.

சீதை, ராவணனுக்கும் தனக்கும் இடையில் ஒரு துரும்பைக் கிள்ளிப்போட்டாள்.

அமைதியான தொனியில் அழுத்தமாகப் பேசினாள்:

'அரக்கர் தலைவனே முதலில் என்மீது வைத்த உன் தகாத ஆசையை விட்டொழித்துவிடு. இன்னொருவரின் மனைவியான என்னை உனது மனைவியாகச் சொல்லிக் கேட்கிறாயே! உனக்கு வெட்கமாயில்லை? நான் அப்படிச் செய்வேன் என்று கொஞ்சமும் எதிர்பார்க்காதே! நான் ராமனுக்கு உரியவள். அவனைத் தவிர வேறு யாரையும் மனத்தாலும் நினைக்கமாட்டேன். இப்போதாவது நான் சொல்வதை நீ கேள்! போ! போய் ராமனிடம் மன்னிப்புக் கேட்டு என்னை அவனிடம் ஒப்படைத்துவிடு. அவன், தன்னைச் சரணடைந்தவர்களைக் கைவிட மாட்டான். இல்லாவிட்டால் விபரீதம் விளைவது நிச்சயம்!

ராம லட்சுமணர்கள் ஆசிரமத்தில் இல்லாதபோது திருட்டுத்தனமாக என்னைத் தூக்கிவந்த கோழை நீ! அவர்களிடம் இருந்து தப்பித்து

விடலாம் என்று மட்டும் எண்ணிவிடாதே! நீ உலகத்தின் எந்த மூலைக்குப் போனாலும், பாதாளத்துக்கே சென்று பதுங்கினாலும், கடலுக்குள் போய் பதுங்கிக் கொண்டாலும் ராம லட்சுமணர்களின் பாணத்திலிருந்து நீ தப்பிக்கவே முடியாது. உன்னுடைய மரணம் அவர்கள் கையால்தான் நிகழப்போகிறது! இது சத்தியம்!'

சீதையினுடைய வார்த்தைகள், ராவணனைக் கோபம் கொள்ள வைத்தன! வால் மிதிக்கப்பட்ட பாம்புபோல் சீறினான் அவன்.

'சீதா! மன்னிக்கமுடியாதபடி வார்த்தைகளைச் சிதற விடுகிறாய் நீ! என்னைக் கேவலமாகப் பேசியவர்களை இதுவரை வெட்டிப் போடாமல் விட்டதில்லை. ஆனால், உன் மீது நான் கொண்ட பிரியம் தான் இப்போது உன்னைக் காப்பாற்றியது. நான் உனக்குத் தந்த அவகாசத்தில் இன்னும் இரண்டே மாதம்தான் மிச்சம் இருக்கிறது. அதற்குள் மனத்தை மாற்றிக்கொண்டு என்னைச் சரணடைந்துவிடு. இல்லையென்றால் நீ எனது சமையலறைக்கு அனுப்பப்படுவது உறுதி! அங்கு சமையற்காரர்கள் உன்னை வெட்டிச்சிதைத்து உண வாக்கிவிடுவார்கள், ஜாக்கிரதை!' என்றவன் அரக்கிகளிடம் திரும்பி, 'காவல் பெண்களே! சீக்கிரம் இவள் மனத்தை மாற்றி எனது விருப்பத் துக்குச் சம்மதிக்கச் செய்யுங்கள்!' என்று கட்டளையிட்டுவிட்டு விலகினான்.

அடுத்தகட்ட தொந்தரவு ஆரம்பமானது சீதைக்கு!

ஒவ்வொரு அரக்கியாக மாறி மாறி சீதைக்கு உபதேசிக்கத் தொடங்கி னார்கள். 'அடி மானிடப் பெண்ணே! ராவணனை யாரென்று நினைத் தாய்? ஈஸ்வரனுக்குச் சமமாக ராவணேஸ்வரன் என்கிற பட்டம் பெற்றவன்! மூன்று உலகங்களுமே கண்டு நடுங்கும் வீராதிவீரன்! செல்வ சுகங்களில் குபேரனுக்கும் மேலானவன். இவனைப் போய் அலட்சியம் செய்கிறாயே! மனத்தை மாற்றிக்கொள்!' என்றாள் ஒருத்தி.

'கணவன் என்கிற அந்த மானிடப் பரதேசியை நம்பி, ஆணவத்தினால் கெட்டுப்போகாதே! வாயு, அக்னி, யமன் முதலான தேவர்களே பணிந்துகிடக்கும் ராவணேஸ்வரனை அனுசரித்துப் போ! சுகமடை வாய்! அவனைச் சந்தோஷப்படுத்தி இந்த ராஜ்ஜியத்தை உனது வச மாக்கிக்கொள்! அதுதான் பிழைக்கும் வழி!' என்றாள் மற்றொருத்தி.

அரக்கிகளின் மோசமான வார்த்தைகளையும் யோசனைகளையும் கேட்டு, மனம் தாங்கமுடியாமல் அழத் தொடங்கினாள் சீதை!

'ஏய்! இவள் வழிக்கு வரமாட்டாள்! பேசாமல் இவளைக் கொன்று தின்றுவிடுவோம்! மன்னர் கேட்டால் துக்கத்தினால் செத்துப் போய்விட்டாள் என்று சொல்லிவிடுவோம்!' - வேறொரு அரக்கி பயமுறுத்தினாள்.

இதுநாள்வரையில் தன்னைக் காப்பாற்ற யாரும் வராமல், ஆறுதல் சொல்லவும் ஆளில்லாமல் தனிமையில் கைவிடப்பட்ட சிறு குழந்தைபோல் தேம்பித்தேம்பி அழுதாள் சீதை.

'தண்டகாரண்யத்தில் ஒரே நேரத்தில் அத்தனை அரக்கர்களையும் அழித்த ராமன், ஏன் இன்றுவரை என்னை மீட்டுப் போக வரவில்லை? நானிருக்கும் இடம் தெரியாமல் தவிக்கிறாரா? அல்லது ராமனுக்கு என்மீது இருந்த அன்பு குறைந்து போய்விட்டதா? அல்லது என்னை இழந்த துக்கத்தால் முழுதாக துறவறமே கொண்டுவிட்டாரா?' என்று மனம் பேதலித்தாள்.

'சேச்சே! நான் ஏன் இப்படி யோசிக்கிறேன்? ராமனாவது என்னை மறப்பதாவது! அவருக்குத்தான் என்மீது எத்தனை அன்பு! நிச்சயம் என்னைத் தேடி அலைந்துகொண்டுதான் இருப்பார்! தனது சத்திரியக் கடமையை நிறைவேற்றத் தவறவே மாட்டார்! ஆனால், ஏன் இன்னும் அவர் வரவில்லை? ஒருவேளை மோசக்காரனான ராவண அரக்கன் ஏதாவது சூழ்ச்சி செய்து ராம லட்சுமணர்களைக் கொன்றிருப்பானோ?'

இம்மாதிரி யோசித்ததுமே சீதைக்கு மனத்தில் திக்கென்று இருந்தது. 'ஆமாம்! அப்படித்தான் ஏதாவது ஆகியிருக்கவேண்டும்! இல்லா விட்டால், ராமன் வர இத்தனை காலம் ஆகியிருக்காது. எனக்கும் வரவர மனத்தில் நம்பிக்கை குறைந்துகொண்டே வருகிறது. எனது பிரபு வருவார் என்கிற தைரியமும் என்னைவிட்டுப் போய்விடும் போல இருக்கிறது. இனி நான் வாழ்வதிலேயே அர்த்தமில்லை. போதும் இந்த வாழ்க்கை!' என்கிற முடிவுக்கு வந்தாள்.

விரக்தியின் எல்லையில், மனம் வெறுத்தவளாக மரத்தில் சுருக்குப் போட்டுக்கொண்டு செத்துப் போய்விடலாம் என்றும் தீர்மானித்தாள்.

அப்போது திரிசடை என்கிற ராட்சசி அங்கு வந்தாள். சீதையைத் துன்புறுத்திக்கொண்டிருந்த அரக்கிகளைக் கண்டித்தாள்.

'பிசாசுப் பெண்களே! உங்களுக்கே வெட்கமாயில்லை! ஒரு கற்புள்ள மங்கையைப் போய் இப்படித் துன்புறுத்துகிறீர்களே! இன்று நான் ஒரு மோசமான கனவு கண்டேன்! சொல்கிறேன் கேளுங்கள்! சீதையை

அழைத்துப்போக அவளது கணவன் ராமன் படைகளுடன் லங்கைக் குள் புகுந்துவிட்டதாகவும், நமது மன்னன் ராவணன் மாண்டுபோய் மண்ணில் வீழ்ந்து கிடப்பதாகவும் கனவு கண்டேன்! சீதையை ராமன் யானையின்மீது ஏற்றிக்கொண்டுபோக, ராவணன் யமனால் எருமை யில் கட்டி இழுத்துச்செல்லப்படுவதைப் பார்த்தேன்! எனக் கென்னவோ இந்தக் கனவு பலித்துவிடும் என்றுதான் தோன்றுகிறது. பாவம்! இந்தப் பத்தினிப்பெண்ணை இனியாவது துன்புறுத்தாமல் இருங்கள். மன்னிப்புக் கேட்டு அவளது கருணையைப் பெறுங்கள்!' என்றாள்.

திரிசடை சொல்லும்போதே சீதைக்கு, நற்சகுனத்துக்கு அறிகுறியாக இடது கண் துடித்தது. அரக்கிகள் அமைதியாக அவரவர் இடத்துக்குச் சென்று மீண்டும் உறக்கத்தைத் தொடர்ந்தனர்.

சீதையைச் சந்தித்த ராம தூதன்

39

அனுமான் எல்லாவற்றையும் மரத்தின் மேலிருந்து பார்த்துக்கொண்டிருந்தான்.

'ராமனின் அருளால் அன்னை சீதாதேவியைப் பார்த்தாகிவிட்டது! திரும்பச் சென்று ராமனிடம் தகவல் சொல்லி படையுடன் புறப்பட்டு வரலாம்' என்றுதான் நினைத்திருந்தான் அனுமான். ஆனால், அதை இப்போது மாற்றிக்கொண்டான்.

'ராவணனின் மிரட்டலாலும் அரக்கிகளின் பய முறுத்தலாலும், பாவம் சீதாதேவி தினம் தினம் வதைபட்டுக் கொண்டிருக்கிறாள். நான் சென்று, ராம லட்சுமணருக்கும் சுக்ரீவனுக்கும் தகவல் தெரிவித்து படையுடன் திரும்பிவரும்வரை சீதை எந்த உத்தரவாதத்தில் காத்திருப்பாள்? நான் இங்கு வந்து பார்த்ததோ, அவள் இருக்கு மிடத்தை ராமனுக்கு சென்று சொல்லப்போகி றேன் என்பதோ சீதாதேவிக்கு எப்படித் தெரி யும்? ஒன்றுமறியாத நிலையில் துயரத்தின் காரணமாக அவள் ஏதாவது விபரீத முடிவுக்கு வந்துவிட்டால் என்னாவது?

ஆகவே, சீதையுடன் பேசி அவளுக்கு ஆறுதலும் தைரியமும் தந்து ராம செய்தியைச் சொன்னபிறகே இங்கிருந்து புறப்படவேண்டும்' என்று எண்ணம் கொண்டான். 'அப்படிச் செய்து சீதையிடம் பேசி விட்டுத் திரும்பினால்தானே ராமனுக்கும் சந் தோஷம் உண்டாகும்' என்று முடிவெடுத்தான்.

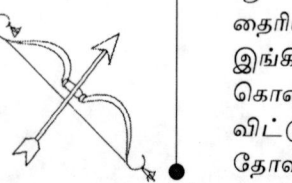

சீதையைச் சுற்றியிருந்த அரக்கிகள் ஆழ்ந்த உறக்கத்தில் இருந்தனர்.

அனுமானுக்குள் மீண்டும் யோசனை ஓடியது!

சீதையுடன் பேசவேண்டும் என்று தீர்மானித்துவிட்டோம். ஆனால் எப்படிப் போய் பேசுவது? இது ராவணனுடைய மாய சாம்ராஜ்ஜியம். திடீரென்று ஒரு சிறு குரங்கு வடிவில் நான் போய் சீதைமுன் நின்றால், இதுவும் ராவணனுடைய சூழ்ச்சிதான் என்று அவள் பயந்துவிட்டால் என்ன செய்வது? கத்தி கூச்சல் போட்டுவிட்டால் அரக்கிகள் விழித்து விடுவார்களே என்று யோசித்தான்.

நான் ராமனிடமிருந்து வந்த தூதன்தான் என்பதை சீதை உணர்ந்து கொள்ளுமாறு செய்யவேண்டும். அதற்கு ஒரே வழி, ராமனின் சரிதத்தை சீதை காதுகளில் விழும்படியாகச் சொல்வதுதான் என்று முடிவெடுத்தான்.

அந்த யோசனையைச் செயல்படுத்தினான்!

'இக்ஷ்வாகு குலத்தவனான தசரத மகாராஜனின் மகனாக அவதரித்தான் ஸ்ரீராமன்!' என்று ராம கதையைச் சொல்லத் தொடங்கி, அவர்கள் காட்டுக்கு வந்தது, ராமன் மாயமானைத் துரத்தியது, ராவணன் சீதையை சிறைபிடித்துப் போனது, ராம லட்சுமணர்கள் சீதையைத் தேடியலைந்தது, சுக்ரீவனது நட்பைப் பெற்றது, வாலியை வதம் செய்தது, பின் வானரர்கள் சீதையைத் தேடிப் புறப்பட்டது, தென்திசையில் வந்த வானரர்களுள் ஒருவன் சீதை இருக்குமிடத்தை ஒரு கழுகின் உதவியால் தெரிந்துகொண்டு லங்கைக்குள் நுழைந்தது வரை சொல்லி.. 'இதோ அந்த ராம தூதனான வானரன், அன்னை சீதாதேவியைக் கண்டு கொண்டான்! ஆனந்தக் கண்ணீருடன் அவரைத் தரிசித்து வணங்கிக்கொண்டிருக்கிறான்!' என்று அனைத்துச் சம்பவங் களையும் சீதைக்கு மட்டும் கேட்குமாறு இனிய குரலில் சொல்லி முடித்தான்.

சீதை, திகைத்துப்போனாள்.

'யார்? யார் எனது பிரபுவான ராமனின் கதையைச் சொன்னது? ராம தூதனாக வந்திருப்பது யார்? என்முன் வந்து நில்லுங்கள்!' என்று பரவசத்துடன் அழைத்தாள்.

மரத்திலிருந்து குதித்து, சீதைமுன் வணங்கிநின்றான் அனுமான்.

'அன்னையே, வணங்குகிறேன்! ராம தூதன் நான்! எனது பெயர் அனு மான்!' என்று அறிமுகம் செய்துகொண்டான். அரக்கிகள் எழுந்து

அனுமான் அசோகவனத்தில் சீதையைச் சந்திக்கிறான்.

விடாதபடி சீதைக்கு மட்டும் கேட்கும்படி பேச அவள் அருகில் சென்றான்.

சீதை பயந்துபோனாள். 'இல்லை! இல்லை! நான் ஏமாற மாட்டேன். நீ ராவணன்தானே? முன்பு சந்நியாசிபோல வந்தாய்! இப்போது வேறொரு வடிவத்தில் வந்து மோசம் செய்யப் பார்க்கிறாயா?' என்று சொல்லி நடுங்கினாள்.

ஆனாலும், அனுமானைப் பார்த்தபோது அவனது தோற்றத்தில் தெரிந்த நேர்மையின் கம்பீரமும் கண்களில் தெரிந்த கனிவும், ராமனது பெயரை உச்சரித்தபோது தொனித்த பக்தியும் சத்தியமும், அவளது உள்ளத்தில் நம்பிக்கையை ஏற்படுத்தின.

'வானரனே! உண்மையில் நீ ராம தூதன்தானா? நீ சொன்ன ராம சரித நிகழ்ச்சிகள் சத்தியம்தானா? கழுகு சம்பாதி நான் இங்கிருப்பதாக பார்த்துச் சொன்னானா? ஆனால், நீ எப்படி இந்தப் பெருங்கடலைத் தாண்டிவந்தாய்? இது சாத்தியமா? அல்லது மனத்துக்கு இனிமை தரும்படியாக நான் விழித்துக் கொண்டே கனவு காண்கிறேனா! ஐயோ, எனக்கொன்றும் புரியவில்லையே!' என்று வருந்தினாள்.

அனுமான், சீதையின் பயமும் சந்தேகமும் நியாயமே என்று உணர்ந் தான். சீதையின் மனத்தில் நம்பிக்கையை ஏற்படுத்தும் விதமாக, ராமன் தன்னிடம் கொடுத்தனுப்பியிருந்த மோதிரத்தை எடுத்து நீட்டினான்.

'அன்னையே! இதோ, ராமனுடைய மோதிரம்! இதைத் தங்களிடம் தரும்படி ராமபிரான் தந்து அனுப்பினார். இதனால் நான் ராமதூதன் என்பதை நீங்கள் நிச்சயம் செய்துகொள்ளலாம்!' என்று சீதையிடம் அந்த மோதிரத்தை ஒப்படைத்தான்.

அத்துடன் ராமனும் சீதையும் பஞ்சவடியில் தங்கியிருந்தபோது நடந்த சில நிகழ்ச்சிகளை, ராமன் சொன்னதாகக் கூறி அவற்றையும் விளக்கினான்.

மோதிரத்தைப் பெற்றுக்கொண்ட சீதை, தனது கணவனான ராமனையே நேரில் தரிசித்துவிட்டதுபோல பரவசமாகிப் போனாள். அதை கண்களில் ஒற்றிக்கொண்டாள். ஆனந்தக் கண்ணீர் விட்டாள்.

'அனுமான்! நான் உன்னைச் சந்தேகித்ததற்கு மன்னித்துவிடு!' என்றாள்.

'அப்படிச் சொல்லாதீர்கள் அன்னையே! இதனால் தோஷமில்லை! தங்களது நிலைமையில் எந்தப் பெண்ணும் இப்படித்தான் நடந்து

உமா சம்பத் 223

கொள்வார்கள். தேவி! இனி தாங்கள் வருத்தமடையத் தேவையில்லை. வெகுசீக்கிரம் ராவண வதம் நிகழ்ந்தே தீரும்! ராம லட்சுமணர்களும், சுக்ரீவனது வானரப் படையும் விரைவில் இங்கு வந்து, இந்த லங்கா புரியையும் ராவணனையும் நிர்மூலம் செய்வது நிச்சயம்! நான் திரும்பிச்சென்று தகவல் சொன்ன உடனேயே இது நிகழும்!' என்ற அனுமான், கிஷ்கிந்தையில் ராமனும் சீதையின் நினைவாகவே துயரத்தில் கிடந்து வேதனைப்படுவதையும் விளக்கிச் சொன்னான்.

பிறகு கேட்டான். 'அன்னையே! இங்கு உம்மைப் பார்த்தது குறித்து ராமனிடம் என்னவென்று அடையாளம் சொல்வேன்? நான் திரும்பப் போய் ராமனிடம் தெரிவிக்க ஏதாவது சொல்கிறீர்களா தாயே!'

'ராமனுக்கு நான் ஏதாவது சொல்லவேண்டுமா என்ன? அவரை நமஸ்கரிக்கிறேன் என்று சொல்! ராமன் எனது நினைவாகவே இருக் கிறார் என்பதில் மகிழ்ச்சிதான்! ஆனால், துயரத்தில் மூழ்கியிருக்கிறார் என்பதுதான் கவலையளிக்கிறது! நீ எனது கணவரைச் சந்திக்கும் போது, ஒன்றை மட்டும் உறுதியாகச் சொல்! அரக்கன் ராவணன் எனக்குக் கொடுத்த கால அவகாசத்தில் இன்னும் இரண்டு மாதங்களே உள்ளன. இன்னும் ஒரு மாத காலத்துக்குள் ராமன் என்னை வந்து மீட்டுப் போகாவிட்டால், அதன்பிறகு நான் உயிரோடு இருக்க மாட்டேன். நிச்சயமாக உயிரை மாய்த்துக்கொள்வேன். லட்சுமணன், என்னைத் தாய்போல பாவித்தான். எனது துயரத்தைப் போக்க அவனையும் வேண்டிக்கொண்டதாகச் சொல்!'

நா தழுதழுக்க, உதடுகள் துடிதுடிக்கப் பேசிய சீதை, தனது சேலை நுனியில் முடிச்சிட்டு வைத்திருந்த சூடாமணி என்கிற ஆபரணத்தை எடுத்து அனுமானிடம் தந்தாள்.

'இது, எங்களது திருமணத்தின்போது எனது தாய் கொடுத்து, தசரத மகாராஜா எனது தலையில் சூட்டிய சூடாமணி. என்னைக் கண்டதற்கு அடையாளமாக இதை ராமனிடம் சேர்ப்பித்துவிடு!' என்றாள்.

சூடாமணியை மிகப்பவ்யத்துடன் பெற்றுக்கொண்டு அனுமான் புறப்படத் தயாரானான்.

'தாயே! சிறிதும் கலக்கமில்லாமல் இருங்கள்! நான் போனதுமே ராமனும் லட்சுமணனும் சுக்ரீவனும் படையுடன் இங்கு புறப்பட்டு வந்துவிடுவார்கள்! வெற்றி நமதே!' என்றான்.

'அனுமான்! உன்னைப் பார்த்தபிறகு எனது துயரம் குறைந்தது. ஆனாலும், நீ இந்தக் கடலை எப்படித் தாண்டிவந்தாய் என்பது

ஆச்சரியமாகவே இருக்கிறது! அது மட்டுமின்றி உன்னைப்போல ராம லட்சுமணர்கள் பெரும் சேனையுடன் இந்தப் பெரும்கடலை எவ்விதம் தாண்டிவர இயலும் என்பதை யோசித்தால் கலக்கமாகவும் உள்ளது!' என்று கவலைப்பட்டாள்.

'தேவி! உங்களுக்கு எந்தக் கலக்கமும் வேண்டாம்! நான் ஒருவன் மட்டுமல்ல, வானரர்களில் என்னைவிடத் திறமைசாலிகள் நிறைய பேர் உண்டு. ஆகாய மார்க்கமாகச் செல்வதில் ஆயிரக்கணக்கான வானரர்கள் வல்லமை பெற்றவர்கள். எல்லா வானரர்களுமே ஏதாவது ஒருவகையில் சக்தி கொண்டவர்கள்தாம். அதனால் லங்காபுரியை அடைவதில் எங்களுக்குச் சிரமமேயில்லை. தேவைப்பட்டால் ராம லட்சுமணரை எனது தோள்களின்மீதே தூக்கிவந்து லங்கையில் சேர்ப்பேன். அதனால் கவலையில்லாமல் இருங்கள்!'

'என்ன! நீ ஒருவனாகவே அவர்கள் இருவரையும் தோள்களின் மீது தூக்கி வந்துவிடுவாயா?' - ஆச்சரியத்துடன் கேட்டாள் சீதை!

இத்தனை சிறிய வடிவமான குரங்கு எப்படி இதைச் சாதிக்கும் என்று நினைத்தாள்.

அனுமான், சீதையின் எண்ணத்தைப் புரிந்துகொண்டான்.

அன்னை சீதைக்கு தனது சக்தியைக் காண்பிப்பதால் அவளுக்கு மனத்தில் மிகுந்த நம்பிக்கை வரும் என்று தோன்ற, தனது வடிவத்தைப் பெரிதாக்கி விஸ்வரூபம் எடுத்து வானம் வரை உயர்ந்தான். பின், மீண்டும் சிறு வடிவாக சுயரூபத்துக்கு வந்தவன் சீதையிடம் கேட்டான்.

'அன்னையே! ராமபிரானின் அருளால் தங்களைச் சந்தித்த பிறகு, இந்தக் கொடிய அரக்கர்கள் மத்தியில் தங்களை விட்டுச் செல்ல மனமே யில்லை. உமக்குச் சம்மதமானால் சொல்லுங்கள்! யாருமறியாமல் நான் இங்கு எப்படி வந்தேனோ அதேபோல் இப்போதே உங்களை எனது முதுகின்மீது சுமந்துசென்று ராமனிடம் சேர்த்துவிடுகிறேன்! நீங்கள் அடுத்த நாழிகையே ராமச்சந்திர மூர்த்தியை தரிசித்து விடலாம்! என்ன சொல்கிறீர்கள் தாயே?' - ஆவலுடன் கேட்டான்.

'அனுமான்! உனது சக்தியைப் புரிந்துகொண்டேன். ஆனாலும், என்னைச் சுமந்துசெல்வதில் உனக்குச் சிரமமே ஏற்படும்! வழியில் அரக்கர்கள் உன்னைக் கண்டு தாக்கவந்தார்கள் என்றால், அப்போது என்னையும் சுமந்துகொண்டு யுத்தம் செய்வது சுலபமானது அல்ல! அதுவுமில்லாமல், நீ அரக்கனுக்குத் தெரியாமல் என்னை இங்கிருந்து

உமா சம்பத் 225

அழைத்துப் போனால் அது ராமனுடைய வீரத்துக்கு இழுக்காகவே அமையும்! ராவணன் என்னைத் திருட்டுத்தனமாகத் தூக்கி வந்தது போல, எனது பிரபுவும் போர் செய்யாமல் என்னை அடைந்தால் அதில் என்ன பெருமையிருக்கிறது? அவர் இங்கு வந்து ராவணனுடன் யுத்தம் நடத்தி என்னை மீட்பதே சத்திரிய குலத்துக்குப் பெருமையாகும்! எனவே, நீ திரும்பச்சென்று என்னவரை அழைத்து வா! புறப்படு! வெற்றியே அடைவாய்!' - வாழ்த்தி வழியனுப்பிவைத்தாள்.

அசோகவனத்தை அழித்த அனுமான்!

40

ராவணன், தனது அரண்மனையில் மங்கைகளின் நடனத்தை ரசித்துக் கொண்டிருந்தான்.

அப்போது வாத்தியக்கருவிகளின் இசையையும் மீறி அலறிக்கொண்டு ஓடிவந்தார்கள் சில கோர அரக்கிகள்!

'அரசே காப்பாற்றுங்கள்! அசோகவனத்தில் அநியாயம் நடந்துகொண்டிருக்கிறது! எங்களுக்கு மிகவும் பயமாக இருக்கிறது! அழகிய நந்தவனம் அழிந்து கொண்டிருக்கிறது!' என்றபடி கதறிக்கொண்டு வந்து நின்றார்கள்.

அவர்கள்,அசோகவனத்தில் சீதைக்குக் காவலாக நியமிக்கப்பட்டிருந்த அரக்கிகள்!

'ஏன்? என்னாயிற்று? எதற்காக இந்த ஓலம்?' - கோபத்துடன் கேட்டான் ராவணன்.

'அரசே! அசோகவனத்தில் ஒரு குரங்கு புகுந்து அட்டகாசம் செய்கிறது!' - மூச்சிரைத்தபடி சொன்னார்கள்.

ராவணன் சிரித்தான்.

நந்தவனத்தில் குரங்குகள் தொல்லை என்பது எப்போதும் உள்ளதுதானே! அதைக்கண்டு இந்தப் பிசாசுப் பெண்கள் நடுங்குகிறார்களே!

இவர்களது கோர வடிவத்தைப் பார்த்து அந்தக் குரங்கல்லவா பயப்படவேண்டும் என்று எண்ணிச் சிரித்தான் அவன்.

அசோகவனத்தில் அனுமானின் அட்டகாசத்தை அவன் நேரில் பார்த்திருக்கவில்லை. இனி, நடக்கப்போவதையும் அவன் தெரிந் திருக்கவில்லை. அதனால்தான் அலட்சியமாக இருந்தான் ராவணன்.

ஆனால், ராவணனைப் பயமுறுத்தி நடுக்கத்துக்கு உள்ளாக்க வேண்டு மென்றுதான் அனுமான் அசோகவனத்தில் அப்படியொரு அட்ட காசத்தில் இறங்கியிருந்தான்.

சீதையிடம் சொல்லிவிட்டு, ராமனிடம் சென்றுசேர்வதற்காகப் புறப் பட்ட அனுமான், அசோகவனத்தின் மதில் சுவர்மேல் நின்றுகொண்டு யோசித்தான்.

'ராமனிடம் சென்று சேதி சொல்லி படையுடன் தாங்கள் இங்கு வரும் வரை, சீதை நலமாக இருக்கவும் ராவணன் அவளைத் துன்புறுத்தாமல் தடுக்கவும் ஏதாவது செய்யவேண்டும்! அவனைச் சற்று பயமுறுத்தி வைக்கலாம்!' என்று எண்ணினான்.

காரியத்தில் இறங்கினான்.

அனுமான், தனது வடிவத்தைப் பெரிதாக்கிக்கொண்டான். அந்த அழகிய அசோகவனத்தை நாசம் செய்யத் தொடங்கினான். மரங்களை எல்லாம் புல்லைப் பறிப்பதுபோல வேரோடு பிடுங்கிச் சாய்த்தான். செடிகொடிகளையெல்லாம் சின்னாபின்னமாக்கினான். மண்டபங் களை உடைத்துப் போட்டான். குளங்களைச் சிதைத்தான். செயற்கைக் குன்றுகளை பொடிப்பொடியாக்கினான்.

உறங்கிக்கொண்டிருந்த அரக்கிகள் எழுந்துபார்த்து பயந்து போனார் கள்! நந்தவனக் காவலாளிகளும் திகிலடைந்தார்கள். அனுமானை தாக்க முயற்சித்தார்கள்.

அவர்கள் கண்ணெதிரே மேலும் வளர்ந்து, கர்ஜித்து மிரட்டினான் அனுமான். காவலாளிகளைத் தூக்கிப்போட்டு மிதித்துக்கொன்றான்.

திகிலடைந்தவர்களாக திடுக்கிட்டுப்போய் ஓடினார்கள் அரக்கிகள்.

வானளவு உயர்ந்த இத்தனை வலிமை வாய்ந்த குரங்கை இதுவரை அவர்கள் பார்த்ததேயில்லை!

சிரித்துக் கேலி செய்த ராவணனிடம் அதைத்தான் சொன்னார்கள். ராவணனின் சிரிப்பு அப்படியே உறைந்துபோனது!

வானத்தை முட்டும் உயரத்தில் குரங்கா? இது ஏதோ தேவர்களுடைய சூழ்ச்சியென்று கருதினான் ராவணன்!

வீரர்கள் சிலரை அழைத்து, 'போய் அந்தக் குரங்கின் கொட்டத்தை அடக்குங்கள்!' என்று அனுப்பிவைத்தான்.

அசோகவனத்தில் மதில்சுவரின்மீது அமர்ந்திருந்த அனுமான், கத்தியும் குண்டாந்தடிகளும் இரும்பு உலக்கைகளுமாக கிங்கரர்கள் ஆயுதங்கள் ஏந்திவருவதைக் கண்டான். உற்சாகம் கொண்டான்.

'வாருங்கள்! வாருங்கள்! வேகமாக வாருங்கள்! யமனுலகம் உங்களுக்காகக் காத்திருக்கிறது!' என்று அவர்களை வரவேற்றபடியே கீழே குதித்தான்.

நந்தவனத்திலிருந்த பெரிய மரம் ஒன்றைப் பிடுங்கி அதையே ஆயுதமாக்கிக்கொண்டு, அத்தனை வீரர்களையும் தாக்கினான். சிறிது நேரத்துக்குள்ளாகவே அனைவரையும் பிணமாக்கிவிட்டு மீண்டும் மதில்சுவரின் மீதேறி நின்று கொண்டு கர்ஜித்தான்!

'அரக்கர்களே! உங்களின் அழிவுக்காலம் நெருங்கிவிட்டது. தசரத ராஜகுமாரர்களும் வானர அரசன் சுக்ரீவனும் என்னை அனுப்பியிருக் கிறார்கள்! இந்த லங்காபுரியையே அழிக்கப் போகிறேன் நான். முடிந்தால் தடுத்துக்கொள்ளுங்கள். வாருங்கள்! இன்னும் எத்தனை ஆயிரம் அரக்கர்கள் வேண்டுமானாலும் வாருங்கள். அனைவரையும் கொன்று தீர்த்து லங்காபுரியை மயானபுரியாக்கிவிடுகிறேன்!'

அனுமானின் கூக்குரல் கேட்டு லங்கையின் குடிமக்கள் குலை நடுங்கிப் போனார்கள்.

ராவணனும் திகைத்துப்போனான்!

'என்ன நமது வீரர்கள் அத்தனைபேரும் மாண்டு போனார்களா? என்ன ஆச்சரியம்! ஒரு சாதாரண குரங்குக்கு அத்தனை வலிமையா?' என்று கேட்டவன், அடுத்ததாக தனது வீரர்களுள் சிறந்தவனான ஜம்புமாலி என்பவனை அழைத்தான்.

'ஜம்புமாலி! அந்த வானரத்தின் ஆர்ப்பாட்டத்தை அடக்கி விட்டு வா!' என்று அனுப்பிவைத்தான்.

சிவந்த முட்டைக்கண்களும், கோரமான பற்களும், கூரிய நகங்கள் கொண்டவனான ஜம்புமாலி, ஆயுதங்களுடன் கோவேறு கழுதைகள் பூட்டிய ரதத்தில் ஏறி அனுமான் இருந்த இடத்துக்குச் சென்றான்.

உமா சம்பத் 229

அனுமானைப் பார்த்துத் திகைத்தான். 'இதென்ன, இவ்வளவு பிரும் மாண்டமான குரங்கா! இதை உயிருடன் பிடித்துச் சென்றால் மன்னர் மனம் மகிழ்வார்!' என்று நினைத்தவன், வில்லை வளைத்து அனுமான் மீது அம்புகள் தொடுத்தான். அவை, அனுமானைத் தாக்கி ரத்தக் காயத்தை ஏற்படுத்தின.

கோபம்கொண்ட அனுமான் நந்தவன மண்டபத்திலிருந்து பிடுங்கிய மிகப்பெரிய இரும்புத் தூண் ஒன்றை ஜம்புமாலியின் தேரின்மீது சுழற்றி வீசினான். அவன் வீசிய வேகத்தில், தேரானது தூள்தூளாகி கூடவே தானும் தலை நசுங்கி செத்துப்போனான் ஜம்புமாலி.

ராவணனால் இந்தச் செய்தியை ஜீரணித்துக்கொள்ளவே முடிய வில்லை!

'வீராதி வீரனான ஜம்புமாலியும் இறந்தானா? நிச்சயம் அது ஒரு குரங்காக இருக்க முடியாது. இது ஏதோ தேவர்களின் சூழ்ச்சிதான்! அவர்கள்தான் இம்மாதிரி ஒரு புதுப்பிராணியை உருவாக்கி அனுப்பி யிருக்கவேண்டும்!' என்றான்.

பிறகு, தனது தலைசிறந்த ஐந்து சேனாதிபதிகளையும் ஒரு பெரும் படையுடன் அனுப்பிவைத்தான்.

எத்தனை வேகமாக அவர்கள் புறப்பட்டுப் போனார்களோ அத்தனை விரைவாகவே, 'மொத்தபேரும் ஒருவர் மிச்சமில்லாமல் குரங்கினால் வதம் செய்யப்பட்டார்கள்!' என்கிற சேதியும் வந்துவிட்டது!

ராவணன் கொதித்துப்போனான். கூடவே, அவனது மனத்துக்குள் முதன்முறையாக சற்றுக் கவலையும் எழுந்தது! அதை வெளியே காட்டிக்கொள்ளாமல் தனது சபையினரை சுற்றிப்பார்த்தான். ராவணனின் மகன் அட்சகுமாரன் எழுந்தான்.

'தந்தையே! நான் சென்று அந்த வானரத்தைக் கட்டியிழுத்து வரு கிறேன். முடியாவிட்டால் கொன்றுவிடுகிறேன்!' என்றான்.

ராவணன் பெருமிதத்துடன் தனது மகனை வாழ்த்தி வழியனுப்பி வைத்தான்.

தேவர்களைப் போன்ற பொலிவான தோற்றம் கொண்ட அட்ச குமாரன், தனது தங்கத்தேரில் ஏறி அசோகவனத்துக்குச் சென்றான்.

அங்கு, கல் தோரண வாயிலின்மீது அனுமான் அமர்ந்திருப்பதைப் பார்த்தான். 'ஆஹா! இவன் எனக்குத் தகுந்த பகைவன்தான்!' என்று சந்தோஷம் கொண்டான்.

அனுமானை தாக்கத் தொடங்கினான்.

அவனது அம்புகள் சிறிதும் குறிதவறாமல் பாய்ந்து அனுமானைத் தாக்கிக் காயப்படுத்தின. 'சரியான வீரன் இவன்!' என்று மனத்துக்குள் பாராட்டிய அனுமான், வானத்தில் எழுந்து பறந்து அட்சகுமாரனது பாணங்களில் இருந்து தப்பித்து போக்குக் காட்டினான். வெகுநேரம் நடந்த போரின் முடிவில், அனுமான் மேலிருந்து வேகமாகப் பறந்து வந்து அட்சகுமாரனுடைய தேரின்மீது முழுவேகத்தில் பாய்ந்தான்.

தேர் நொறுங்கிப்போனது. அட்சகுமாரன் தரையில் நின்றபடியே போரிட்டான். அனுமான் அவனது வில், அம்பு, கத்தி, கேடயம் என அத்தனை ஆயுதங்களையும் பிடுங்கி ஒடித்துப்போட்டான். அட்ச குமாரனை ஓங்கிக் குத்தினான். எலும்புகள் நொறுங்கிப்போய் நசுங்கி மாண்டுபோனான் அட்சகுமாரன்.

'எனது வீர மகன் அட்சகுமாரனும் மடிந்து போய்விட்டானா?' - துடிதுடித்துக் கலங்கிப்போனான் ராவணன்.

அப்போது ராவணனின் மற்றொரு மகனான இந்திரஜித் மிகுந்த கோபத்துடன் உள்ளே நுழைந்தான்.

'தந்தையே! லங்கையில் என்னதான் நடக்கிறது? கேவலம் ஒரு குரங்கின் கையாலா எனது தம்பி அட்சகுமாரன் மாண்டு போனான்? வெட்கக்கேடு! முதலிலேயே, ஏன் எனக்கு சொல்லி அனுப்ப வில்லை? இதோ, நான் இப்போதே போகிறேன்! தம்பியின் மரணத் துக்குப் பழிதீர்க்கிறேன்!' என்று கொந்தளிப்புடன் புறப்பட்டான்.

போர் நடந்த இடத்துக்கு வந்தான். எங்கு பார்த்தாலும் பிணங்கள். ஒடிந்த ஆயுதங்கள். நொறுங்கிய தேர்கள். அங்கங்கே ரத்தம், குளம் குட்டையாகத் தேங்கியிருந்தது. ஒரு குரங்குடன் நடந்த சண்டை யாகவே தெரியவில்லை! இரண்டு பெரிய சேனைகளுக்குள் நிகழ்ந்த போர்போல சேதம் கடுமையாகக் காணப்பட்டது! அங்கு தனது தம்பியின் உடலும் கிடப்பதைக் கண்டு கண்கலங்கினான் இந்திரஜித். கண்ணீரின் முடிவில் ஆத்திரமடைந்தான்.

எதிரே வானோங்கி நின்றிருந்த அனுமானைக் கண்டதும் அவனது பழிவெறி அதிகமானது. கடுமையாகத் தாக்கக்கூடிய பலவிதமான அஸ்திரங்களை அனுமானை நோக்கிச் செலுத்தினான். சக்திமிக்க அந்த அஸ்திரங்கள் அனுமானை எந்தவிதத்திலும் பாதிக்கவில்லை.

யுத்தம் நீண்டுகொண்டே போனது.

இந்திரஜித் ஆச்சரியம் அடைந்தான். தேவலோகத்தின்மீது போர் தொடுத்து தேவர்களின் தலைவனான இந்திரனையே ஜெயித்தவன் இந்திரஜித். அவன், யாருடனும் இத்தனை நீண்ட நேரம் யுத்தம் நடத்தியது கிடையாது! ஆனால், இந்த வானரன் தனது அஸ்திரங்களால் எந்தப் பாதிப்பும் அடையாமல் போர் செய்தது அவனை யோசிக்க வைத்தது.

கடைசியாக, தான் தவத்தால் பெற்ற பிரம்மாஸ்திரத்தை அனுமான்மீது ஏவினான். பாம்பு வடிவிலான பிரம்மாஸ்திரம் அனுமானைக் கட்டிப் போட்டது.

அனுமான், தன்னைக் கட்டியிருப்பது பிரம்மாஸ்திரம் என்பதைப் புரிந்துகொண்டு அதற்குக் கட்டுப்பட்டு வணங்கி நின்றான். பிரம்மா விடம் அனுமானும் வரம் பெற்றிருந்தான். அதன்படி, பிரம்மாஸ்திரம் அனுமானை எந்தவிதத்திலும் பாதிக்காமல் ஒரு முகூர்த்த காலத்துக்கு மட்டுமே கட்டி நிறுத்தும். அதன்பின் தளர்ந்து போய்விடும். வேறெந்த ஆபத்தும் இதனால் நேராது.

அதனால், அனுமான் எந்த எதிர்ப்பும் காட்டாமல் அப்படியே நின்றான். ஒருவிதத்தில் இதுவும் நன்மைக்கே என்று நினைத்தான். கட்டுண்டுகிடக்கும் காலத்தில் இந்த அரக்கர்கள் என்ன செய்கிறார்கள் என்று பார்க்கலாம்! ஒருவேளை, இதனால் ராவணனைப் பார்க்க நேர்ந்தாலும் நல்லதுதான்! திருந்தும்படியாக ஒரு வாய்ப்புக் கொடுத்து அறிவுரை சொல்லிப்பார்க்கலாம்!' என்று தீர்மானித்தான்.

அவன் நினைத்தபடியேதான் நடந்தது!

அனுமான் வைத்த நெருப்பு

41

அனுமான், பிரம்மாஸ்திரத்தால் கட்டுண்டு கீழே விழுந்ததும், அதுவரை பயந்து ஒதுங்கியிருந்த அரக்கர் கூட்டத்தினர் அருகே வந்து அனுமானை அடித்து உதைத்து இம்சிக்கத் தொடங்கினர்.

'ம். சீக்கிரம்! இந்த வானரத்தை அரசர் முன் இழுத்துவாருங்கள்!' என்று ஆணையிட்டான் இந்திரஜித்.

அரக்கர்கள் லங்காபுரியின் வீதிகள் வழியாக அனுமானை இழுத்துச்சென்றனர். அங்கே கூடி யிருந்த அரக்கிகளும் மற்றவர்களும் அவனைத் திட்டிக் கேலி செய்து துன்புறுத்தினார்கள்.

ராவணன்முன் சபையில் கொண்டு நிறுத்தப் பட்டான் அனுமான்!

லங்கைக்குள் நுழைந்ததிலிருந்து அனுமான் ராவணனைச் சந்திப்பது இது மூன்றாவது முறை!

முதல்முறை அவனது படுக்கையறையில்! இரண் டாவது பார்த்தது அசோகவனத்தில் சீதையின் முன்பாக! இந்த மூன்றாவது சந்திப்பு கொலுமண்ட பத்தில் நேருக்கு நேராக!

ராவணன், தங்கச் சிம்மாசனத்தில் பட்டும் பீதாம்பரமும் உடுத்தி, விலையுயர்ந்த ஆபரணங் களும் கிரீடமும் அணிந்து கம்பீரம் குறையாத ராஜ லட்சணங்களுடன் அமர்ந்திருந்தான்.

உமா சம்பத் 233

'அடடா! இவன் மட்டும் தர்மம் தவறாதவனாகவும் காமத்தில் வீழாத வனாகவும் இருந்தால், இந்திரன் முதலான தேவர்களும்கூட இவனுக்கு நிகராக மாட்டார்கள்!' என்று எண்ணினான் அனுமான்.

'இந்தக் கொடிய வானரன் யார்? எங்கிருந்து வந்தான்? யார் இவனை அனுப்பியது? எதற்காக லங்கைக்குள் புகுந்து நமது வீரர்களைக் கொன்றான்? உண்மையைச் சொல்லச் சொல்லுங்கள்!' - கர்ஜித்தான் ராவணன்.

அரசன் உத்தரவுப்படி மந்திரி பிரகஸ்தன் அனுமானை விசாரித்தான்.

'அதிசய வானரனே! எதற்காக லங்கைக்குள் வந்தாய்? உன்னை அனுப்பியது யார்? இந்திரன் அனுப்பிவைத்தானா? குபேரனா? அல்லது வேறு ஏதாவது தேவர்களா? பயப்படாதே! உண்மையைச் சொன்னால், தண்டிக்காமல் விட்டு விடுகிறோம். தைரியமாகச் சொல்!' என்று கேட்டான்.

'இங்கே நான் தூதனாக வந்திருக்கிறேன்! தூதனுக்குரிய மரியாதையுடன் விசாரிக்கச் சொல்லுங்கள்! முதலில், எனக்கு அமர ஆசனம் அளியுங்கள்!' என்றான் அனுமான்.

'என்ன ஆணவம் இந்தக் குரங்குக்கு?' - பற்களை நறநறத்தான் ராவணன்.

அனுமான் பார்த்தான்! நாகரீகம் தெரியாத இந்த அரக்கனுக்கு உரிய முறையில் பாடம் கற்றுத்தர தீர்மானித்தான்.

தனது வாலை நீட்டினான். அது வளர்ந்துகொண்டே போனது. மிக நீண்ட வாலைக் கொண்டு ராவணனுக்குச் சமமாக வாலை சுழற்றிச் சுழற்றி தனக்கு ஒரு தனி ஆசனம் அமைத்துக் கொண்டான் அனுமான்.

'சரி! இப்போது பதில் சொல்கிறேன், கேட்டுக்கொள்ளுங்கள்! என்னை எந்தத் தேவர்களும் அனுப்பவில்லை. வானரனாகிய நான், அரக்கர்களுடைய அரசனைக் காண விரும்பினேன். அதற்காகவே அசோக வனத்தை அழித்தேன்! என்னைக் கைது செய்து அரசன்முன் கொண்டு வருவார்கள் என்று எதிர்பார்த்தேன். ஆனால், வந்த வீரர்கள் என்னைக் கொல்லமுயன்றதால் நான் அவர்களை வதம் செய்தேன்.

நான் கிஷ்கிந்தையின் மன்னனான சுக்ரீவனின் மந்திரி. தசரத குமாரனாகிய ராமச்சந்திரனும் வானரராஜனும் நண்பர்கள் என்பதால், அயோத்தி புத்திரனும் சத்தியவேந்தனுமாகிய ராமனின் தூதனாக அரசன் என்னை அனுப்பி வைத்திருக்கிறான்.

கேட்டுக்கொள், அரக்கர்களின் அரசனே! நீ தர்மத்துக்கு விரோதமாக சீதாதேவியைத் தூக்கி வந்திருக்கிறாய். பிறன் மனைவியை விரும்பும் பாவச்செயலானது குலத்தையே கெடுத்துவிடும். இதுநாள்வரை நீ பெற்ற புண்ணியப் பலனையும் போக்கிவிடும். உனது தவறைத் திருத்திக் கொள்ள முயற்சி செய்! வீணாக தசரத ராமனைப் பகைத்துக் கொள்ளாதே! மரியாதையாக ராமனிடம் வந்து சரணடைந்து விடு. சீதையை அவனிடம் ஒப்படைத்துவிட்டு மன்னிப்புக் கேட்டுக்கொள்! இதைச் செய்தால் மட்டுமே நீ உயிர் பிழைக்க முடியும்! இல்லா விட்டால், ராம லட்சுமணர்கள் சுக்ரீவனுடனும் அவனது வானர சேனையுடனும் லங்கைக்குள் நுழைவது நிச்சயம்!'

அறிவுரையாகவும் பயமுறுத்தலாகவும் சொல்லிமுடித்தான் அனுமான்.

ராவணனுக்கு, கோபம் எல்லை மீறியது. எனது ராஜ்ஜியத்துக்குள் நுழைந்து என்னையே மிரட்டுகிறானே இந்த வானரன் என்று மீசை துடித்துப்போனான்.

'சேனாதிபதியே! இங்கேயே இப்போதே இவனை வெட்டிப் போடுங்கள்!' என்று ஆணையிட்டான்.

'ஆமாம்! ஆமாம்! கொன்றுபோடுங்கள்!' என்று கூச்சலிட்டனர் இன்னும் சில அரக்கர்கள்.

அரச சபையிலிருந்த ராவணனின் தம்பியான விபீஷணன் எழுந்தான்.

'அண்ணா! தூதனைக் கொல்வது ராஜநீதியாகாது. தங்களைப் போன்ற மாமன்னர் இந்தத் தவறைச் செய்வது முறையல்ல! இவனைத் தண்டிக்க வேண்டுமானால் - கசையடி கொடுக்கலாம், சூடு போட லாம். அதைப்போல ஏதாவது செய்து அனுப்புங்கள். மரணதண்டனை மட்டும் வேண்டாம்!' என்றான்.

'அசோகவனத்தை அழித்தது மட்டுமல்ல; நமது அரக்கர் படையினர் பலரைக் கொன்றிருக்கிறான். எனது மகன் அட்சகுமாரனும் இவனால் கொல்லப்பட்டான்! இவனைக் கொல்வதில் என்ன தவறு இருக்கிறது விபீஷணா?'

'அண்ணா! நீங்கள் சொல்வதை நான் ஒப்புக்கொள்கிறேன்! ஆனால், இவன் யாராலோ ஏவப்பட்ட அம்பு! இந்த வானரன் என்ன குற்றம் செய்திருந்தாலும், அது இவனை அனுப்பியவர்களுடைய தவறுதான்! உண்மையில் தண்டிக்கப்பட வேண்டியவர்கள் அந்த எதிரிகள்தான்!

இப்போது நாம் இவனைக் கொன்றுவிட்டால் நமது விரோதிகள் இங்கு வர வாய்ப்பில்லாமல் போகும். இவன் உயிருடன் திரும்பிச் செல்லட்டும். அவர்கள் நமது லங்காபுரிக்குள் காலடி எடுத்து வைக்கும் போது, அப்போது நாம் அவர்களைத் தண்டிப்போம்!' என்றான்.

விபீஷணன் நியாயவான் என்பதாலும், அவன் சொன்னது ராஜ நீதிப்படி ஒப்புக்கொள்ளக்கூடியதாக இருந்ததாலும் ராவணன் அதை ஏற்றுக் கொண்டான்.

'விபீஷணா! நீ சொல்வதும் சரிதான்! அற்பமான இந்த வானரனைக் கொன்று, ராஜநீதியைப் புறக்கணிப்பதில் எனக்கும் உடன்பாடில்லை தான்! ஆனால், இவனுக்கு ஏதாவது தண்டனை தராவிட்டால் எனக்கு மனம் ஆறாது! வானரத்துக்கு முக்கியமானது அதன் வால்தான்! அந்த வாலைக் கொளுத்தி இவனை அடித்துத் துரத்துங்கள்!' - ஆணையிட்டான் ராவணன்.

அவ்வளவுதான்! அரக்கர்களுக்குக் கொண்டாட்டமாகி விட்டது. அனுமானை இழுத்துச்சென்றவர்கள், ஏராளமான பழந்துணிகளைக் கிழித்து அவனது வாலின்மீது சுற்றினார்கள். அதன்மீது எண்ணெய் ஊற்றி நெருப்பு வைத்தார்கள். அனுமானுடைய வால் தீப்பற்றி எரியத் தொடங்கியது. அப்படியே அவனை, நகரத்தின் தெருக்களில் மக்கள் காணும்படியாக அழைத்துப்போனார்கள்.

இந்தச் செய்தியானது சீதைக்குத் தெரியவந்தது.

அசோகவனத்து அரக்கிகள் சந்தோஷத்தோடு சென்று இதைச் சீதை யிடம் கூறினார்கள்.

'உன் கணவனிடம் இருந்து தூது வந்ததே ஒரு குரங்கு! அதற்கு என்ன கதியானது தெரியுமா? அசோகவனத்தையே அழித்த அதன் துடுக்குத்தனத்துக்குத் தண்டனையாக, அந்த அற்பக் குரங்கின் வாலில் தீவைத்துக் கொளுத்திவிட்டார்கள். தீ பிடித்த வாலுடனே அது வீதிவீதியாக ஊர்வலம் போய்க் கொண்டிருக்கிறது!' என்று சொல்லி கேலி செய்தார்கள்.

சீதை பதறிப்போனாள். பரபரப்புடன் பக்கத்தில் அக்னி மூட்டினாள்.

'வணக்கத்துக்குரிய அக்னி தேவனே! நான் மனத்தாலும் களங்க மில்லாதவள் என்பது உண்மையானால், பதி விரதையான ராமபத்தினி என்பது நிஜமானால், அனுமானை தகிக்காமல் குளிர்ந்து போ!' என்று பிரார்த்தனை செய்தாள்.

அனுமான், வாலில் சுடுகின்ற தீயைப் பொறுத்துக்கொண்டு நகரத்தின் மூலை முடுக்குகளையெல்லாம் பார்த்துக் கொண்டே வந்தான். நகரத்தின் கோட்டை கொத்தள அமைப்புகளின் ரகசியங்களைப் பார்த்து மனத்தில் பதித்துக் கொண்டே வந்தான். பின்னால் ராம பிரானுடன் வரும்போது படையெடுப்புக்கு உதவும் என்று நினைத்தான்.

இப்படியான சிந்தனையிலேயே வந்தவன், திடீரென்றுதான் உணர்ந்தான்!

'என்ன இது ஆச்சரியம்! வாலில் நெருப்பு எரிகிறது! ஆனால், அதன் சூடு தெரியாமல் குளிர்ச்சியாக இருக்கிறதே! ராம காரியத்துக்கு பஞ்சபூதங்களும் துணை நிற்கும் போலிருக்கிறது. ஒருவேளை எனது தந்தையான வாயு பகவானை மதித்து, அக்னி என்னைக் குளிர்விக்கி றானோ! எதுவானாலும் சரி! இந்த நிலையைச் சரியாகப் பயன் படுத்திக்கொண்டு இந்தக் கொடியவர்களுக்கு தீவிர பயத்தை உண்டாக்கிவிட்டுச் செல்லவேண்டும் என்று எண்ணம் கொண்டான்.

தனது உருவத்தைப் பெரிதாக்கினான். அவனைக் கட்டியிருந்த கயிறுகள் படீரென்று விடுபட்டுப் போயின. திகுதிகுவென்று எரியும் வாலுடன் பக்கத்திலிருந்த மாளிகையின்மீது ஏறினான். தனது வாலின் நெருப்பைக்கொண்டே அந்த மாளிகைக்குத் தீயிட்டான். பின், அங்கிருந்து பக்கத்து மாளிகை! அதற்குப் பிறகு அடுத்தது! இப்படியாக ஒவ்வொரு மாளிகையாகத் தாவிக்கொண்டேபோய் எல்லா வீடுகளையும் கொளுத்தி அக்னிச்சிவப்பில் மூழ்கடித்தான். லங்கா நகரமே ஒரு கற்பூரக் கட்டிபோல ஜுவாலையுடன் எரிந்தது.

அரக்கர்களும் அரக்கிகளும் அவர்களது குழந்தை குட்டிகளும் அலறி யடித்துக்கொண்டு அங்குமிங்கும் ஓடினார்கள். தங்களது அழகான வீடுகள் தீயில் பொசுங்குவதைப் பார்த்து புலம்பிக் கதறினார்கள்.

திரிகூட மலையின் மீதிருந்து இதைப் பார்த்த அனுமான், மனம் திருப்தியானவனாக கீழிறங்கி கடலில் சென்று மூழ்கி வாலில் எரிந்த தீயை அணைத்துக்கொண்டான்.

அப்போதுதான் அவனுக்கு நினைவு வந்தது.

'ஐயோ! எத்தனை பெரிய முட்டாள்தனம் செய்துவிட்டேன்! நான் லங்கைக்கு வைத்த பெரும்தீயில், அன்னை சீதையுமல்லவா சிக்கிக் கொண்டிருப்பாள்! எத்தனை அறிவும் சாமர்த்தியமும் இருந்தென்ன? குரங்குபுத்தி என்பது போலல்லவா நடந்துகொண்டேன்? அரக்கர்கள்

லங்கையை எரிக்கிறது அனுமானின் கோபக் கனல்.

மீது கொண்ட கோபத்தினால் கடைசியில் எனது அன்னை சீதைக் கல்லவா கொள்ளி வைத்துவிட்டேன்! இனி எனக்கு, கதி மோட்சமே இல்லை. நானும் இங்கேயே உயிர் நீத்துவிடுகிறேன்!' என்று துயரம் கொண்டு அழுதான்.

அப்போது ஆகாயத்தில் யட்சர்கள் வியந்துபோய் சொல்லிக் கொண்டு சென்றார்கள்.

'அனுமானே! உனது செயல் அற்புதமானது! சிவபெருமான் முப்புரம் எரித்ததுபோல லங்காபுரியையே தீக்கிரையாக்கி விட்டாய்! பெருமைப் படவேண்டிய நேரத்தில் துயரம் கொள்ளாதே! சீதாதேவி சௌக்கிய மாக இருக்கிறாள். அக்னியானது - அவள் இடத்தைத் தீண்டவும் இல்லை; நெருங்கவும் இல்லை! அசோகவனத்தைத் தவிர மீதமுள்ள பகுதிகளைத்தான் தீ தின்று கொண்டிருக்கிறது. வருத்தப்படுவதை விட்டு அடுத்து நடக்க வேண்டிய காரியத்தைக் கவனி!'

அனுமான் துயரம் நீங்கியவனானான். மீண்டும் அசோகவனத்துக்குத் திரும்பச் சென்றான். அங்கு சீதையைப் பார்த்து அவளுக்கு எந்தத் தீங்கும் நேரவில்லை என்பதை தனது கண்களால் கண்டு தெரிந்து கொண்டபிறகே மனம் நிம்மதியடைந்தான்.

ஆகாயத்தில் தாவிக்கிளம்பி அங்கதனும் மற்ற வானர வீரர்களும் இருக்கும் இடம் நோக்கிப் பறந்தான். வழியில் மைனாக மலையை அன்புடன் தடவிக்கொடுத்து விரைந்து வந்துசேர்ந்தான். தனது வானர சகாக்களைக் கண்டதும் சந்தோஷத்தால் கர்ஜனை செய்தான்.

வானத்தில் பெரிய வல்லூறுபோல அனுமான் பாய்ந்துவருவதைக் கண்ட வானரர்கள், 'அதோ அனுமான் வந்துவிட்டான்! அனுமான் வந்துவிட்டான்!' என்று துள்ளிக் குதித்தார்கள்.

'அனுமான் கர்ஜனையுடன் வருவதைப் பார்த்தால், வெற்றியுடன் வருகிறான் என்றுதான் தோன்றுகிறது!' என்றான் ஜாம்பவான்.

அனுமான் தரையிறங்கியதுமே ஓடோடிப்போய் அணைத்துக் கொண்டான் அங்கதன்.

சில வானரர்கள், மகிழ்ச்சியின் மிகுதியால் அனுமானைத் தூக்கிக் கொண்டு கூத்தாடினார்கள். ஜாம்பவானும் மற்ற வானரர்களும் கூடிவந்து ஆவலுடன் சூழ்ந்துகொண்டார்கள்.

'அனுமான்! போன காரியம் வெற்றிதானே? லங்கைக்குச் சென்று சேர்ந்தாயா? சீதாதேவியைக் கண்டாயா? அவர்கள் எப்படியிருக்

கிறார்கள்? நீ தேவியுடன் பேசினாயா? அவர்கள் என்ன சொல்லி யனுப்பினார்கள்? உன் வருகையை எதிர்பார்த்தே தவித்துக்கொண் டிருக்கிறோம்! சொல் அனுமான்! எல்லாவற்றையும் விரிவாகச் சொல்!' - ஆவலுடன் கேட்டான் ஜாம்பவான்.

அனுமான், எல்லாவற்றையும் சொல்லத்தொடங்கினான். மைனாக மலை வழிமறித்ததில் தொடங்கி வந்துசேர்ந்தது வரையிலான சம்பவங்களை ஒவ்வொன்றாக விவரித்துச் சொன்னான். சீதை படும் துயரத்தைப்பற்றிக் கூறியபோது கண்ணீர் கசிந்து வருந்திய வானரர் கள், அனுமான் அசோகவனத்தைச் சூறையாடியதையும் லங்கா புரியைத் தீக்கிரைஆக்கியதையும் சொல்லியபோது மகிழ்ச்சியுடன் ஆரவாரம் செய்தார்கள்.

அனுமான் சொல்லச் சொல்ல, அங்கதன் மிகுந்த ஆத்திரமடைந்தான்.

'ராவணனைப் பற்றியும் லங்கையைப் பற்றியும் இப்போது எல்லாம் தெரிந்துகொண்டு விட்டோம். இனியும் அந்த ராட்சசிகளின் கொடுமை களுக்கு நடுவே சீதாதேவியைத் துன்பப்பட விடக்கூடாது. இத்தனை நாள்கள் கழிந்தபின், கிஷ்கிந்தைக்கு நாம் வெறும் கையுடன் திரும்பிச்செல்வதும் சரியல்ல! இப்போதே லங்கைக்குச் செல்வோம். அந்தத் திமிர் பிடித்த ராவணனையும் அவனது அரக்கர் சேனையையும் அழித்துவிட்டு, சீதாதேவியுடன் கிஷ்கிந்தைக்குத் திரும்புவோம்!' என்று கர்ஜித்தான்.

கோபத்தில் கொதித்தெழுந்த அங்கதனைச் சமாதானப்படுத்தினான் ஜாம்பவான்.

'யுவராஜனே அங்கதா! ஆத்திரப்படாதே! இது ராம காரியம்! எதையும் நாமாகவே முடிவெடுப்பது சரியல்ல! அனுமான் கண்டுவந்த சேதியை நமது மன்னன் சுக்ரீவனிடமும் ராம லட்சுமணர்களிடமும் சென்று தெரியப்படுத்துவோம். அதற்குப்பிறகு அவர்கள் சொல்வது போலச் செயல்படுவோம்! அதுவே சரியானதாக இருக்கும்!'

அங்கதன், அனுமான் உள்பட அனைவரும் ஜாம்பவான் சொன்னதை ஏற்றுக்கொண்டார்கள். அப்போதே குஷியுடன் ஆகாயத்தில் தாவிக் கிளம்பி கிஷ்கிந்தை நோக்கி விரைந்தார்கள்.

42

கண்டேன் சீதையை!

கிஷ்கிந்தையின் நந்தவனக் காவலாளியும் சுக்ரீவனின் மாமனுமான ததிமுகன் என்பவன், மூச்சிரைக்க ஓடிவந்தான்!

ராம லட்சுமணர்கள், வானர அரசன் சுக்ரீவனோடு பேசிக்கொண்டிருந்தார்கள்.

அவர்கள்முன் வந்துநின்ற ததிமுகன், 'அரசே! அரசே! நமது நந்தவனம் பாழாகிப்போனது! வானரர்கள் அட்டகாசம் தாங்கமுடியவில்லை!' என்று அலறினான்.

'மாமா ததிமுகரே! பதறாமல் சொல்லுங்கள். அப்படியென்ன ஆபத்து வந்து விட்டது நமது நந்தவனத்துக்கு?' - புன்னகையுடன் கேட்டான் சுக்ரீவன்.

'தென்திசை சென்ற வானரர்கள் திரும்பி வந்துவிட்டார்கள். வந்தவர்கள் நந்தவனத்தில் நுழைந்து அவரவர் இஷ்டப்படி தேன் குடித்து, பழங்களைப் பறித்துச் சாப்பிட்டு, தென்னை மரத்தில் ஏறி கள்ளைப் பருகி போதையில் கண் மண் தெரியாமல் ஆட்டம் போடுகிறார்கள்! தடுக்கப்போன என்னைத் தள்ளிவிட்டுக் கேலி செய்கிறார்கள்!' என்று புலம்பினான்.

இதைக்கேட்டு சுக்ரீவன் கோபம் கொள்வான், அந்த வானரர்களுக்குத் தண்டனையளிப்பான் என்று எதிர்பார்த்தான் ததிமுகன்.

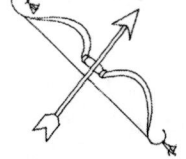

புத்திசாலியான சுக்ரீவனோ மனம் மலர்ந்து சிரித்தான்.

'அங்கதன் தலைமையில் சென்ற நமது படை வெற்றியுடன் திரும்பி வந்திருக்கிறார்கள்! அதனால்தான் இந்த ஆர்ப்பாட்டம்!' என்று ராம லட்சுமணனிடம் மகிழ்ச்சி பொங்கக் கூறிய சுக்ரீவன், ததிமுகனிடம் திரும்பிச்சொன்னான்:

'மாமா! உடனே சென்று, அவர்கள் அனைவரையும் இப்போதே இந்த நாழிகையே நான் வரச்சொன்னதாகச் சொல்லுங்கள்!' என்றான்.

ததிமுகன் வேகமாக விரைந்துசென்று அங்கதனிடம் சேதி சொன்னான்.

சுக்ரீவன் யூகத்தில் சொல்லிய வார்த்தைகளே ராமனின் மனத்தில் அமிர்தம்போல இறங்கியது. தென்திசை சென்று வந்த வானரர்களின் வருகைக்காக ஆவலுடன் காத்திருந்தான்.

அதோ! அனுமானை முன்னிறுத்தி அங்கதன், ஜாம்பவான் முதலான வானரர்கள் அவன்பின்னே அணிதிரண்டு வந்து கொண்டிருந்தனர்.

ராமனை நெருங்கும்போதே, 'கண்டேன் சீதையை! கற்பினுக்கு அணி சேர்ப்பவளான சீதாதேவியைக் கண்ணால் கண்டேன்! தேவி நலமாக இருக்கிறார்கள்!' என்று ஆனந்தத்தில் உரக்கக் கூவியபடி வந்தான் அனுமான்.

ராமன், சீதையைப்பற்றித் தெரிந்துகொள்வதற்காகத் தவிப்புடனும் துயரத்துடனும் காத்திருக்கிறான் என்பது அனுமானுக்குத் தெரியும்! ஏதாவது கெட்ட சேதியோ என்கிற நொடிநேரப் பதற்றம்கூட ராமனுக்கு உண்டாகிவிடக் கூடாது, அவன் மனம் தவித்துப்போய்விடக் கூடாது என்பதாலேயே குறைந்த வார்த்தைகளில் மன நிறைவுக்கான முழுக் குறிப்பும் தந்துவிட்டான் அவன்.

சீதை நலமாக இருக்கிறாள்! கற்புக்கு எந்த ஆபத்தும் இல்லாமல் இருக்கிறாள்! அவளை நானே நேரில் பார்த்துவிட்டேன் என்பதை, வரும்போதே ராமனுக்கு உணர்த்திவிட்டான் சிறந்த அறிவாளியான அனுமான்.

ராமன், மனம் பூரித்துப்போனான். எழுந்துசென்று அனுமானை எதிர்கொண்டு வரவேற்று ஆனந்தக்கண்ணீருடன் அவனை கட்டித் தழுவிக்கொண்டான்.

சுக்ரீவனும் லட்சுமணனும் மனம் நெகிழ்ந்தவர்களாக, தாங்களும் மற்ற வானரர்களை கட்டித்தழுவியும் தட்டிக் கொடுத்தும் பாராட்டினார்கள்.

'அனுமான்! சீதை எங்கேயிருக்கிறாள்? எப்படியிருக்கிறாள்? அவளைச் சந்தித்தாயா? பேசினாயா? அனைத்தையும் விவரமாகச் சொல்! மனம் எல்லாவற்றையும் அறிந்துகொள்ள துடியாகத் துடிக்கிறது!' - பரபரப்புடன் கேட்டான் ராமன்.

அனுமான், அன்னை சீதாதேவி இருக்கும் திசை நோக்கி வணங்கி விட்டு, நடந்த விஷயங்களைச் சொல்ல ஆரம்பித்தான்.

ராவணனது துன்புறுத்தல், அரக்கிகளின் காவலுக்கு நடுவே சீதை படும் வேதனை எல்லாவற்றையும் விளக்கியவன், 'ஐயனே! அன்னை சீதை தங்கள் நினைவாகவே வாடிக்கிடக்கிறாள்! ராவணன் எத்தனை மிரட்டியபோதும், அவனை ஒரு துரும்புபோலப் பாவித்து, புறக் கணித்துப் பேசி துரத்தினாள். திட சிந்தனையுடனும் மாறாத நம்பிக்கையுடனும் தங்களது வருகைக்காகவே காத்திருக்கிறாள்.

அன்னை சீதாதேவி தங்களிடம் கூறுமாறு ஒரேயொரு நிபந்தனையை மட்டும் சொல்லியனுப்பினாள் ஐயனே! ராவணன் அவளுக்குத் தந்த கெடுகாலம் முடியப்போகிறது என்றும், அதற்குள்ளாக தனது கணவர் விரைவாக வந்து தன்னை மீட்டுச் செல்லவேண்டும் என்றும் கூறினாள். அவர் நம்மை, அங்கு ஒரு மாதகாலத்துக்குள் எதிர்பார்க் கிறார். அப்படி ஒரு மாதகாலத்துக்குள் வந்து தன்னை மீட்கா விட்டால் உயிர் துறந்துவிடுவேன் என்று கலங்கிப்போய் சொல்லி யனுப்பினார். அங்கு நான் சீதாதேவியைக் கண்டதற்கு அடையாள மாக, அவருடைய சூடாமணியைத் தங்களிடம் தருமாறு கொடுத் தனுப்பினார்!' என்ற அனுமான், சீதை தந்த சூடாமணியை ராம னிடம் தந்தான்.

சூடாமணியைப் பெற்றுக்கொண்ட ராமன், இன்பமும் துன்பமும் கலந்த உணர்வினால் தவித்தான். அந்தச் சூடாமணியை தனது மார் போடு பொத்திக்கொண்டான். எதற்காக அழுகிறோம் என்பது புரியாமலே அழுதான்.

அனுமான், சீதையைக் கண்டு பேசியவற்றை மீண்டும் மீண்டும் சொல்லச்சொல்லி கேட்டு ஆனந்தம் பெற்றான்.

அடுத்தநாள் ராம லட்சுமணர்கள் இடத்தில் சுக்ரீவன், அனுமான், அங்கதன், ஜாம்பவான் முதலானவர்களும் இன்னும் முக்கிய மந்திரி களும் சேனாதிபதிகளும் கூடினார்கள்.

சுக்ரீவன் ஆரம்பித்தான்:

'அனுமான் தனது அற்புதத்திறனால் அனைத்தையும் அறிந்து வந்துவிட்டான். இனி, அடுத்ததாக ஆகவேண்டிய காரியத்தைப் பார்ப்போம்!' என்றான்.

'அனுமான் சீதையைக் கண்டு ஆறுதல் சொல்லி அவளது உயிரைக் காப்பாற்றினான். அவள் நலமாக இருக்கிறாள் என்று தெரிவித்து எனது உயிரையும் தக்கவைத்தான். ஆனால் சுக்ரீவா! அனுமான் ஆகாயத்தில் தாவிக்கடந்த பெரும்கடலை நாமும் உனது வானர சேனையும் எப்படிக் கடக்கப்போகிறோம்? இதை நினைக்கும்போது அனுமானால் ஏற்பட்ட சந்தோஷம் கவலையில் கரைந்துபோகிறது!' என்று ராமன் வருத்தமடைந்தான்.

'ராமா! நீயே மனச்சோர்வு அடையலாமா? நீ உன்னை உணராமல் போகலாம். ஆனால், நாங்கள் உனது சக்தியை அறிந்தவர்கள். அனுமான் எப்போது லங்கையைக் கண்டு வந்தானோ அப்போதே அந்த ராஜ்ஜியம் அழிந்தது என்று எனக்குப் புரிந்துவிட்டது. இதோ நானும், லட்சக்கணக்கான வீரர்களைக் கொண்ட வானர சேனையும் உனது பின்னே அணிவகுத்து நிற்கிறோம்! வில்லின் நாயகனே, நீ வில் பிடித்து நின்றால் உன்னை எதிர்க்க யார் இருக்கிறார்கள்? கடலைக் கடப்பதற்குரிய திட்டத்தை உங்களால் நிச்சயம் கண்டு பிடிக்க முடியும்! நமக்கு வெற்றி தவிர வேறில்லை. துயரத்தை துடைத்துப் போட்டு விட்டுப் புறப்படுவோம் வாருங்கள்!' - தைரியம் அளித்தான் சுக்ரீவன்.

மேலும் அனுமான், லட்சுமணன், அங்கதன், ஜாம்பவான் எல்லோருமே ராமனது சோர்வைப் போக்கும்விதமாகப் பேச ராமன் உற்சாகம் கொண்டான்.

அங்குள்ளோர் மத்தியில் மகிழ்ச்சியும் ஆரவாரமும் கரைபுரண்டது.

ராமன் அனுமானிடம் லங்கையின் இருப்பிடம், அதன் நகரம், கோட்டை கொத்தளங்கள், அரண் அமைப்புகள் என்று சகல விவரங்களையும் கேட்டறிந்தான்.

லங்கையின் சுபிட்சத்திலிருந்து ஆரம்பித்து, ராவணனின் சேனை பலம், கோட்டை பலம், வலிமையான அரண் அமைப்புகள், போர் யந்திரங்கள், அகழிகள், வாயில்கள், அகழிப்பாலங்கள் என எந்த ஒரு சிறிய விவரத்தையும் விட்டுவிடாமல் எல்லாவற்றையும் ராமனிடம் விளக்கினான் அனுமான்.

'திரிகூட மலை அமைந்திருக்கும் கடற்கரைப் பிரதேசத்தை அணுகுவது கப்பல்களால்கூட முடியாத காரியம்! திரிகூட மலையும், அந்தக்

கடற்கரைப் பிரதேசமும் லங்கைக்கு இயற்கை அரண்கள்போல அமைந்துள்ளன. நகரமும் கோட்டையும் எப்படிப்பட்ட எதிரியானாலும் நெருங்க முடியாதபடி பலமாகக் காக்கப்படுகின்றன. ராவணனது அரக்கர் சேனையும் அபாரமானதுதான். ஆனாலும் ஐயனே! நமது வானரர் சேனை இவை எல்லாவற்றையும் அழிக்கும் ஆற்றல் கொண்டது என்பது உண்மை. இதைத் தாங்கள் உறுதியாக நம்பலாம். ஆகவே, நல்ல முகூர்த்தம் பார்த்து படைகள் புறப்பட உத்தரவு கொடுங்கள்!' என்றான்.

பிறகென்ன! அப்படியே உத்தரவிட்டான் ராமன்.

வெற்றி விளைவிக்கக்கூடிய சிறந்த முகூர்த்த காலத்தில் வானரப்படை தென்திசைக் கடலை நோக்கிப் புறப்பட்டது. வழியெங்கும் நல்ல சகுனங்களைக் கண்டு சந்தோஷம் கொண்டபடி, மலைகளையும் காடுகளையும் தாண்டி விரைந்தது.

வழியில் தென்படும் எந்த நகரங்களுக்கும் கிராமங்களுக்கும் சேதம் ஏற்படுத்தாமல் செல்லவேண்டும் என்று ராமன் கட்டளையிட்டிருந்ததால், வானரர் சேனை கட்டுக்கோப்பாகவே சென்றது.

சேனையில் இருந்த வானரர்கள், உற்சாகத் துள்ளலுடன் குதித்துக் கொண்டும் கர்ஜித்துக்கொண்டும் அரக்கர்களை எப்படியெல்லாம் கொல்லலாம் என்றும் பேசிக்கொண்டும் சென்றார்கள்.

மகேந்திரமலை வந்து சேர்ந்ததும், ராமன் மலைமீதேறி கடலைப் பார்த்தான்.

'இனி, இந்தப் பெரும்கடலை எப்படிக் கடப்பது என்பதைத் தீர்மானிக்கவேண்டும். அதுவரையிலும் பக்கத்திலிருக்கும் வனத்தில் படைகள் தங்கி இளைப்பாறட்டும்!' என்றான் ராமன். அப்படியே உத்தரவு பிறப்பித்தான் சுக்ரீவன்.

வெளியேறினான் விபீஷணன்!

43

அதே சமயத்தில், லங்கையிலும் ராவணனுடைய சபையில் மந்திராலோசனை நடைபெற்றுக்கொண் டிருந்தது. அனுமான் நிகழ்த்திவிட்டுப்போன நாசத் தில், சற்று வெட்கமும் வேதனையும் கொண்டவ னாகப் பேசினான் ராவணன்.

'நான் இந்தச் சபையைக் கூட்டியிருப்பதன் காரணம் உங்களுக்கெல்லாம் தெரிந்ததுதான்! ராமன் என்கிற எளிய மானிடனால் அனுப்பப் பட்ட ஒரு வானரன், லங்கைக்கு வந்து சிறையி லிருந்த சீதையைப் பார்த்திருக்கிறான். அத்துடன் நமது சிறந்த வீரர்களைக் கொன்று, லங்கைக்குச் சேதம் விளைவித்துவிட்டு தப்பித்தும் போய் விட்டான்.

விவகாரம் அத்துடன் நிற்கவில்லை. இப்போது நம்மை எதிர்க்க ராம லட்சுமணர்கள் கடலின் எதிர்க்கரையில் வானரப் படையுடன் தங்கி யிருப்பதாக ஒற்றர்கள் தகவல் கொண்டு வந்திருக்கிறார்கள். நமது எதிரியாகிவிட்ட ராமன் ஏதாவது யுக்தியைக் கையாண்டு கடல் கடந்தும் வரக் கூடும்! அதற்கும் நாம் தயா ராகத்தான் இருக்கவேண்டும். அப்படி அவர்கள் வந்தால், நமது நகரத்தைக் காப்பாற்றி எதிரியை எதிர்த்து வீழ்த்தவேண்டும். அதற்கு என்ன செய்யலாம் என்று முக்கிய மந்திரிகளாகிய நீங்கள்தான் சொல்லவேண்டும்!'

ராவணன் பேச்சை முடித்ததுமே, மகா வீரனும் கறுத்த மலை போன்ற உடலும் கொண்டவனான சேனாதிபதி பிரகஸ்தன் எழுந்தான்.

‘இதில் கவலை கொள்வதற்கு என்ன இருக்கிறது மகாராஜா! அனுமான் என்கிற வானரத்திடம் சற்று அலட்சியம் காட்டி ஏமாந்துவிட்டோம். அவ்வளவுதான்! அதற்காக நாம் வலிமையற்றுப் போய்விட்டோம் என்று அர்த்தமாகிவிடாது. நம்முடைய சேனை பலமும் ஆயுத பலமும், அரக்கர்களுடைய மாயதந்திர சக்திகளும் நிகரற்றது மகாராஜா! அந்த அற்ப மானிடர்களை தூசிபோல ஊதிவிடலாம்!’ என்றான்.

துர்முகன் என்பவன் சொன்னான்:

‘அரக்கர்குலத் தலைவரே! அளவிடமுடியாத வல்லமை கொண்டவர் நீர்! போகவதி நகரம் சென்று நாகராஜனை எதிர்த்து வெற்றிகொண்டவர். செல்வத்துக்கு அதிபதியான குபேரனையும் அடிபணியவைத்து, அவனுடைய யட்சர்களை வீழ்த்தி புஷ்பக விமானத்தை அடைந்தவர். தேவர்களின் விஸ்வகர்மாவான மயனும் தங்களிடம் பணிந்து அவனுடைய மகளைத் திருமணம் செய்துவைத்தான். இப்படித் தங்களது பராக்ரமம் கண்டு தேவர்களே நடுங்கி நிற்கும்போது, நாட்டை விட்டுத் துரத்தப்பட்டவனான ஒரு நாடோடியும் அவனது சேனையும் தங்கள்முன் நிற்கமுடியுமா?’

இப்படி ஒருவர்பின் ஒருவராக ராவணனைப் புகழ்ந்து பேசி அவனை உற்சாகம் கொள்ளவைத்தனர்.

அப்போது விபீஷணன் எழுந்தான்.

‘அண்ணா! இப்போது பேசிய நமது சபையினர் எல்லோரும் உன்னைச் சந்தோஷப்படுத்தவே இப்படிப் பேசுகிறார்கள். இவர்கள் சொல்வது, உங்களுக்கோ நமது ராஜ்ஜியத்துக்கோ நன்மை சேர்க்காது! யுத்தத்தில் ஜெயிக்கவேண்டுமானால் தர்மமும் நியாயமும் நம் பக்கம் இருக்க வேண்டும். ஆனால், அது நம்மிடத்தில் இல்லை. ராமன்மீது கோபமோ பகையோ இருந்தால், அவர்களை எதிர்த்து யுத்தம் செய்திருக்க வேண்டும். அதைவிட்டு ராமன் இல்லாத நேரத்தில் அவன் மனைவி சீதையை நீங்கள் தூக்கிவந்தது தர்மம் தவறிய பாவச் செயலாகும். முதலில் அந்தத் தவறை நாம் திருத்திக் கொள்ள வேண்டும்.

ஒற்றை வானரனாகிய அனுமானையே நம்மால் ஒன்றும் செய்ய முடியாதபோது, கடலலை போல வரக்கூடிய வானரர் சேனையின் பலத்தை நம்மால் எதிர்க்கமுடியுமா என்று யோசிக்கவேண்டும். எதிரியின் பலத்தைச் சரியாகப் புரிந்து கொள்ள வேண்டும்.

அண்ணா! நான் தங்கள்மீது மிகுந்த மதிப்பும் மரியாதையும் பக்தியும் கொண்டவன். நமது படைபலம் நிகரற்றதுதான்! என்றாலும் எதிரியின் படைபலத்தையும் கவனத்தில் கொண்டுதான், யுத்தம் தேவையா? யுத்தம் இல்லாமலேயே பிரச்னையைத் தீர்த்துக்கொள்ள முடியுமா என்று தீர்மானிக்கவேண்டும். சீதையை, முதலில் ராமனிடம் திருப்பித் தந்துவிடவேண்டும் என்பதே எனது யோசனை! லங்கையை அவர்கள் தாக்கும் முன்பாகவே இதைச் செய்துவிடுவது நல்லது. இதை நான், உங்களுடைய நன்மைக்காகவும் லங்கையின் நலனுக்காகவுமே சொல்கிறேன். யோசித்து முடிவெடுங்கள் அண்ணா!' - இதமான வார்த்தைகளால் சொல்லிமுடித்தான் விபீஷணன்.

ராவணனுக்கு விபீஷணனின் வார்த்தைகள் கொஞ்சமும் பிடிக்க வில்லை என்பது, அவனது கடுகடுத்த முகத்திலிருந்தே தெரிந்தது. விபீஷணனுக்குப் பதிலே சொல்லாமல், பொதுவாகச் சபையினரைப் பார்த்துப் பேசினான்:

'சீதையின்மீது நான் கட்டுக்கடங்காத ஆசையை வைத்துவிட்டேன்! இப்போதும் அவள்மீதான எனது விருப்பம் கொஞ்சமும் குறைய வில்லை. எனவே, அவளைத் திருப்பிஅனுப்புவது என்பது சாத்திய மில்லை. அதேபோல் அவளை ராமனிடம் ஒப்படைத்துவிட்டு அவனிடம் மன்னிப்புக் கேட்பதும் ஆகாத காரியம்! இதற்கு என் மனம் ஒருநாளும் சம்மதிக்காது. சத்தியமாக, அதை நான் செய்யவும் மாட் டேன். இதுவரையிலும், நானும் எனது வீரர்களாகிய நீங்களும் எந்தப் போரிலும் தோல்வியைக் கண்டதில்லை. எனவே, ராம லட்சுமணர் களைப் பற்றி எனக்கு எந்தப் பயமுமில்லை.

கடலின் அக்கரையில் இருக்கும் அவர்களால், கடலைத் தாண்டி வருவது முடியாத காரியம்! அப்படியே வந்தாலும் பாதகமில்லை! அவர்களை யுத்தத்தில் எதிர்கொள்ளுவோம். இனி, ராம லட்சுமணர் களையும் அவர்களுடைய வானர சேனைகளையும் எப்படி எதிர் கொள்வது, எந்தவிதத்தில் அழிப்பது என்பதற்கான வழிகளைப்பற்றி யோசிப்போம். அதற்கான ஆலோசனைகளைத் தெரிவியுங்கள்!' என்றவன், எதிரே அமைதியாக அமர்ந்திருந்த தனது பெரிய தம்பியான கும்பகர்ணனைப் பார்த்துக் கேட்டான்.

'ஏன் கும்பகர்ணா, எதுவுமே பேசாமல் இருக்கிறாய்? நீ என்ன நினைக் கிறாய் என்று சொல்!'

கும்பகர்ணன் எழுந்து பேசினான்.

'என்ன பேசச் சொல்கிறீர்கள் அண்ணா! நீதியைத் தள்ளிவிட்டு அதர்ம காரியத்தில் இறங்கியதால் ஆபத்தை வரவழைத்துக் கொண்டீர்கள் என்றுதான் சொல்லுவேன். ராம லட்சுமணர்கள் மீது பகையிருந்தால் அவர்களைத் தோற்கடித்துக் கொன்றுவிட்டு சீதையைத் தூக்கி வந்திருக்கவேண்டும்! அப்படிச் செய்திருந்தால், சீதையே உங்களை ஏற்றுக் கொண்டிருப்பாள்! அப்படிச் செய்யாமல் பிரச்னையை வளர்த்துவிட்டு ஆலோசனை கேட்டால் என்ன சொல்வது?'

கும்பகர்ணனும் தன்னைக் கண்டித்துப் பேசியதால், ராவணனுடைய முகம் சிறுத்துப்போனது.

ராவணன்மீது மிகுந்த பாசம் கொண்டவனான கும்பகர்ணனால் இதைத் தாங்கிக்கொள்ள முடியவில்லை. 'சரி! நடந்ததைப்பற்றிப் பேசிப் பயனில்லை! என்னவானாலும் அண்ணன் ராவணனை விட்டுக் கொடுக்கக் கூடாது!' என்று தீர்மானித்தான்.

'சரி, அண்ணா! எதற்காகவும் கலங்கிநிற்பதில் பயனில்லை. உங்கள் எதிரிகளான ராம லட்சுமணர்களை நானே எனது கையினால் கொல்வேன்! எப்போதும் உனக்குத் துணையிருப்பேன்!' என்று சொல்லி அமர்ந்தான்.

உண்மையை தைரியமாகப் பேசிக் கண்டித்த கும்பகர்ணனும், அண்ணன் ராவணனுடைய அபாயத்தில் தலைகொடுக்கத் தீர்மானித்துவிட்டதைக் கண்டு மனம் கலங்கிப்போனான் விபீஷணன்.

ராவணன் தன்மீது வருத்தம் கொண்டாலும் பரவாயில்லை. அவன் போகும் தவறான பாதையிலிருந்து விலக்கி, ராஜ்ஜியத்தையும் அரக்கர் குலத்தையும் அழிவிலிருந்து காப்பாற்றவேண்டியது தனது கடமை என்று நினைத்தவன் மீண்டும் எழுந்து பேசினான்.

'அண்ணா! மறுபடியும் சொல்கிறேன். தயவுசெய்து தங்கள் மனத்தை மாற்றிக்கொள்ளுங்கள். நியாயவழிக்குத் திரும்பி விடுங்கள். நெருப்புக்கு நிகரான சீதையை அள்ளியெடுத்து மடியில் கட்டிக்கொண்டு வந்ததால்தான், லங்காபுரி ஒருமுறை தீப்பற்றி எரிந்தது. இதற்கு மேலும் தங்களது தவறைத் திருத்திக் கொள்ளாவிட்டால், நமது குலமே அழிந்து நாசமாகிப் போகும். கடவுளுக்கு நிகரானவன் ராமன். அவனது கோபத்தைச் சம்பாதித்துக்கொள்ள வேண்டாம்! சீதையை அவனிடம் சேர்ப்பித்துவிடுங்கள். உங்களது மானம், மரியாதை, கௌரவம், ராஜ்ஜியம், செல்வசுகங்கள் அனைத்தையும் காப்பாற்றிக் கொள்ளுங்கள்!' என்று கெஞ்சினான்.

விபீஷணனின் அறிவுரையினால் இந்திரஜித் பொறுமையிழந்து கத்தினான்.

‘சித்தப்பா! அரக்கர் குலமே வெட்கப்படும்படியாக இருக்கிறது உங்களது பேச்சு! தேவர்களை அடித்துத் துரத்தி வெற்றிகண்ட நம்மைப் பார்த்து உலகமே நடுங்கிக்கொண்டு இருக்கும்போது, கேவலம் இரண்டு மானிடர்களையும் குரங்குக் கூட்டத்தையும் கண்டு தொடை நடுங்குகிறீர்களே! சே! மகா அவமானம் இது!’

‘இந்திரஜித்! நீ சிறுபிள்ளை! ஆணவத்தால் அறிவிழந்து பேசுகிறாய்! நீ மட்டுமல்ல, இங்குள்ளோர் எல்லோருமே அரசனுக்கு நல்லபுத்தி சொல்லாமல், அழிவைத் தரும் ஆலோசனையைத்தான் சொல்கிறீர்கள். லங்காபுரி மன்னனே! நான் சொல்லவேண்டியதைச் சொல்லிவிட்டேன். கேட்காவிட்டால் நாமனைவரும் அழிந்துபோவது நிச்சயம்!’ - மனம் வெறுத்துப்போய் சொன்னான் விபீஷணன்.

ராவணனது கோபம் எல்லை மீறியது.

‘விபீஷணா! தம்பி என்பதனால்தான் இவ்வளவு நேரம் பொறுத்திருந்தேன். இப்போது எனக்குப் புரிந்துவிட்டது. உனக்கு என்மீதுள்ள பொறாமையினாலேயே இப்படிப் பேசுகிறாய். அகிலமே புகழும் எனது பெருமையைக் குலைத்து என்னை அவமானப்படுத்த நினைக்கிறாய்! உடனிருந்தே கொல்லும் வியாதி போன்றவன் நீ! கஷ்ட காலத்தில் உதவாமல் முதுகில் குத்தும் துரோகியே! இனி என் முன் நிற்காதே! முகத்திலேயே விழிக்காதே! முதலில் இங்கிருந்து ஓடிப் போய்விடு!’ என்று சீறினான்.

அவமானம் தாளாமல் துடித்து எழுந்தான் விபீஷணன்.

‘அண்ணா! கெட்டது என்பது தெரிந்தும், உன்னைச் சந்தோஷப்படுத்துவதற்காகவே நாசம் தரும் வழியில் இறக்குகிறார்கள் இவர்கள். அதனாலேயே நன்மை தரும் வார்த்தைகள் உங்கள் மனத்துக்கும் காதுகளுக்கும் பிடிக்காமல் போகின்றன. என்னை, பொறாமைக்காரனாகவும் துரோகியாகவும் நினைத்து பகைவனைப்போல் பார்க்கிறீர்கள்! அழியும் காலம் வரும்போது, நல்ல விஷயங்கள் விஷமாகத்தான் தோன்றும். சரி! நான் வருகிறேன்!’ என்று புறப்பட்டான்.

இனி, லங்கையில் தனக்கு இடமில்லை என்பது விபீஷணனுக்குப் புரிந்து போய்விட்டது! அந்தத் தருணமே ஆகாயத்தில் கிளம்பி, ராம லட்சுமணர்கள் இருக்கும் இடம் தேடிப் பயணமானான். விபீஷணனைப் போலவே ராவணனின் அநீதி பிடிக்காத இன்னும் நால்வரும் அவனுடன் சேர்ந்து கொண்டார்கள்.

வருணன் வகுத்த திட்டம்!

44

வடக்குக் கடற்கரையின் பாசறை ஒன்றில் இருந்தான் ராமன். சீதையின் நினைவாகவே அவள் கொடுத்தனுப்பியிருந்த சூடாமணியைப் பார்த்து ஏங்கிக்கொண்டிருந்தவன், லட்சுமணனிடம் கூறினான்:

'நாம் புறப்பட்டுவிட்டோம் என்பது தெரிந்தால், சீதை எவ்வளவு சந்தோஷப்படுவாள்! அதனாலேயே மேலும் தைரியம் பெற்று உயிரை வைத்துக்கொண்டிருப்பாள் இல்லையா? எனக்கேனோ மனம் சஞ்சலமாகவே இருக்கிறது! லட்சுமணா! நாம் அங்கு செல்லும்போது சீதையை உயிருடன் காண்போம்தானே?' என்று கேட்டான்.

'அண்ணா! இனி, துயரத்துக்கு வேலையே இல்லை. ராவணனை வதம் செய்து, வெற்றியோடு சீதையை அழைத்துச் செல்லத்தான் போகிறோம்! மகாலக்ஷ்மிபோல் அவள் அயோத்திக்குள் நுழையத்தான் போகிறாள்!' என்றான்.

அப்போது வெளியே வானரர்கள் படையில் ஏதோ கூச்சலும் குழப்பமுமாகச் சத்தம் கேட்டது.

ராம லட்சுமணர்களைத் தேடி உள்ளே வந்தான் சுக்ரீவன்.

'ராமா! ராவணனுடைய தம்பி விபீஷணன் என்பவன் தங்களிடம் சரணடைவதற்காக

இன்னும் நான்கு ராட்சதர்களுடன் வந்து ஆகாயத்தில் நிற்கிறான். எனக்கென்னவோ இது சூழ்ச்சி என்றே தோன்றுகிறது. அவர்கள்மேல் நம்பிக்கை வரவில்லை. ஒருவேளை, ராவணனே நம்மை வேவு பார்ப் பதற்காக இவர்களை அனுப்பியிருக்கலாம்! சமயம் பார்த்து ஏமாற்றி நம்மை அழிப்பதற்கும் திட்டமிட்டு இருக்கலாம் இல்லையா? உத்தர விடு ராமா! இங்கேயே அவர்கள் அனைவரையும் வதம் செய்து விடலாம்!' என்றான்.

சுக்ரீவன் பேசிக்கொண்டிருக்கும்போதே மற்ற வானரத் தலைவர்களும் உள்ளே வந்தனர். ராமன் அவர்களிடமும் ஆலோசனை கேட்டான்.

சபரன் என்கிற வானரன், 'ஒற்றர்களை வைத்து இவர்களைச் சோதித்துப் பார்ப்போம்! அதன்பின் முடிவெடுப்போம்!' என்று கூறினான்.

ஜாம்பவான் இதை மறுத்தான்.

'இதெல்லாம் ஆகாத காரியம்! மனத்தில் எந்தக் கொடிய எண்ணம் இருந்தாலும் அதை முகத்தில் காட்டிக்கொள்ளாமல் நடிப்பதில் அரக்கர்கள் கெட்டிக்காரர்கள். திடீரென்று ராவணனைக் கைவிட்டு நம்மைச் சரணடைவதற்கு என்ன காரணம்? சந்தேகத்துக்கு உரிய இவர்களை சேர்த்துக் கொள்ளக் கூடாது என்பதே என் எண்ணம்!'

ராமன், சிறந்த மதியூகியான அனுமானைப் பார்த்தான்.

பார்வையின் பொருள் புரிந்துகொண்டு அனுமான் தனது கருத்தைச் சொல்லத்தொடங்கினான்.

'ஐயனே! தர்ம சாஸ்திரம் அறிந்தவர் நீங்கள்! உங்களுக்குத் தெரி யாததையா நாங்கள் சொல்லிவிடப் போகிறோம்? விபீஷணன் ஒளிந்து மறைந்து வரவில்லை. நேராகத்தான் வந்திருக்கிறான். இதில் என்ன அபாயம் இருக்கப்போகிறது?

விபீஷணனின் முகத்திலோ பேச்சிலோ வஞ்சனை தெரியவில்லை! அண்ணனிடம் உள்ள தீயகுணங்களைக் கண்டு, தம்பி மனம் வெறுத்துப்போய் வந்திருக்கிறான் என்றால் அதில் என்ன குற்றம் இருக்கிறது? தவிர, விபீஷணன் நியாயவான் என்பதையும் நீதி தவறாதவன் என்பதையும் ராவண சபையில் நான் ஏற்கெனவே கண் டிருக்கிறேன். ராவணன் என்னைக் கொன்றுவிடலாம் என்றபோது, தூதனைக் கொல்வது ராஜநீதியல்ல என்று மறுத்துப் பேசியவன்! நல்ல குணங்களைக் கொண்டவன். ஆகவே, அநீதியின் பக்கம், தான் இருக்க வேண்டாம் என்று நியாயத்தின் பக்கம் சேர வந்திருக்கிறான். எனவே,

சந்தேகப்படாமல் விபீஷணனையும் அவனைச் சார்ந்தவர்களையும் சேர்த்துக் கொள்ளலாம் என்பது என் தாழ்மையான கருத்து. இவையெல்லாம் எங்கள் யோசனைதானே தவிர, தாங்கள் என்ன நிச்சயித்திருக்கிறீர்களோ அதைச் செய்யுங்கள் ஐயனே!'

அனுமானின் வார்த்தைகள் தர்மத்தைக் காப்பாற்றும் எண்ணம் கொண்ட ராமனுக்கும் பிடித்தமானதாக இருந்தது.

ராமன் புன்னகையுடன் பேசத் தொடங்கினான்:

'நண்பர்களே! எனது சுபாவத்தை நீங்கள் தெரிந்துகொள்ளுங்கள். நட்பு வேண்டி ஒருவர் வந்தால், நான் எப்போதும் எந்தச் சூழலிலும் அதைப் புறக்கணித்தது கிடையாது. இது என்னுடைய தர்மம். என்னிடம் சரணடைந்தவர்களை எப்போதும் நான் கைவிட மாட்டேன். அவன் நல்லவனோ கெட்டவனோ, அதனால் எனக்கு எந்த அபாயம் ஏற்பட்டாலும் எனது லட்சியத்தில் உறுதியாகவே இருப்பேன். ராவணனே வந்தாலும்கூட சோதிக்காமல் ஏற்றுக்கொள்வேன் என்கிறபோது, அவனது தம்பியை நான் எப்படிப் புறக்கணிக்க முடியும்? விபீஷணனை நாம் ஏற்றுக்கொள்ளலாம் என்றே நான் நினைக்கிறேன்! எல்லோருக்கும் சம்மதம்தானா?' என்று கேட்டான்.

ராமனின் தர்மநெறி கண்டு அனைவரும் சிலிர்த்துப்போய் நின்றார்கள்.

சுக்ரீவன் நெகிழ்ந்துபோய்ச் சொன்னான்: 'ராமச்சந்திரனே! உன்னைப் போன்ற தெய்வீகப் புருஷனை நண்பனாகப் பெற்றது எனது பாக்கியம்! விபீஷணன் இனி உமது நண்பனென்றால், எல்லோருக்கும் அவன் நண்பனே! இதோ நானே சென்று அவனை அழைத்துவருகிறேன்!' என்று விரைந்தான்.

கூப்பிய கையோடும் விழிகளில் கசிந்த கண்ணீரோடும் வந்து, ராமனிடம் சரணடைந்தான் விபீஷணன். மலர்ந்த புன்னகையுடன் எதிர்கொண்டு வரவேற்ற ராமன், அவனை மார்போடு தழுவிக் கொண்டான்.

'விபீஷணா! நாங்கள் நால்வர் சகோதரர்களாக இருந்தோம். பின், குகனோடு ஐவரானோம். சுக்ரீவனோடு அறுவரானோம். இப்போது உன்னோடு சேர்ந்து நாம் சகோதரர்கள் எழுவரானோம்!' என்றான்.

'ராமா! என் ஐயனே! உனது கருணையை என்னவென்று சொல்வேன்! நான் மிகுந்த பாக்கியம் பெற்றேன்! பிறவிப்பயன் அடைந்து விட்டேன் அண்ணலே!' - தழுதழுத்து ராமனின் பாதங்களில் பணிந்தான் விபீஷணன்.

அவனையும் தங்களுடன் இணைத்துக்கொண்டு, அடுத்தகட்ட காரியங்களைப் பற்றி யோசிக்கத் தொடங்கினர்.

அனைவரும் கடலைத் தாண்டுவதற்கான வழியைத் தேடி யோசித்துக் கொண்டிருக்கிறார்கள் என்பதை அறிந்து, விபீஷணன்தான் அந்த யோசனையைத் தெரிவித்தான்.

'ராமபிரானே! கடலைத் தாண்டவேண்டுமென்றால், அதற்கு சமுத்திர ராஜன் மனம் வைக்கவேண்டும். எனவே, முதலில் அவனையே வேண்டிக் கேட்டுக்கொள்வோம்!' என்றான்.

ராமனும் அந்த யோசனையை ஏற்றுக்கொண்டு, கடற்கரையில் தர்ப்பைப் புல் பரப்பி, சாத்திர முறைப்படி உபவாசம் தொடங்கினான்.

மூன்று நாள்கள் மௌன விரதமிருந்து உணவு தண்ணீரின்றி பூஜித்தும் சமுத்திரராஜனாகிய வருணன் வரவில்லை! ராமன் பொறுமையிழந்து எழுந்தான்! தனது சக்தியை உபயோகித்தால்தான் இனி காரியம் ஆகும் என்று கோபம் கொண்டவன், வில்லும் அஸ்திரங்களும் கொண்டு வரும்படி லட்சுமணனிடம் சொன்னான்.

லட்சுமணன் கொண்டுவந்து தந்த வில்லை வளைத்து, கடலின் மீது தனது மந்திர அஸ்திரங்களைப் பாய்ச்சினான். பூமி நடுங்கியது. கடல் கொதித்துக் கலங்கியது. அலைகள் கொந்தளித்தன. வெப்பம் தாங்கமுடியாதவனாக வருணன் வெளிப்பட்டு, ராமன்முன் வந்துநின்றான்.

'ராமச்சந்திரா! யாரும் என்னைக் கடந்து செல்லமுடியாதபடி அலை களுடன் வழிமறித்து நிற்பதுதானே எனது தர்மம்? அதுதானே இயற்கை வகுத்த விதி! அதை என்னால் எப்படி மீறமுடியும் ஐயனே! ஆனாலும் உலகின் நன்மைக்காக அரக்கர் குல அழிவுக்காகத் தாங்கள் இறங்கி யுள்ள காரியத்தில், என்னால் ஒருவிதத்தில் உங்களுக்கு உதவமுடியும். வானரர்களைக் கொண்டு கற்பாறைகளையும், மரங்களையும் போட்டு பாலம் அமைக்கச் சொல்லுங்கள். அவை போட்டது போட்டபடி மிதக்குமாறு நான் செய்கிறேன். இதை மட்டுமே என்னால் செய்ய முடியும். இதைக்கூட நளன், நீலன் என்கிற வானரர்களைக்கொண்டே சாதிக்கமுடியும்! அவர்கள் பெற்றிருக்கும் சாபம் அப்படி!' என்று வழிவகுத்துக் கொடுத்தான்.

சுக்ரீவன் உடனடியாக நளன், நீலன் என்கிற தளபதிகளை அங்கு வரச்செய்தான்.

ராமன் அவர்களிடம், 'நளனே! நீலனே! நீங்களிருவரும் ஏதோ சாபம் பெற்றிருப்பதாக வருணன் சொன்னான். என்ன அது?' என்று விசாரித்தான்.

அவர்கள் சற்று வெட்கத்துடன் சொன்னார்கள்.

'ஐயனே! சிறுவயதில் நாங்கள் இருவரும் மிகுந்த குறும்புக்காரர்களாக இருந்தோம். அப்போது கிஷ்கிந்தாபுரியின் நதிக்கரை ஓரத்தில், பல முனிவர்களும் தவ சீலர்களும் குடில் அமைத்து வசித்து வந்தார்கள். நாங்கள் அவர்களில்லாத சமயத்தில் குடிலுக்குள் நுழைந்து, அவர்கள் வழிபட்டு வரும் சாளக்கிராம மூர்த்திகளை எடுத்து விளையாட்டாக நதியில் எறிந்துவிடுவோம். அதற்குப்பிறகு, அவர்கள் அங்குமிங்கும் தேடுவதைப் பார்த்து சந்தோஷப்படுவோம்.

ஒருநாள், முனிவர்களுக்கு எங்களுடைய துஷ்டச்செயல் தெரிந்து விட்டது. கோபம் கொண்ட அவர்கள் சிறு பிள்ளைகள் விளையாட்டாகச் செய்த காரியம் என்பதால் மிகவும் பெரிதாகத் தண்டிக்காமல், 'சிறுவர்களே! இனி நீங்கள் நீரில் எறியும் எந்தப் பொருளும் நீருக்குள் மூழ்காமல் போகட்டும்! எறியப்பட்ட இடத்திலேயே அவை கிடக்கட்டும்!' என்று சாபமிட்டுவிட்டார்கள்!'

நீலனும் நளனும் வருத்ததுடன்தான் இதைக் கூறினார்கள். என்றாலும், அதைக் கேட்ட மற்றவர்கள் மகிழ்ந்து போனார்கள்.

ராமனுக்கு, வருணனின் திட்டம் புரிந்துபோனது!

'இயற்கை நியதியைப் புறக்கணிக்காமல் முனிவர்களின் சாபத்தையே காரணமாக வைத்து, பாலம் அமைக்க அவன் வழிவகுத்துவிட்டான்! இனி, கடல் தாண்டுவது சுலபமாகி விடும்!' என்று மனம் மகிழ்ந்தான்.

ராமனின் உற்சாகம் மற்றவர்களையும் தொற்றிக்கொண்டது.

சீதைக்காக ஒரு சேதுப்பாலம்!

45

ராமச்சந்திரனுடைய உத்தரவுப்படி, சேதுப்பாலம் அமைக்கத் தொடங்கினார்கள் வானரர்கள்.

காடுகளிலும் மலைகளிலும் சென்று ஆயிரக் கணக்கான மரங்களைப் பிடுங்கிக்கொண்டு வந்தார்கள். பெரும்பலம் கொண்ட இன்னும் சில வானரர்கள் - மலைகளை, பாறைகளை, சிறு குன்றுகளைக்கூட விடாமல் பெயர்த்து எடுத்து வந்தனர்.

அனைத்தையும் நளனும் நீலனும் வாங்கி, தங்களது கைகளால் தொட்டு வீசினார்கள். முனிவர்கள் அளித்த சாபத்தின்படி, அவை எல்லாமே போட்ட இடத்தில் அப்படியே மூழ்காமல் மிதந்தன.

லட்சக்கணக்கான வீரர்கள் சந்தோஷக் கூச்சலும் கர்ஜனையுமாக வேலை செய்ய, பாலம் அமைக்கும் பணி ஐந்தே நாள்களில் நிறைவடைந்தது.

வானரர்கள் வெற்றிக் கோஷம் எழுப்பினார்கள். வானத்தில் தேவர்களும் தேவகணங்களும் ரிஷிகளும் வந்துபார்த்து ஆச்சரியப்பட்டார்கள். ராமனை ஆசீர்வாதம் செய்தார்கள்.

அனுமான், ராமனைத் தனது தோள்களில் தூக்கிக் கொள்ள, அங்கதன் லட்சுமணனைத் தாங்கிக் கொண்டான். வானரர் படை, மகிழ்ச்சி ஆரவாரத் துடன் கடலைக் கடக்கத் தொடங்கியது.

பூமி அதிரும்படியாக லட்சக்கணக்கான வீரர்களைக் கொண்ட வானர சேனை லங்கையை வெற்றிகரமாக அடைந்தது.

லங்காபுரியின் எல்லையிலேயே, ஒரு பெரிய வனத்தில் வானர சேனையினர் தங்கவைக்கப்பட்டனர்.

ராமன், சேனையை அணிவகுத்து யார் யார் எந்த இடத்தில் இருக்க வேண்டும், எந்த இடங்களைத் தாக்கவேண்டும் என்று திட்டமிட்டு நிறுத்திவைத்தான்.

லங்காபுரியின் அழகையும் செல்வச் செழிப்பையும் பார்த்து வியந்தவன், லட்சுமணனிடம் கூறினான்:

'லட்சுமணா! லங்கா நகரத்தின் அழகையும் ஐஸ்வரியத்தையும் பார்த்தாயா? இத்தனை அற்புதமான பிரதேசம் யுத்தத்தால் நாசமாகும் என்பதை நினைக்கும்போது வருத்தமாக இருக்கிறது!' - கருணை சுரந்தது அவன் பேச்சில்.

'அண்ணா! இனி நமக்கு வேறுவழியில்லை. அரசன் சரியில்லாத ராஜ்ஜியம் சீர்குலைந்துதான் போகும்! யுத்தத்தைச் சரியாக நடத்தி, அரக்கன் ராவணனை அழிப்பதில் மனத்தைச் செலுத்துவோம்!' - கோபமே வடிவாகச் சொன்னான் லட்சுமணன்.

இந்தச் சமயத்தில் ராவணனால் வேவு பார்க்க அனுப்பப்பட்ட இரண்டு அரக்கர்கள், வானரர்கள்போல உருவம் மாறிவந்து சேனைக்குள் சுற்றிப்பார்த்தனர்.

விபீஷணன் அவர்களுடைய மாறுவேடத்தைக் கண்டு பிடித்து, ராமன்முன் கொண்டுபோய் நிறுத்தினான்.

சிக்கிக்கொண்ட அரக்கர்கள், உயிருக்குப் பயந்தவர்களாக ராமனிடம் மண்டியிட்டனர்.

'சுவாமி! நாங்கள் தூதர்கள். அரசனால் அனுப்பப்பட்டவர்கள். எங்களுடைய கடமையைச் செய்தோம்! தயவுசெய்து மன்னித்து, எங்களுக்கு உயிர்ப்பிச்சை கொடுங்கள் பிரபு!' என்று வேண்டினார்கள்.

ராமன் விபீஷணனிடம் கூறினான்.

'இவர்களை ஒன்றும் செய்யவேண்டாம்! விட்டுவிடுங்கள்! அத்துடன் இவர்களுக்கு நமது சேனை முழுவதையும் சுற்றிக் காட்டி அனுப்பி வையுங்கள்!' என்றான்.

தூதர்கள் தப்பித்தோம் பிழைத்தோம் என்று விலக, ராமன் அந்த அரக்கர்களிடம் இறுகிய குரலில் உறுதியாகச் சொன்னான்.

'அரக்க தூதர்களே! உங்கள் அரசனிடம் சென்று சொல்லுங்கள். 'எந்த வலிமையின் காரணமாக ஆணவம் கொண்டு சீதையைத் தூக்கி வந்தாயோ, அந்த வலிமையும் பலமும் உடைக்கப்படும்! உன்னுடைய கோட்டையும் நகரமும் சேனையும் அழிக்கப்படும்! நாளையே ராமனின் பாணங்கள் உன்மீது பாயும்!' என்று நான் சொன்னதாகச் சொல்லுங்கள்!' என்று அனுப்பிவைத்தான்.

ராவணனும் சும்மாயிருக்கவில்லை. தனது மாபெரும் அரக்க சேனையைப் பிரித்து அனுப்பினான். கிழக்கு வாசலுக்கு தளபதி பிரகஸ்தனையும், தெற்கு வாசலுக்கு மகோதரனையும் படைகளோடு அனுப்பிவைத்தான். தனது மகனும் மாய தந்திரங்களில் வல்லவனு மான இந்திரஜித்தை மேற்கு வாசலில் படைகளுக்குத் தலைமை தாங்கச் சொல்லிவிட்டு, வடக்கு வாசலை தானே காப்பது என்று முடிவெடுத்தான்.

அந்தச் சமயத்தில், ராமனிடம் சென்ற அரக்கர்கள் ராவணன் முன் வந்து தலைகுனிந்து நின்றார்கள். ராமனது முகாமில் நடந்ததை விவரித் தார்கள்.

வானரசேனையின் பலத்தையும், அவை பிரித்து நிறுத்தப்பட்டிருந்த விதங்களையும் மற்றும் அவர்களுடைய வல்லமையையும் வியந்து சொல்லி, ராமன் சொல்லியனுப்பிய சபத மொழிகளையும் கூறி னார்கள்.

பின் மெதுவாகத் தயங்கியபடி, 'மன்னரே! வானரசேனையின் மகத் தான வீரத்தையும், தங்கள்மீது அவர்கள் வைத்திருக்கும் ஆத்திரத்தை யும் கண்டால் எங்களுக்குப் பயமாக இருக்கிறது. உடனே, சீதையை ராமனிடம் ஒப்படைத்துவிடுவதே நல்லதென்று தோன்றுகிறது!' என்றும் கூறினார்கள்.

'ஒற்றர்களாகச் சென்று பகைவர்களிடம் மாட்டிக்கொண்ட மடையர் களே! கரடிகளையும் குரங்குகளையும் நம்பி, ஒரு மனிதன் வந்திருக் கிறான். அவனைப் பார்த்து பயப்படுகிறீர்களே! உங்களைப் பார்த்து நான் வெட்கப்படுகிறேன். கோழைபோல பேசும் யாரும் என்முன் நிற்காதீர்கள்! ஓடிப் போங்கள் இங்கிருந்து!' என்று விரட்டியடித்தான்.

மறுநாள், ராவணனை மேலும் அவமானப்படுத்தும்விதமாக ஓர் சம்பவம் நடந்தது.

அரசவையின் சிம்மாசனத்தில் சேனாதிபதிகள், மந்திரிகள் சூழ அமர்ந்திருந்தான் ராவணன்.

யுத்தத்துக்கான முன்னேற்பாடுகள், பாதுகாப்பு நடவடிக்கைகள், தாக்குதல்களுக்கான திட்டங்கள், எச்சரிக்கைகள் பற்றியெல்லாம் விவாதித்துக்கொண்டிருந்தார்கள்.

அப்போது அனுமதி ஏதும் கேட்காமலேயே ஆகாயமார்க்கமாகப் பறந்துவந்து, ராவணனின் முன்னிலையில் கம்பீரமாக இறங்கி நின்றான் அங்கதன்.

'ராவணனே! வாலி யார் என்று உனக்கே தெரியும்! அந்த வீரத் திருமகனுடைய மகன் நான். எனது பெயர் அங்கதன். இப்போது ராமனுடைய தூதனாக வந்திருக்கிறேன். நான் சொல்வதை எச்சரிக்கையாகக் கேள். உலகத்தையே கொடுமைப்படுத்தி ஆட்டுவித்தவன் நீ! தேவர்களிடம் பெற்ற வரத்தால் ஆணவம் கொண்டு எளியவர்களை வதைத்து, முனிவர்களுக்கும் ரிஷிகளுக்கும் தொந்தரவு தந்து எல்லோரையும் வேதனைப்படுத்திவந்தாய்! இனி உலகம் நிம்மதி பெறப்போகிறது! உனது இறுதிக்காலம் நெருங்கிவிட்டது. கோட்டை வாசலில் ராமன் காத்திருக்கிறான். உன்னுடைய பாவங்களுக்குத் தண்டனை வழங்கவே அவன் தனது வில்லாகிய கோதண்டத்தை வளைத்து உன்னை எதிர் பார்த்திருக்கிறான். நீ வீரனாக இருந்தால், வெளியே வந்து ராமனோடு சண்டையிடு! மரணத்தில் வீரசொர்க்கம் அடையலாம்! அப்படி உயிர்மீது ஆசையிருந்தால், சீதையைத் திருப்பி ராமனிடம் ஒப்படைத்துவிட்டு அவனிடம் சரணடைந்துவிடு!' என்று முழங்கினான்.

ராவணன் கண்களில் நெருப்புப்பொறி பறந்தது.

'பிடியுங்கள், அந்த அற்பக் குரங்கை! அடித்துக்கொல்லுங்கள்!' என்று கட்டளையிட்டான்.

இரண்டு அரக்கர்கள் ஓடிப்போய் அங்கதனைப் பிடித்தார்கள்.

அங்கதன், அந்த அரக்கர்களையும் தூக்கிக்கொண்டு உயரே கிளம்பினான். மேலே நிறுத்தி அவர்களை முஷ்டியால் குத்தி, உதைத்துத் தள்ளினான். பிறகு, ராவணனிடம் திரும்பிச் சொன்னான்:

'ராவணா! சண்டையிடுகிறாயோ சரணடைவாயோ அது உன் விருப்பம்! ஆனாலும், பாவியான நீ இனி அரசனாக இருக்கத் தகுந்தவனல்ல! இந்த லங்காபுரி, இனி விபீஷணனுக்கே சொந்தமாகும்! அரசனாக இருப்பதற்கும் மக்களை அன்புடன் காத்து அரசாளு

உமா சம்பத் 259

வதற்கும் அவனே தகுந்தவன்!' என்றவன், ராவணனுடைய மாளிகை யின் கோபுரத்தை உடைத்துக் கொண்டு ராமன் இருக்குமிடத்துக்கு போய்ச்சேர்ந்தான்.

அங்கதன் வந்ததும் சொன்னதும் சென்றதும் மின்னல் வேகத்தில் நடந்து முடிந்துவிட்டன. சபையில் இருந்த ராட்சதர்களுக்கு மனத்தில் திகில் எழுந்தாலும் அதை மறைத்துக்கொண்டு அலட்சியம் காட்டி னார்கள்.

மாளிகையின் விமானம் உடைந்ததை அபசகுனமாக நினைத்தான் ராவணன். ஆனாலும், அதைக் காட்டிக்கொள்ளாமல் கர்ஜித்தான்.

இந்த அற்பர்களின் சலசலப்புக்கு யாரும் அஞ்சத் தேவையில்லை. தேவ, கந்தர்வ, யட்சர்கள் யாரானாலும் சரி - என்னால் வதம் செய்யப்படுவார்கள். இந்திரனோ யமனோ யாரானாலும், எனது பாணங்களால் கொளுத்தப்படுவார்கள். விரைவிலேயே, இந்த ராமனும் வானரசேனையும் என்னால் நசுக்கப்படுவதை நீங்கள் பார்ப்பீர்கள்!' என்று சொல்லி சபையைக் கலைத்தான்.

ராவணன் அரக்கர்களைச் சமாதானப்படுத்துவதற்காக அப்படிச் சொல்லவில்லை. உண்மையில் தன்னைப்பற்றி அப்படித்தான் நம்பி னான். ஏற்கெனவே தான் அடைந்திருந்த வெற்றிகளின் ஆணவத் தாலும் பெருமையாலுமே, தனக்குத் தோல்வியே கிடையாது என்று மதிமயங்கியிருந்தான்.

அனைவரும் ராவணனைத் தனியேவிட்டு வெளியேறினார்கள்.

துர்புத்தி கொண்ட சேனாதிபதி ஒருவன் போகிற போக்கில், 'மகாராஜா! சீதையை முன்னிட்டுதானே இந்த யுத்தம்! உடனடியாக, சீதையை பலாத்காரமாக அடைந்து விடுங்கள். அவளை நீங்கள் அடைந்து விட்டீர்கள் என்று தெரிந்தால், அந்த ராமன் தூக்கிட்டுக்கொண்டு செத்துப் போய்விடுவான். அதற்குப்பிறகு யுத்தமாவது ஒன்றாவது! வானரர்கள் தலைமை இல்லாமல் தலைதெறிக்க ஓடிப் போய்விடு வார்கள்!' என்று யோசனை சொல்லிவிட்டுப்போனான்.

ராவணன் விரக்தியாகச் சிரித்துக்கொண்டான்.

'என்னால் அதைச் செய்திருக்க முடியுமானால் எப்போதோ செய்திருப் பேனே! பெண்ணொருத்தியை நான் சிறையெடுக்கலாம். ஆனால், அவளுடைய சம்மதமில்லாமல் அவளை அடைய முயற்சித்தாலோ, பலாத்காரமாக அவள் கற்பை அழித்தாலோ என்னுடைய தலை சுக்கல்

சுக்கலாகச் சிதறிப் போய்விடும் என்றல்லவா பிரம்மதேவன் எனக்குச் சாபமளித்துள்ளான்!' என்று கையாலாகாதவனாக வருந்தினான். ஆனாலும், சீதையைச் சந்தித்து மறுபடி ஒருமுறை அவளிடம் பேசி மனத்தை மாற்ற முயற்சிக்கலாம் என்று புறப்பட்டான்.

சீதையை எப்படியாவது ஒப்புக்கொள்ள வைத்துவிடவேண்டும் என்று திட்டமிட்டவன், வழியில் மாய மந்திரங்களில் கைதேர்ந்த அரக்கன் ஒருவனை வரச்சொல்லி பேசினான்.

மாயங்களில் திறமைசாலியே! நான் இப்போது சீதையிடம் செல்லப் போகிறேன். அங்கு போனதும் உனக்குச் சொல்லிஅனுப்புகிறேன். அப்போது நீ, சீதையின் கணவனான ராமனின் தலையைப்போல ஒன்றைச் செய்து ரத்தம் சொட்டச் சொட்டக் கொண்டுவந்து அவளின் முன் காட்டு! மற்றதை நான் பார்த்துக்கொள்கிறேன்!' என்றான்.

அசோகவனத்துக்குச் சென்றான். சீதையிடம் முன்போலவே கனிவான காதல் வார்த்தைகள் பேசிவிட்டு கடைசியாகச் சொன்னான்.

'சீதா! இனியும் நீ பிடிவாதம் செய்வது வீண்! எனது வீரர்கள் கடல் தாண்டிச்சென்று உறங்கிக்கொண்டிருந்த வானரப் படையைத் தாக்கி, ஒருவர் மிச்சமில்லாமல் அனைவரையும் கொன்றுவிட்டார்கள். உனது கணவனும் எனது ஆட்களால் கொல்லப்பட்டுவிட்டான். ராமனின் தலையைக் கொண்டு வர எனது வீரர்கள் போயிருக்கிறார்கள். இனி, உனக்கு வேறு கதியில்லை! என்னை ஏற்றுக்கொள்!' என்றான்.

அப்போது மாய அரக்கன், ராவணன் சொன்னதுபோலவே ராமனின் மாயத்தலையைக் கொண்டுவந்து சீதையின்முன் வைத்தான்.

சீதை திடுக்கிட்டாள். அலறினாள். கதறினாள். ஓவென்று தலைவிரி கோலமாக அழுதாள்.

இது நடந்துகொண்டிருந்தபோதே ராமனின் படைகள் லங்காபுரியின் தலைவாசலைத் தாக்குவதாகச் செய்திவர அவசரமாகப் புறப்பட்டுப் போனான் ராவணன்.

அவன் போனதுமே, மாயத்தலை தானாகவே கரைந்து போனது.

விபீஷணனின் மனைவி சரமை அங்கு வந்து பொய்த்தலையின் மாயத்தைப்பற்றிக் கூறி சீதையை ஆறுதல்படுத்தினாள்.

'சீதாதேவி! உங்களுடைய கஷ்டங்களுக்கு விடிவுகாலம் வந்து விட்டது. ராமனை யாரும் கொல்லவில்லை! உங்கள் கணவரும்

அவரது வானரசேனையும் கடலின்மேல் அற்புதமாக சேது பாலம் அமைத்து லங்கைக்கு வந்து சேர்ந்து விட்டார்கள்! பயம் கொள்ள வேண்டாம். ராமன் வெல்வான்! இந்தக் கொடியவன் ராவணன் மடிவான்!' - திட்டமாகச் சொன்னாள் சரமை.

சரமை சொல்லிக்கொண்டிருந்தபோதே யுத்தத்துக்கான தொடக்கமாக வானரசேனையின் பேரிகைகள் கொட்டி, சங்குகள் முழங்கின.

'ஆமாம்! சரமை சொன்னதுபோல ராவணன் அழிந்தான்!' என்று எண்ணிக்கொண்டாள் சீதை.

46

நாகாஸ்திரத்தை நீக்கிய கருடன்

அவ்வளவுதான்! ஆரம்பமாகிவிட்டது மகாயுத்தம்!

'வானரராஜன் சுக்ரீவன் வாழ்க! ராம லட்சு மணர்களுக்கே வெற்றி!' என்று கோஷம் செய்த படி, யுத்தத்துக்குக் கிளம்பினார்கள் வானரர்கள். மரங்களும் கற்பாறைகளும் கொண்டு, லங்கை யின் மதிலையும் வாசலையும் தாக்கினார்கள். எதிர்ப்பட்ட அரக்கர்களை அழித்தார்கள்.

இதைப் பார்த்த ராவணன், அவர்களை எதிர்க்க ஒரு பெரும் படையை அனுப்பி வைத்தான்.

பேரிகை ஒலிக்க, சங்குகள் முழங்க, வீர கோஷம் எழுப்பியபடி ராட்சத வீரர்களும் சகலவிதமான ஆயுதங்களை ஏந்திச்சென்று வானரர்களை எதிர்த்தார்கள்.

இருபுறமும் கோரமான தாக்குதல் நடந்தது.

சில நாழிகைகளிலேயே ஆயிரக்கணக்கான பிணங்கள் மண்ணில் விழுந்தன.

எங்கு பார்த்தாலும், வெட்டப்பட்ட உடல் பாகங்களும் மாமிசச் சிதறல்களுமாக யுத்தபூமி ரத்தத்தால் தோய்ந்து கிடந்தது.

அங்கதன், இந்திரஜித்தை எதிர்த்தான். ப்ரஜங்கன் என்பவன் அனுமானோடு போர் புரிந்துகொண் டிருந்தான். நிகும்பனும் சும்பனும் லட்சுமண

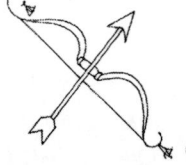

னோடு சண்டையிட்டார்கள். இம்மாதிரியே, அங்கங்கே ஒவ்வொரு வீரனும் எதிர்த்தரப்பு வீரனோடு கை கலந்தார்கள்.

இரு தரப்பிலுமே மிகவும் மோசமாகத் தாக்கிக்கொண்டார்கள். அரக்கர் சேனையின் வசம் ஏராளமான ரதங்கள் இருக்க, வீரர்கள் அதிலிருந்து அம்பு மழை பொழிந்தார்கள். வானரசேனை, முதல்வேலையாக அந்த ரதங்களை நொறுக்கித் தள்ளினார்கள். உடைத்துத் தவிடுபொடியாக்கினார்கள்.

ராமன் தன்னந்தனியே நின்று, தனது பாணங்களால் ஆயிரக்கணக்கான அரக்கர்களைக் கொன்றொழித்தான்.

அன்றைய பகல் முழுவதும் நடந்த இந்தப் போர், இரவாகியும் நிற்காமல் தொடர்ந்தது.

இரவு யுத்தம் மேலும் கோரமாகியது! இருதரப்பிலும் உயிர் இழப்பு தொடர்ந்துகொண்டேயிருந்தது.

அங்கதன், இந்திரஜித்தை படுமோசமாகத் தாக்கினான். அவனது ரதத்தின் சாரதியைக் கொன்று ரதத்தையும் உடைத்துப்போட்டான். அங்கதனின் வீரத்தைக் கண்டு வானரர்கள் ஜெயகோஷம் எழுப்பினார்கள். தேரை இழந்த இந்திரஜித் கோபம் கொண்டான். தனது மாயவித்தைகளைப் பயன்படுத்தத் தொடங்கினான்.

யார் கண்களுக்கும் படாமல், மாயமாகி யுத்தம் செய்தான். ராம லட்சுமணர்களின்மேல் பாணம் தொடுத்து அவர்களைத் துன்புறுத்தினான். வானரவீரர்கள் அவனைத் தேடித்தேடி ஏமாந்தார்கள். அதை ரசித்துச் சிரித்த இந்திரஜித், தனது நாகாஸ்திரத்தை எடுத்து ராம லட்சுமணர்கள்மேல் தொடுத்தான்.

ராமனும் லட்சுமணனும் நாகாஸ்திரத்தால் கட்டுண்டு, செயலற்றுப் போய் மண்ணில் விழுந்தார்கள். இதைக்கண்ட வானரப் படையினர் திகிலடைந்துபோனார்கள். செய்வது அறியாமல் புலம்பினார்கள்.

இந்திரஜித் வெற்றிபெற்ற சந்தோஷத்தில் ராவணனிடம் சென்று, 'ராம லட்சுமணர்களை வதம் செய்துவிட்டேன்!' என்றுகூற, ராவணன் மகிழ்ச்சியுடன் அவனைக் கட்டியணைத்துப் பாராட்டினான். அரக்கர்களும் ஆரவாரம் செய்தார்கள்.

ராவணன் அரக்கிகளை அழைத்து, 'சீதையை, புஷ்பக விமானத்தில் ஏற்றிச்செல்லுங்கள். யுத்தகளத்தில் அவள் கணவன் இறந்துகிடப்பதைக் கண்ணால் காணட்டும். அந்தப் பிடிவாதக்காரிக்கு வேறு

ஆதரவு இல்லை என்பதை உணரட்டும். இதன்பிறகாவது என்னை அணைக்கட்டும்!' என்றான்.

அவனது கட்டளைப்படியே அரக்கிகள் சீதையை, புஷ்பக விமானத்தில் ஏற்றிச்சென்று காண்பித்தார்கள். ராமனும் லட்சுமணனும் விழுந்துகிடப்பதைப் பார்த்த சீதை கதறியழுதாள். 'இனி நான் உயிருடன் இருக்கமாட்டேன். இந்தக் கணமே உயிர் துறந்து எனது பிரபுவுடனே செல்கிறேன்!' என்று துடித்தாள்.

அப்போது அவள் பக்கத்திலிருந்த விபீஷணனின் மகளான திரிசடை, சீதையின் காதில் மெல்லச் சொன்னாள்.

'அன்னையே! கவலைப்படாதீர்கள். ராம லட்சுமணர்கள் இறக்கவில்லை. அவர்கள் மூர்ச்சையடைந்துதான் கிடக்கிறார்கள். அவர்களது முகத்தைப் பார்! இன்னும் பொலிவு குறையவில்லை. அவர்கள் ஜீவனோடுதான் இருக்கிறார்கள். நம்பிக்கையை இழக்காதே!' என்று தைரியம் சொன்னாள். அரக்கிகள், சீதையை மீண்டும் அசோகவனத்துக்கு அழைத்துச் சென்றார்கள்.

யுத்தபூமியில் வானரர்கள் ராம லட்சுமணர்களைச் சுற்றிநின்று, செய்வதறியாது திகைத்து நின்றார்கள். அப்போது விபீஷணன் அங்கே வந்தான். ராம லட்சுமணர்களின் நிலையைப் பார்த்தான். கலங்கிநின்ற சுக்ரீவனுக்கு ஆறுதல் சொன்னான்.

'பயப்படாதீர்கள்! இது மயக்கம்தான். சீக்கிரம் விழித்து விடுவார்கள்!'

அவன் சொல்லிக்கொண்டிருக்கும்போதே ராமன் கண் விழித்தான். பக்கத்தில் விழுந்துகிடந்த லட்சுமணனைப் பார்த்துப் புலம்பி அழுதான். 'ஐயோ! இனி நாம் வெற்றி பெற்றுதான் பயன் என்ன? லட்சுமணன் இல்லாமல் நான் எப்படி உயிர் வாழ்வேன்? நான் அவனுடனே சாகிறேன்!' என்று கதறினான்.

அந்தச் சமயத்தில் வானத்தில் மிகப்பெரிய பறவை வருவதை அனைவரும் கண்டார்கள். அது கருடன்! பகவான் மகாவிஷ்ணுவின் வாகனம்!

கருடன் அருகே வந்ததும், ராம லட்சுமணர்கள் உடலில் பாய்ந்திருந்த நாக பாணமாகிய விஷ நாகங்கள் வெளிப்பட்டு பயந்து ஓடின. கருடன் தனது இறக்கைகளால் ராமனையும் லட்சுமணனையும் தடவிக் கொடுக்க, அவர்கள் மீண்டும் பூரண நலம் பெற்று எழுந்தனர்.

வானரசேனை மீண்டும் சந்தோஷக் கூச்சலுடன் கிளம்பியது. ★

இன்று போய் நாளை வா!

47

ராம லட்சுமணர்கள் முன்பைவிட வல்லமை பெற்றவர்களாக, லங்காபுரியின் கோட்டையைத் தாக்கத் தொடங்கினார்கள்.

ராவணன் ஆச்சரியப்பட்டான். சக்தி மிக்க நாக பாணத்திலிருந்தும் ராம லட்சுமணர்கள் தப்பித்து விட்டார்கள் என்றால் நிலைமை ஆபத்தானது தான் என்று யோசித்தான்.

'ச்சே! எதற்காக இந்த அற்ப மானிடர்களைப் பற்றி இவ்வளவு யோசிக்கிறோம்?' என்று எண்ணியவன், தனது வீரத் தளபதிகளுள் ஒருவனான தூம்ராக்ஷனைக் கூப்பிட்டு அவனது தலைமையில் பெரும் படையை அனுப்பி வைத்தான்.

அரசன் தனக்கு அளித்த பொறுப்பில் மனம் மகிழ்ந்தவனாக பெருமையுடன் களத்துக்குச் சென்ற தூம்ராக்ஷன், வானரர்களுடன் தீவிரமாக யுத்தம் நடத்தினான்.

மேற்கு வாசலைத் தாக்கிக்கொண்டிருந்த அனுமான், தூம்ராக்ஷனை எதிர்த்தான். இருதரப்பிலும் பலமான உயிரிழப்பு ஏற்பட்டது. இறுதியாக அனுமான், தூம்ராக்ஷனை முஷ்டியாலேயே குத்திக் கொன்றான். அரக்கர்கள் பயந்தோடிப் போய் கோட்டைக்குள் புகுந்துகொண்டனர்.

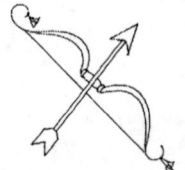

தோல்வியினால் அடக்கமுடியாத கோபமடைந்த ராவணன், வஜ்ரதம்ஷ்ட்ரனை அழைத்து, 'எனது வீர சேனாதிபதியே! இனியும் ராம லட்சுமணர்களுடைய மரணத்தைத் தள்ளிப் போடவேண்டாம். படையுடன் சென்று அவர்களை வதம் செய்து வா!' என்றான்.

வஜ்ரதம்ஷ்ட்ரனும் மன்னனை வணங்கிவிட்டு வீராவேசமாகக் கிளம்பினான். கோட்டைக்கு வெளியே வந்து வானரர்களை எதிர்த் தான். அவனுடன் அங்கதன் சண்டையிட்டான். நீண்டநேரம் நடந்த யுத்தத்துக்குப் பிறகு, வஜ்ரதும்ஷ்ட்ரன் அங்கதனால் கொல்லப் பட்டான். அரக்கர் சேனை சிதறி ஓடிப் போனது. வானரர்கள் வீர கர்ஜனை செய்தார்கள்.

இப்படியாக, ராவணனின் பல சேனாதிபதிகளும் பலப்பல அரக்கர் களும் ஒருவர்பின் ஒருவராகச் சென்று மாண்டு போனார்கள். பிரகஸ் தன், அகம்பனன், நராந்தகன், மகாநாதன், கும்பஷன் போன்ற பெரிய வீரர்கள் எல்லாம் அடுத்தடுத்து வானரர்களால் வதம் செய்யப் பட்டார்கள்.

ராவணன் அதீத கோபம் கொண்டவனாக, 'நானே யுத்தபூமிக்குச் செல்கிறேன்! அந்த ராமனையும் லட்சுமணனையும், அவர்களுடைய குரங்குப் படையையும் நிர்மூலமாக்குகிறேன்!' என்று சொல்லி, தானே படைகளுக்குத் தலைமை தாங்கிப் புறப்பட்டான்.

ராவணன் தலைமையில் அரக்கர் படை வானரசேனையுடன் கடுமையாக யுத்தம் நடத்தியது.

நீலன் என்கிற வானரன், முதலில் ராவணனை எதிர்த்துப் போரிட்டான். அவனை அக்னி அஸ்திரத்தால் நினைவிழக்கச் செய்தான் ராவணன். அடுத்து, அனுமான் ராவணனைத் தாக்கினான். இருவருக்குள்ளும் கைகலப்பும், முஷ்டி யுத்தமும் நடந்தது. ஒருவருக்கொருவர் சளைக் காமல் போரிட்டனர். அனுமான் சற்று தளர்வடைந்தான். இதைக் கண்ட லட்சுமணன் இடையே புகுந்து ராவணனை எதிர்த்து சண்டை நடத்தினான். ராவணனுக்கும் லட்சுமணனுக்கும் நடந்த கடும்போரில் லட்சுமணன் நினைவிழந்து விழுந்தான். இதைப் பார்த்த அனுமான் பாய்ந்துசென்று, லட்சுமணனைத் தூக்கிக்கொண்டு போர்க்களத்தில் இருந்து விலகினான்.

லட்சுமணன் வீழ்த்தப்பட்டதில் மிகுந்த கோபமடைந்த ராமன், ராவணனை தனது அஸ்திரங்களால் இடைவிடாமல் தாக்கினான். ராவணனின் கிரீடம் உடைந்து, தேர் நொறுங்கி, ஆயுதம் இல்லாமல் நிராயுதபாணியாகக் கலங்கிநின்றான் ராவணன்.

'ராவணா! நன்றாக யுத்தம் செய்தாய், போ! போய் இளைப்பாறிக் கொள். இன்றுபோய் நாளை வா!' - பெருந்தன்மையுடன் சொன்னான் ராமன்.

ராவணன் அவமானமடைந்தவனாக கோட்டைக்குத் திரும்பினான்.

அவமானம் தாங்கவில்லை. உயிருடனே தனது ஜீவனை இழந்து விட்டவன்போல் தவித்தான் ராவணன். என்ன செய்வதென்றே தெரி யாமல் அங்குமிங்கும் நடந்தான்.

'என் தவங்களெல்லாம் எப்படி வீணானது? சாதாரண மானிடன் என்னை வீழ்த்தி, 'இன்றுபோய் நாளை வா!' என்று சொல்லி துரத்தி விட்டான்! நான் தோற்கும் காலம் வந்துவிட்டதா?' என்றெண்ணி மனம் குமைந்தான்.

பிறகு, ஒருவாறு மனத்தைத் தேற்றிக்கொண்டு தனது தம்பி கும்ப கர்ணனை தூக்கத்திலிருந்து எழுப்பச்சொல்லி ஆட்களை அனுப்பினான்.

கும்பகர்ணன் சாப நித்திரை பெற்றவன்! வருடத்தில் பல மாதங்கள் உறங்கிக்கொண்டே இருப்பவன்! அவனை எழுப்புவது சாமான்ய காரியமில்லை.

வீரர்கள் கும்பகர்ணனை எழுப்புவதற்குமுன், அவன் அடங்காத பசியுடன்தான் விழித்தெழுவான் என்பதால் மலைபோல உணவு வகைகளைச் சமைத்துவைத்தார்கள். பிறகு, பேரிகைகளும், சங்கு களும் முழக்கினார்கள். அப்படியும் அவன் விழிக்காததால் அவன் மேல் யானைகளை நடக்கச்செய்து கம்புகளால் அடித்து, ஈட்டிகளால் குத்தி ஒருவழியாக விழிக்கவைத்தனர்.

கும்பகர்ணன் எழுந்தான். 'எதற்காக என்னை எழுப்பினீர்கள்?' என்று கோபப்பட்டான். பின், ராவணன் தோற்றுத் திரும்பியதைக் கேள்விப் பட்டு மனம் வருந்தினான். உடனடியாக அண்ணனிடம் சென்று, 'அண்ணா! உனக்குக் கலக்கம் வேண்டாம்! இதோ நான் இப்போதே செல்கிறேன். வானரசேனையைக் கொன்று ராம லட்சுமணர்களுடைய ரத்தத்தைக் குடிக்கிறேன். காரியத்தை வெற்றிகரமாக முடித்துவிட்டு வருகிறேன்!' என்று, கைகளில் பெரிய சூலத்தை ஏந்தி போர்க்களத் துக்குச் சென்றான்.

உயர்ந்த மலைபோல் சர்வ சாதாரணமாக அவன் மதில் சுவர்களைத் தாண்டிவருவதைக் கண்டு, வானரர்கள் பயந்து போய் அங்குமிங்கும் ஓடினார்கள்.

தைரியம் கொண்ட வானரர்கள் மொத்தமாக அவன்மீது பாய்ந்து, மரங்களாலும் பாறைகளாலும் அவனைத் தாக்கினார்கள். கும்பகர்ணன் கொசுக்களைப்போல அவர்களைக் கைகளாலேயே அறைந்து நசுக்கினான். சிலரை தூக்கிவீசி கல்லில் மோதிக் கொன்றான். சில வானரர்களை கொன்றுதின்றபடியே போர் செய்தான். யாராலும், கும்பகர்ணனைத் தடுக்க முடியவில்லை.

கும்பகர்ணனை எதிர்த்த சுக்ரீவனும் அங்கதனும் நினைவிழந்து விழுந்தார்கள். லட்சுமணன் அவன்மீது பாணங்களை விடுத்து தாக்குதல் நடத்தினான். கும்பகர்ணன் லட்சுமணனைப் புறக்கணித்து ராமன் இருக்கும் இடம் சென்றான்.

ராமனுக்கும் கும்பகர்ணனுக்கும் இடையில் நீண்டநேரம் வலிமையான யுத்தம் நடந்தது.

ஏழு மராமரங்களையும் வஜ்ர தேகம் கொண்டவனான வாலியின் உடலையும் துளைத்த ராமனின் அம்புகளால், கும்பகர்ணனுக்கு எதுவும் ஆகவில்லை. ராமன் வேறுவிதமான கூரிய அம்புகளைக்கொண்டு கும்பகர்ணனின் கைகளைத் துண்டித்தான். அடுத்து, அவனது கால்களை வெட்டி வீழ்த்தினான். ஆனாலும், முண்டமாகவே அங்குமிங்கும் நடந்து வானரர்களைத் தலையால் முட்டியும் வாயினால் கடித்தும் கால்களால் நசுக்கிக் கொன்றும் கோர யுத்தம் செய்தான் கும்பகர்ணன்.

கடைசியாக, ராமன் தனது கோதண்டத்தை வளைத்து சக்தி மிக்க ஓர் அம்பைச் செலுத்தி கும்பகர்ணனுடைய தலையை அறுத்துத் தள்ளினான்.

கும்பகர்ணன் கொல்லப்பட்டான் என்கிற சேதி கேட்டு, ராவணன் மனம் உடைந்துபோனான். கோபம் கொண்டு குமுறினான்.

'எனது தம்பியைக் கொன்ற ராமனை, நானே எனது கைகளால் சித்ரவதை செய்யவேண்டும்!' என்று கர்ஜித்தான்.

அவனை, மற்ற சேனாதிபதிகளும் மந்திரிகளும் ஆறுதல் சொல்லி தேற்றினார்கள்.

'இன்னும் நமது பலம் போய்விடவில்லை. நாங்கள் இருக்கிறோம் மகாராஜா! இரண்டில் ஒன்று பார்ப்போம்!' என்று அப்போதும் தைரியம் அளித்தனர்.

அனுமான் கொண்டுவந்த சஞ்சீவி மலை!

48

அடுத்தடுத்து ராவணன், தனது சேனாதிபதிகளை அனுப்பிக்கொண்டேஇருந்தான். கும்பகர்ணன் இறந்த பின் திரிகரன் என்கிற அரக்கன் போருக்குச் சென்றான். அவனும் செத்துப் போனான். அடுத்தது நராந்தகன். அவனை அடுத்து தேவாந்தகன். அவனுக்குப்பின் அதிகாயன். இப்படிப் பலரும் ஒருவர்பின் ஒருவராகச் சென்று மாண்டுபோனார்கள்.

'தந்தையே! கவலைப்படாதீர்கள். நான் இருக் கும்போது வீண் கலக்கம் எதற்கு? இதோ, இப் போதே சென்று அவர்களைத் தீர்த்துவிடுகிறேன்!' என்று சொல்லிப் புறப்பட்டான் இந்திரஜித்.

வானரசேனையைத் தாக்கி பலத்த சேதம் விளை வித்தான். ராம லட்சுமணர்களின்மீது பிரம்மாஸ் திரத்தை ஏவினான். அதன் பலனாக, ராம லட்சு மணர்கள் பிரம்மாஸ்திரத்தால் கட்டுண்டு நினை விழந்து விழுந்தார்கள். வானரசேனையில் மாண்டவர்கள் போக, மற்ற அனைவருமே காயமடைந்து குற்றுயிரும் குலையுயிருமாகக் கிடந்தார்கள். இந்திரஜித் இந்த வெற்றித் தகவலை தந்தையிடம் சொல்லிவிட்டு, தனது சக்தியை மேலும் பெருக்கிக்கொள்ள அசுர யாகம் செய்யப்போனான்.

விபீஷணனோ, போர்க்களத்தில் வானரசேனை யினரைத் தேடித் தேடிக் கண்டுபிடித்து தேற்றிக்

கொண்டே வந்தான். இத்தனை பேர் அடிபட்டு வீழ்ந்து கிடக்கும் போது என்ன செய்வதென்றே அவனுக்கும் புரியவில்லை.

அடிபட்டு விழுந்துகிடந்த ஜாம்பவான், தீனக்குரலில் விபீஷணனிடம் சொன்னான்:

'அனுமானை, உடனே இங்கு வரச்சொல்லுங்கள்!' என்றான்.

விபீஷணன் ஓடிச்சென்று அனுமானை அழைத்துவந்தான்.

'அனுமான்! இந்த இக்கட்டான நேரத்தில் எல்லோரையும் காப்பாற்ற உன்னால்தான் முடியும். உடனே வடக்கு நோக்கிப் பறந்து கயிலாய மலைத்தொடருக்குச் செல். அங்கு ஓர் சிகரத்தில் ஏராளமான மருத்துவ மூலிகைகள் இருக்கின்றன. செத்தவர்களுக்கு உயிர்கொடுக்கும் மிருத சஞ்சீவினி, காயத்தை ஆற்றும் விசல்யகரணி, வெட்டுப்பட்ட அங்கங ்களைக்கூட ஒட்டவைக்கும் சந்தானகரணி மற்றும் சாவர்ண்ய கரணி மூலிகைகளைக் கையோடு எடுத்து வா! நீ அவற்றைக் கொண்டுவந்து விட்டால், நினைவிழந்து கிடக்கும் ராம லட்சுமணர்களும் மற்ற வானரர்களும் காயங்கள் நீங்கி ஆரோக்கியம் பெற்றுவிடுவார்கள். இதைச் செய்யக்கூடியவன் நீ ஒருவன் மட்டும்தான். போ! உடனே செய்!' என்றான்.

ஜாம்பவான் சொன்ன உடனேயே ஆகாயத்தில் தாவிப்பறந்த அனு மான், காற்றில் விரைந்துசென்று ஜாம்பவான் சொன்ன சஞ்சீவி மலையை அடைந்தான். ஆனால், அதில் ஜாம்பவான் சொன்ன மூலிகைகளைத் தேட அவகாசம் இல்லை. ஆகவே, அந்த மலையை அப்படியே பெயர்த்து எடுத்துக்கொண்டு வானில் பறந்தான்.

அனுமான், சஞ்சீவி மலையுடன் போர்க்களத்துக்கு வந்ததுமே, அடி பட்டு வீழ்ந்து கிடந்தவர்கள்மீது மூலிகைக் காற்று பட்டு அனைவரும் காயங்கள் நீங்கி நினைவுதிரும்பி பூரண உடல்நலம் பெற்று எழுந்தார்கள்.

ராமனும் சுக்ரீவனும் கலந்து பேசி, அடுத்தகட்டமாக சில வானர வீரர்களைத் தேர்ந்தெடுத்து லங்காபுரிக்கு தீ மூட்டச் சொன்னார்கள். அதன்படி, இரவில் நகரத்துக்குள் நுழைந்த வீரர்கள் தீவர்த்தியுடன் சென்று காவலர்களை அடித்து நொறுக்கி மாடமாளிகை, கோபுரங்கள், வீடுகள் அனைத்துக்கும் நெருப்பு வைத்தார்கள். செல்வச் செழிப்பு கொண்ட லங்கா நகரம், பொசுங்கிப்போய் நாசம் அடைந்தது.

சஞ்சீவி மலையைத் தூக்கிச்செல்லும்
அனுமானின் பேராற்றல்.

நகரம் பற்றி எரிவதைக் கண்ட ராவணன், கும்பகர்ணனின் மகன்களான கும்பன் நிகும்பனை, படைகளுடன் வானரசேனையைத் தாக்க அனுப்பிவைத்தான்.

கும்பனை சுக்ரீவனும், நிகும்பனை அனுமானும் எதிர்த்துக் கொன்றார்கள். அவர்களுடன் வந்த இன்னும் பல அரக்க சேனாதிபதிகளும் மாண்டனர்.

இதனால் இந்திரஜித் மிகுந்த ஆத்திரம் கொண்டான். பெரும் படையுடன் போர்க்களத்துக்குப் புறப்பட்டவன், தன்னுடன் மாயவடிவாக ஒரு பொய்ச்சீதையை உருவாக்கி, அவளை தேரில் ஏற்றிக்கொண்டு போய் வானரசேனை முன்பாகவும் ராம லட்சுமணர்களின் முன்பாகவும் நிறுத்தி, அவளை வெட்டிக்கொன்றான்.

இந்தக் கோரச்செயலினால் அதிர்ந்துபோன வானரப் படையும் ராம லட்சுமணர்களும் மனம் உடைந்து போனார்கள். துயரத்தினால் செயலிழந்து நின்றார்கள்.

இந்திரஜித் இதைத்தான் எதிர்பார்த்தான்! அவர்கள் துக்கத்திலிருந்து மீள்வதற்கு முன்பாக அசுர யாகம் செய்து முடித்து, பெரும் சக்திபெற எண்ணம் கொண்டான். அதற்காக விரைந்தான்.

49

ராமன் வென்றான்! ராவணனைக் கொன்றான்!

அப்போது, ராம லட்சுமணர்களிடத்தில் விபீஷணன் வந்தான். நடந்ததைக் கேள்விப்பட்டு, 'அடடா! ராம பிரானே! மோசம் போய்விட்டீர்களே! சீதை கொல்லப் படவில்லை! அவள் சௌக்கியமாக அசோகவனத்தில் இருக்கிறாள். இந்திரஜித், அசுரயாகம் ஒன்று செய்து பெரும்சக்தியை பெற்றுக்கொள்ள நினைக்கிறான். அதற்கான அவகாசத்தைப் பெறவே, இப்படி மாயா நாடகத்தை நடத்திஇருக்கிறான். அவன் மட்டும் அந்த அசுரயாகத்தைப் பூர்த்திசெய்துவிட்டால், பிறகு அவனை யாராலும் வெல்லமுடியாது. முதலில் யாகத்தைத் தடுத்தாகவேண்டும்!' என்று பதறினான்.

அனுமானும் லட்சுமணனும் உடனே புறப் பட்டார்கள்.

மயானத்தில் நின்று, பூதகணங்களை வேண்டி வேள்வி நடத்திக் கொண்டிருந்தான் இந்திரஜித்.

லட்சுமணன் வேள்வியைத் தடுத்துச் சிதைத் தான். இந்திரஜித்துடன் யுத்தம் செய்தான். இருவரும் ஒருவருக்கொருவர் சளைக்காமல் போர் செய்தனர். லட்சுமணனின் உடலை இந்திர ஜித் பாணங்களால் துளைக்க ரத்தம் பெருகி வழிந்தது.

இறுதியில் லட்சுமணன் இந்திராஸ்திரத்தை எடுத் தான். ராமன் மீது ஆணையிட்டு அம்பை

விடுத்தான். அது குறி தவறாமல் சென்று, இந்திரஜித்தின் தலையை அறுத்து வீழ்த்தியது. இந்திரஜித் தலையற்ற உடலுடன் தரையில் வீழ்ந்து மாண்டு போனான்.

ராவணன் இந்திரஜித் இறந்துபோன தகவலறிந்து ஸ்தம்பித்துப் போனான்!

எத்தனையோ உயிர்களைக் கொன்று பலி வாங்கியவன், இன்று தனது அரக்கர்குலத் தம்பிகளும் இப்போது உயிருக்குயிரான மகனும் மாண்டு போன துக்கத்தைத் தாங்கமுடியாமல் பரிதவித்தான். வேதனையில் புழுவாகத் துடித்தான், துன்பப்பட்டான்.

இத்தனைக்கும் காரணம் சீதைதானே என்று கோபமடைந்தவன், 'அவளை இப்போதே கொன்றுவிடுகிறேன்!' என்று வாளை எடுத்துக் கொண்டு கிளம்பினான்.

நல்லவேளையாக அமைச்சன் சுபார்சன் அவனைத் தடுத்தான்.

'மன்னவா! என்ன காரியம் செய்யத் துணிந்தீர்கள்? குபேரனுடைய தம்பியான நீங்கள்? போயும் போயும் ஒரு பெண்ணைக் கொன்று அவமானத்தைத் தேடிக்கொள்வதா? வேதத்தைக் கற்றுணர்ந்த நீங்கள், இப்படி ஓர் கீழ்மையான காரியத்தைச் செய்யக் கூடாது!' என்று தடுத்து நிறுத்தினான்.

யுத்தம் இறுதிக்கட்டத்தை நெருங்கிவிட்டது!

அமாவாசை தினத்தன்று எட்டுக் குதிரைகள் பூட்டிய தேரில், சகலவிதமான ஆயுதங்களையும் எடுத்துக்கொண்டு போர்க்களத்துக்கு ராஜ அலங்காரத்துடன் வந்தான் ராவணன்.

போர் ஆரம்பித்து மும்முரமாகியது.

ராமன் தனது வில்லை உயர்த்தி, அரக்கர்கள்மேல் அம்புகளை மழை யாகப் பொழிந்தான். அவை அரக்கர்களைத் தேடித்தேடி கொன்று குவித்தன. பிணங்கள் மலைமலையாக விழுந்து கொண்டேயிருந்தன. வானரர்கள் தரப்பிலும் பலத்த சேதம் ஏற்பட்டது.

எங்கு பார்த்தாலும் சடலங்கள்! அரக்கர்கள், வானரர்கள் சடலங்கள் மட்டுமில்லாது யானைகளும் மடிந்து வீழ்ந்தன. குதிரைகள் மாண்டன. ரதங்கள் நொறுங்கி பொடிப்பொடியாகின. அங்கங்கே ஆயுதங்கள் சிதறிக் கிடந்தன. அவை பெருகிவந்த ரத்தத்தில் மூழ்கி நனைந்து மிதந்தன.

ராம – ராவண யுத்தத்தின் உக்கிரமான தருணம்.

அரக்கர்படை கொஞ்சம் கொஞ்சமாக அழிந்துகொண்டே வந்தது.

வானத்தில் தேவர்களும் தேவகணங்களும், கந்தர்வர்களும், யட்சர்களும், சித்தர்களும் ரிஷிகளும் ராமனைக் கொண்டாடி வாழ்த்தினார்கள்.

லங்காபுரியின் ஒவ்வொரு வீட்டிலும் அரக்கப் பெண்களின் அழுகுரல் விடாமல் கேட்கத் தொடங்கியது.

ராவணனுடன் வந்த அரக்கர்கள், சுக்ரீவன் மற்றும் அங்கதனால் வதம் செய்யப்பட்டு உயிர் துறந்தார்கள். லட்சுமணன் ராவணனை எதிர்த்தான். ராவணன் பாணங்களைத் தொடுத்து லட்சுமணனை வெகு சுலபமாக விலக்கிவிட்டு ராமனை நோக்கிச் சென்றான்.

ராமனுக்கும் ராவணனுக்குமான யுத்தம் அற்புதமாக நடந்தது.

ராவணன், தனது தங்க ரதத்தில் நின்று போரிட்டான். ராமன் தரையில் நின்று போர் செய்தான்.

அப்போது வானத்தில் இருந்து இந்திரனுடைய தேரை, அவனது சாரதியான மாதலி யுத்தபூமிக்குக் கொண்டுவந்து சேர்த்தான்.

'ராமபிரானே! தேவராஜன் இதைத் தங்களுக்காக அனுப்பி வைத்தார். இதில் ஏறிச்சென்று தேவர்களுடைய விரோதியான ராவணனை வதம் செய்யுங்கள்!' என்று வேண்டினான்.

ராமன், இந்திர ரதத்தில் ஏறிக்கொண்டான்.

போர் மிகப் பயங்கரமாகத் தொடர்ந்தது!

இருபுறத்திலும் விடப்பட்ட அஸ்திரங்கள் மந்திரசக்தி பொருந்தியவை! இதுவரை யாரும் கண்டதுமில்லை; கேட்டதுமில்லை!

விதவிதமான அஸ்திரங்களும், அதைத் தாக்கி முறியடிக்கும் எதிர் பாணங்களும் பரஸ்பரம் பரிமாறிக் கொள்ளப்பட்டன. யுத்தம் நீண்டநேரம் நடந்துகொண்டேயிருந்தது.

களைப்பு சலிப்பின்றி இருவரும் ஒருவரையொருவர் மிஞ்சும்படியாக அஸ்திரம் பிரயோகித்துக்கொண்டே இருந்தார்கள்.

ராமன் தனது பாணங்களால், ராவணனின் தலையை அறுத்துத் தள்ளிக்கொண்டேயிருக்க, எத்தனைமுறை அறுபட்டாலும் புதிய தலைகள் முளைத்துக்கொண்டேயிருந்தன.

இந்திரனுடைய தேரோட்டியான மாதலி, 'ஐயனே! தாமதிக்காதீர்கள்! ராவணனுடைய கெட்டநேரம் நெருங்கிவிட்டது. அவன் சற்றுக் களைப்படைந்திருக்கும் இந்த நேரத்தில், உங்களிடமிருக்கும் பிரம் மாஸ்திரத்தைச் செலுத்துங்கள்!' என்று தூண்டினான்.

மாதலி சொன்னதுமே, ராமன் அந்த அற்புத அஸ்திரத்தை உரிய மந்திரத்தைச் சொல்லி செலுத்தினான்.

பிரம்மாஸ்திரம் அக்னியை உமிழ்ந்தபடியே சென்று, ராவணனுடைய மார்பைத் துளைத்தது! அவனது வில் நழுவிக் கீழே விழுந்தது.

ராவணன் உயிர் விண்ணில் பறக்க, அவனது உடல் ரதத்திலிருந்து கீழே தரையில் உருண்டு விழுந்தது.

அந்தப்புரத்திலிருந்த ராவணனின் மனைவியர் அத்தனை பேரும் யுத்தபூமிக்கு வந்து அவன் உடல்மீது விழுந்து கதறினார்கள். பட்டத் தரசியான மண்டோதரி, ராவணன் கதியைக் கண்டு மூர்ச்சையாகினாள்.

ஆயிரம்தான் ஆனாலும் அண்ணனல்லவா! விபீஷணனும் மனம் கலங்கிப்போய் அழுதான்.

ராமன், அவனை அணைத்துத் தேற்றினான். ஆறுதல் கூறினான்.

ராவணனின் உடல் எரிக்கப்பட்டு, முறைப்படி அவன் உத்தம கதி அடையுமாறு கிரியைகள் நல்லவிதமாக நடத்தப்பட்டன.

ராம பட்டாபிஷேகம்!

50

விபீஷணனுக்கு லங்காபுரியில் வெகுவிமரிசையாகப் பட்டாபிஷேகம் செய்யப்பட்டது.

லங்கையின் அரசனாகப் பொறுப்பேற்றதுமே விபீஷணன், நகரத்துக்கு வெளியே தங்கியிருந்த ராமனைச் சென்று பணிந்தான். ஆசீர்வாதம் பெற்றான்.

அப்போது ராமன் அனுமானிடம், 'அனுமானே! லங்கையின் அரசன் விபீஷணனிடம் அனுமதி பெற்று, சீதையிடம் சென்று செய்தியைச் சொல்!' என்றான்.

அனுமான் சென்று சீதையைப் பார்த்தான்.

சீதை, ஆனந்தக்கண்ணீருடன் வார்த்தைகள் இல்லாமல் உணர்ச்சிப்பிரவாகமாக நின்றாள்.

அதற்குள் அங்கு விபீஷணன் வந்தான்.

'அன்னையே! தங்களை நீராடவைத்து, சகல ஆபரணங்களையும் தரிக்கச்செய்து, அண்ணல் ராமன் தங்களை அழைத்துவரச் சொன்னார்!' என்று தெரிவித்தான்.

'இல்லை! நான் இருக்கும் நிலையிலேயே, இப்போது அவரைக் காணவிரும்புகிறேன்!' என்றாள் சீதை.

'அப்படியல்ல தேவி! ராமனின் உத்தரவுக்கு நாம் அனைவரும் கட்டுப்பட்டவர்கள்! அவர் சொன்னபடி செய்வோம்!' என்று வேண்டிக்கொண்ட விபீஷணன், சேவகியரை அழைத்து சீதையை அவர்களுடன் அனுப்பினான்.

ராமன் சொன்னபடியே சர்வ அலங்கார சொரூபிணியாக, சீதை ரதத்தில் ஏறிப் புறப்பட்டாள்.

ராமன் தியானத்தில் இருந்தான்.

சீதை வருவது தெரிந்ததும் அதிலிருந்து மீண்டான். நடந்து போன நிகழ்ச்சிகள் அவன் மனத்தில் வந்துபோனது! துக்கம், சந்தோஷம், குழப்பம், ரோஷம் போன்ற உணர்ச்சிகள் கலந்த நிலையில் காணப்பட்டான்.

அன்னை சீதையைத் தரிசிக்க, அனைத்து வானரர்களும் ஆவலாக வந்து சூழ்ந்துகொண்டனர்.

சீதை, பல்லக்கிலிருந்து இறங்கி தரை பார்த்து நடந்துவந்து ராமன்முன் நின்றாள்.

அவனைத் தலைநிமிர்ந்து பார்த்தாள். 'பிரபோ!' என்ற ஒரு வார்த்தைக்குமேல் பேசமுடியாமல் தழுதழுத்தாள்.

ராமனின் முகத்தில் எவ்வித உணர்வுகளும் பிரதிபலிக்கவில்லை. இறுக்கமாக இருந்தான். அவனுடைய மனநிலை என்னவென்று அறியமுடியாமல் இருந்தது.

இறுகிய குரலில் சீதையைப் பார்த்துப் பேசினான்.

'சீதா! எதிரியைக் கொன்றேன். உன்னை மீட்டேன். அத்துடன் எனது சத்திரியக் கடமை முடிந்தது. எனது சபதமும் நிறைவேறியது!' என்றான் ராமன்.

இதை எதற்காகச் சொல்கிறான், ஏன் சொல்கிறான், எந்த விதத்தில் சொல்கிறான் என்பதே யாருக்கும் புரியவில்லை.

ராமன் தொடர்ந்து சொன்னான்:

'உனக்காக நான் இந்த யுத்தத்தை நடத்தவில்லை. என் கடமையைத் தீர்க்கத்தான் செய்தேன். உன்னை அடைந்தது இப்போது எனக்கு மகிழ்ச்சியைத் தரவில்லை. மாற்றானின் இடத்தில் நீ பல மாதங்கள்

தங்கியிருந்தாய். அதனால் உனது புனிதம், களங்கமெனும் புகையால் மறைக்கப்பட்டிருக்கிறது. இனி நீ, என்னோடு இருக்க முடியாது! தனியாகத்தான் இருக்கவேண்டும். நமது நண்பர்கள், உறவினர்கள் யார் பாதுகாப்பிலும் நீ இருக்கலாம். இதுதான் என் முடிவு! சத்திரியன் ஒருவன், மாற்றான் இல்லத்தில் வெகுநாள் இருந்த மனைவியை எப்படி திரும்ப அழைத்துச்செல்வது? நீயே சொல்! நான் எனது எண்ணத்தைத் தெரிவித்துவிட்டேன். இனி நீ, உனது யோசனையைக் கூறலாம்!' என்றான்.

இதுநாள் வரையிலும் 'சீதா! சீதா!' என்று அவளது நினைவாகவே ஏங்கி, வேதனைப்பட்டு துயரத்தில் மூழ்கிக் கிடந்தவன், இன்று கல்மனம் கொண்டவன்போல் பேசியது அனைவருக்கும் அதிர்ச்சியைத் தந்தது!

சீதை, ராமனைப் பார்த்தாள். அவள் முகம் கோபத்தால் சிவந்தது. எப்போதும் கருணை வழியும் அவள் கண்களில் நெருப்புத்தழல் தகித்தது.

'பிரியமானவரே! ஒரு கணவர் சொல்லக்கூடாத, சொல்லத் தகாத வார்த்தைகளை வெகு சுலபமாகச் சொல்லிவிட்டீர்கள். என்னைப் போன்ற இந்த நிலை எந்தப் பெண்ணுக்கும் வரக் கூடாது. ஒரு பாமரன் சொல்லக்கூடிய வார்த்தைகள் தசரதபுத்திரன் நாவிலிருந்து வந்தது எனது துரதிருஷ்டம்தான்! இதயத்தைப் பிளக்கும் இந்தச் சொற்களை நீங்களா சொன்னீர்கள் என்பதை என்னால் இன்னமும் நம்பமுடிய வில்லை.

தர்மநாயகனே! ஒன்றை மட்டும் தெளிவாகப் புரிந்து கொள்ளுங்கள். நான் மகாயோகியான ஜனகராஜனால் வளர்க்கப்பட்டவள். உத்தம குலத்தில் பிறந்தவள். யார் என்ன சொன்னபோதும், எந்த அபவாதமும் என்னைத் தீண்டாது! போகட்டும்! இனி என்ன? ராமன் என்னைப் புறக் கணித்துவிட்டான். என் யோசனைப்படி செய்துகொள்ள அனுமதி தந்துவிட்டான். லட்சுமணா! என் மகனைப் போன்றவன் நீ! போ! இப்போதே கட்டைகளைக் கொண்டுவந்து போடு! தீ மூட்டு! நான் அக்னிக்கு உடலை விடுத்து ஆத்மாவை விடுவித்துக்கொள்கிறேன்!' என்றாள்.

ராமன் சொன்ன வார்த்தைகளினால் மனத்துள் கோபமும் வேதனையு மாக தவித்துக்கொண்டிருந்த லட்சுமணன், சீதையின் உத்தரவைக் கேட்டு தனது அண்ணனைப் பார்த்தான்.

ராமன் மனம் இளகியவனாகத் தெரியவில்லை! சீதையின் முடிவுக்குச் சம்மதிப்பவனாக அமைதியாக இருந்தான்.

வேறு வழியின்றி, கொந்தளித்த மனத்துடன் லட்சுமணன் சீதை சொன்னபடியே தீ மூட்டினான்.

சீதை, கணவன் ராமனை வலம் வந்து வணங்கிவிட்டு, அக்னி முன் சென்று நின்றாள்.

'தெய்வங்களே! தேவகணங்களே! மகரிஷிகளே! உங்களை வணங்கிப் பூஜிக்கிறேன். அக்னி தேவனே! எனது பரிசுத்தத்தை நீ அறிவாய்! இதோ நான் உனக்குள் பிரவேசிக்கிறேன்!' என்றபடி, திகுதிகுவெனக் கொழுந்துவிட்டு எரியும் நெருப்புக்குள் குதித்தாள்.

அப்போது வானுலகின் அத்தனை தேவர்களும் அங்கு வந்து குவிந்து விட்டார்கள். பிரம்மன் தோன்றி ராமனிடம் சொன்னான்.

'நாராயணா! ராவண வதம் நிகழ்த்துவதற்காகப் பூவுலகில் அவதாரம் செய்தவன் நீ! சீதை, உம்முடைய துணைவியான லக்ஷ்மிதேவி அல்லவா? அவளுக்கு எதற்கு இந்தச் சோதனை?' என்றான்.

'நான் தசரதன் மகன் என்பது மட்டும்தான் எனக்குத் தெரியும். மற்றதைப் பற்றி நான் அறிந்துகொள்ள ஒன்றுமில்லை. மனிதனாகப் பிறந்தால், மனிதகுல நியதிகளுக்கு உட்பட்டுதான் போகவேண்டும்!' என்றான்.

அப்போது ஓர் அற்புதம் நிகழ்ந்தது!

தீ குண்டத்திலிருந்து எரியும் நெருப்புத் தழலானது சீதையை அப்படியே ஏந்தி வெளியே கொண்டுவந்து இறக்கிவிட்டது!

குண்டத்திலிருந்து அக்னிதேவன் தோன்றினான்.

'ராமச்சந்திர பிரபோ! சீதை தூய்மையின் வடிவானவள். அந்தத் தூய்மையைத் தகிக்கும் வல்லமை எனக்கில்லை! மகா கற்புக்கரசியும் பதிவிரதையுமான தேவியை, தங்களிடமே சேர்ப்பித்துவிட்டேன். மங்கலமே ஆகுக!' என்றான்.

ராமனின் முகம் மலர்ந்தது. அவனது இதழ்களில் புன்னகை பூத்தது. இரண்டு கைகளும் நீட்டி, கண்களாலேயே சீதையை அழைத்தான்.

'சீதா! உனது புனிதம் எனக்குத் தெரியாதா என்ன? நான் உன்னைச் சோதித்தது மக்களின் திருப்திக்காகவே! 'ராமன் தனது மனைவியின் மீதுள்ள காதலால், நெறிதவறி உலகவழக்கத்துக்கு மாறாக நடந்து கொண்டான்!' என்று பேசுவார்களே! அதற்காகத்தான் இப்படிச் செய்ய வேண்டி வந்தது.'

அப்போது, வானுலகத்திலிருந்து தசரதனும் இறங்கி வந்தான். ராமனையும் லட்சுமணனையும் தழுவிக்கொண்டான். கண் கலங்க சீதையை ஆசீர்வதித்தான்.

'அம்மா சீதா! என் மகனை மன்னித்துவிடு! உலக தர்மத்தைக் காப்பதற் காகவே அவன் இதைச் செய்தான். அவனது குற்றத்தைப் பொறுத்துக் கொள்!' என்று வேண்டிக்கொண்டு விடைபெற்றான்.

தேவர்களும் மகிழ்ச்சி நிரம்பியவர்களாகப் புறப்பட்டார்கள். அப் போது இந்திரன் ராமனுக்கு வரம் அளித்தான். அதன்படி, யுத்தத்தில் ராமனுக்காக உயிர் நீத்த வானரர்கள், கரடிகள் எல்லோரும் உயிர் பெற்று எழுந்தார்கள்.

எல்லாம் சுபமாக முடிந்த சந்தோஷத்தில் விபீஷணன், ராமனிடம் தனது விருப்பத்தைத் தெரிவித்தான்.

'அண்ணலே! தங்களது பதினான்கு ஆண்டுகால வனவாசம் முடிந்து விட்டது. ஆகவே, தாங்களும் தவக்கோலத்தை விடுக்கவேண்டும். தங்களுக்கு அபிஷேகம் செய்வித்து அலங்கரித்துப் பார்க்கவேண்டுமென அடியேன் விரும்புகிறேன். அத்துடன், தாங்களும் இளையவரும் அன்னை சீதாதேவியும் இங்கு லங்கையிலேயே எனது விருந்தினராகச் சிலகாலம் தங்கிச் செல்லவேண்டும் ஐயனே!' பணிவுடன் கேட்டான்.

ராமன், விபீஷணன் மனம் நோகாதபடி சொன்னான்.

'விபீஷணா! உனது அன்புக்கு நன்றி. உனது விருப்பத்தை நிறைவேற்ற எனக்கும் ஆசைதான்! ஆனால், அதற்கெல்லாம் கால அவகாசம் இல்லை. எனது தம்பி பரதன் ஆறாத துயரத்தோடு எனக்காகவே காத்திருக்கிறான். வனவாசம் முடிந்ததுமே திரும்பி வந்துவிடுவதாக அவனுக்கு வாக்களித்திருக்கிறேன். அதனால், நான் அங்கு உடனே செல்லவேண்டும். அத்துடன் பரதனும் என்னைப்போலவே தவக் கோலத்தை மேற்கொண்டு இருக்கிறபோது, நான் மட்டும் தவக் கோலத்தை நீக்கி விருந்துபசாரத்தை ஏற்றுக்கொள்வது பொருத்தமாக இருக்காது. எனவே, என்னை மன்னித்துக் கொள்!' என்றான்.

விபீஷணன் அதை ஏற்றுக்கொண்டான்.

அத்துடன், பரதனிடம் விரைவாகச் சென்று சேரவும் அவனே ஏற் பாடுகள் செய்தான்.

அதன்படி, ராவணன் குபேரனிடம் கைப்பற்றி வைத்திருந்த புஷ்பக விமானத்தில், ராமனும் சீதையும் லட்சுமணனும் மற்றும் சுக்ரீவனும் விபீஷணனும் ஏறிக்கொண்டு வடதிசை நோக்கிப் பறந்தார்கள்.

வானத்தில் சென்றுகொண்டிருந்தபோது ராமன் சீதையிடம், தானும் லட்சுமணனும் சீதையைத் தேடித்திரிந்த இடங்களையெல்லாம் காண்பித்துக் கொண்டே சென்றான்.

'அங்கே பார் சீதா! அதுதான் உன்னை அடைவதற்காக லங்கைக்கு கட்டப்பட்ட சேதுப்பாலம். இதோ, இந்த இடத்தில்தான் முதன்முதலாக அனுமானையும் சுக்ரீவனையும் சந்தித்தோம்!' என்று சுட்டிக்காட்டினான்.

சீதை மனம் நெகிழ்ந்து ஆனந்தக்கண்ணீர் விட்டாள்.

எல்லோரும் பரத்துவாஜ முனிவருடைய ஆசிரமத்துக்கு வந்து இறங்கினார்கள்.

ராமனின் பதினான்கு வருட வனவாசம் இங்குதான் தொடங்கியது. இப்போது அதே பரத்துவாஜ முனிவரின் ஆசிரமத்திலேயே நிறைவடைந்தது. பரத்துவாஜர் அனைவரையும் கண்டு மனம் மகிழ்ந்தார். எல்லோரும் ஒருநாள் அங்கேயே தங்கிச் செல்லவேண்டும் என்று கேட்டுக்கொண்டார். ராமனும் அதை ஏற்றுக்கொண்டான்.

இவர்கள் இங்கே தங்கவேண்டி வந்ததால், குகனுக்கும் பரதனுக்கும் முன்னதாகவே தகவல் தெரிவிக்க அனுமான் அனுப்பப்பட்டான்.

ராம கட்டளையை ஏற்று விரைந்துசென்ற அனுமான், கங்கைக் கரைக்குச் சென்று குகனிடமும், பின்னர் நந்திக் கிராமம் சென்று பரதனிடமும் ராமனின் வருகையைப் பற்றிய மனம் மகிழும்படியான தகவலைத் தெரிவித்தான்.

பரதன் ஆனந்தம் கொண்டான். அயோத்தியில் சிறப்பான வரவேற்புக்கு ஏற்பாடுகள் செய்யச் சொல்லியும், ராம பட்டாபிஷேகத்துக்கான காரியங்களையும் கவனிக்கும்படியும் கூறி அமைச்சர்களை அனுப்பி வைத்தான். அண்ணன் வருகைக்காக ஆவலுடன் காத்திருந்தான்.

அயோத்தி நகரம் சந்தோஷக்கடலில் மிதந்தது.

வரவேற்புத் தோரணங்கள், இன்னிசை முழக்கங்கள், மக்களின் கோலாகலக் கொண்டாட்டங்கள், ஆரவாரங்கள், வாழ்த்துக்கோஷங்கள் என்று எங்கெங்கும் உற்சாகம் கரைபுரண்டது.

மறுநாள் புஷ்பக விமானம் நந்திக்கிராமம் வந்திறங்கியது. அதிலிருந்து இறங்கினான் அயோத்தி ராமன்!

அவதார புருஷனின் பட்டாபிஷேகத் திருக்காட்சி.

அண்ணன் வருவதைப் பார்த்ததும், பரதன் ராமனின் பாதுகைகளைத் தனது தலையின்மீது வைத்துக்கொண்டு ஓடோடிச் சென்றான். அண்ணன் விமானத்திலிருந்து இறங்கியதும், அவனுடைய பாதுகை களை திருப்பாதம் சேர்ப்பித்தான்.

அங்கிருந்து அனைவரும் ஊர்வலமாகப் புறப்பட்டு அயோத்தியை அடைந்தார்கள்.

மக்களின் ஜெயகோஷமும் வாழ்த்து முழக்கங்களும் விண்ணதிர ஒலித்தன. தேவர்களும் பூத்தூவி ஆசீர்வதித்தனர்.

ராமனுடைய பட்டாபிஷேகத்துக்கான பொருள்கள் அனைத்தும் சேகரிக்கப்பட்டுத் தயாராயிருந்தன. பல புண்ணியத்தலங்களிலிருந்து குடங்களில் தீர்த்தம் கொண்டு வந்தார்கள். குறிப்பிட்ட நல்ல நாளில் நல்ல நேரத்தில், ராமனும் சீதையும் அரசன் அரசிக்கு ஏற்றபடி ஆடை ஆபரணங்கள் அணிவிக்கப்பட்டு ரத்தினச் சிம்மாசனத்தில் அமர வைக்கப்பட்டனர். புனிதத் தீர்த்தங்கள் தெளித்து மந்திர கோஷங்கள் முழங்க, வசிஷ்டர் ராமனுக்கு மகுடாபிஷேகம் செய்வித்தார்.

ராமன் அயோத்தியின் மன்னன் ஆனான். எல்லோரும் அவன் அடி பணிந்து வணங்கினர்.

அயோத்தியில் ராமராஜ்ஜியம் தொடங்கியது!

ஸ்ரீராம ஜெயம்

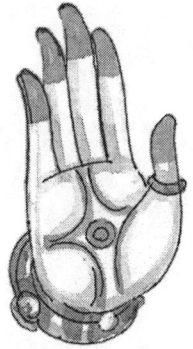

இன்பமே சூழ்க...
எல்லோரும் வாழ்க!

குறிப்புகளுக்காக